இந்திய அரசியல் சட்டம்

முனைவர்.கு.செந்தில்குமார்

முனைவர்.நா.ராஜா

முனைவர்.க.நித்திலா

முனைவர்.த.லோகநாயகி

இந்திய அரசியல் சட்டம்

முனைவர்.கு.செந்தில்குமார்

முனைவர்.நா.ராஜா

முனைவர்.கு.நித்திலா

முனைவர்.த.லோகநாயகி

நன்னெறி சமூகம் நாளைய கனவாகவும் நிதர்சனமாகவும்....

– மாணவ சமூகத்திற்கு சமர்ப்பணம்

பொருளடக்கம்

இந்திய அரசியல் சட்டம்

முனைவர்.கு.செந்தில்குமார்

இணை பேராசிரியர்

அரசியல் மற்றும் பொதுநிர்வாக துறை

அழகப்பா பல்கலைகழகம்

காரைக்குடி

முனைவர்.நா.ராஜா

உதவி பேராசிரியர்

வரலாற்று துறை

கொளஞ்சியப்பர் அரசு கலை கல்லூரி

விருதை

முனைவர்.நித்திலாகண்ணன்

கௌரவ பேராசிரியர்

அரசியல்அறிவியல் துறை

அரசு கலை கல்லூரி

சேலம்

முனைவர்.தா.லோகநாயகி

கௌரவ பேராசிரியர்

அரசியல் அறிவியல் துறை

அரசு கலை கல்லூரி

ராசிபுரம்

முகவுரை

கிட்டத்தட்ட 73 வருடங்கள் ஆகிறது இந்திய அரசியல் சட்டம் நடைமுறைப்படுத்தப்பட்டு. 395 சட்டங்கள் 8 அட்டவணைகள் 22 பகுதிகளுடன் ஏறத்தாழ இரண்டு வருடங்கள் 11 மாதங்கள் 18 நாட்கள் நேர செலவழிப்பிற்குப் பிறகு உருவாக்கப்பட்ட அரசியல் சட்டமானது தற்போது 470 சட்டங்கள் 12 அட்டவணைகள் 25 பகுதிகளாக உயர்த்தப்பட்டு நடைமுறைப்படுத்தப்பட்டு வருகிறது. இந்திய அரசியல் சட்டத்தின் உருவாக்க உறுப்பினர்கள் நேரு பட்டேல் உட்பட மொத்தம் 389 உறுப்பினர்கள் இதில் பங்கு பெற்று சட்டத்தை இந்திய மக்களுக்காக செதுக்கினார்கள் என்று கூறலாம். விதி. 32 இந்திய அரசியல் சட்டத்தின் இதயமாகவும் ஆன்மாவாகவும் விளங்குகிறது என்கிறார் அம்பேத்கர். இந்திய அரசியல் சட்டத்தின் சட்ட வரைவு சேர்மன். இந்தியாவிற்கு அரசியல் சட்டம் அவசியம் என்று 1934 லேயே எம்.என்.ராய் அவர்கள் கூறியிருந்தார்.

அரசியல் சட்டமானது காந்திய கொள்கையின் அடிப்படையிலேயே வடிவமைக்கப்பட்டு இந்திய கலாச்சாரம், பண்பாடு, பாரம்பரியம், தத்துவம் போன்றவைகளின் அடிப்படையிலே உயிரூட்டப்பட்டது. இந்திய ஒருமைப்பாட்டையும், பாதுகாப்பையும், மக்களின் இயல்பையும் அடித்தளமாக கொண்டு வல்லுனர்கள் சட்ட ஆட்சியை ஜனநாயக பாதுகாவலாக வடிவமைத்து உள்ளார்கள். இந்தியாவின் பெரும்பான்மை மதத்தை மையமாக கொண்டு முன்னோர்கள் மதச்சார்பு நாடாக உருவாக்கி இருக்கலாம். ஆனால் நேர்மறையாக ஜனநாயகம், குடியரசு, இறையாண்மை, சுதந்திரம், சமத்துவம், மதச்சார்பின்மை போன்ற மனித குல உயர்ந்த

அம்சங்களை உட்படுத்தியதாலேயே பல வல்லரசு நாடுகளும் இந்தியாவை போற்றத்தக்கதாகவும் மரியாதைக்கு உரியதாகவும் மேன்மைப்படுத்துகிறார்கள். அண்டைய நாடுகள் அனைத்துமே பொருளாதாரம், ஆட்சி ஆகியவைகளில் சீர்கெட்டு விளங்குகிற போதும் இந்தியா நூற்றாண்டை நோக்கிய ஜனநாயக பயணத்தை அதிக இன்னல்கள் இன்றி கடக்க உள்ளது. பொருளாதாரம், வேலைவாய்ப்புகள், மனித வளர்ச்சி கட்டுப்பாடு, அமைதி, கல்வி, அறிவியல், தொழில்நுட்ப வளர்ச்சி ஆகிய அம்சங்களில் சுதந்திரத்தின் முற்பகுதியை விட அதிக வளர்ச்சியை மக்கள் நேரடியாக காண்கிறார்கள் என்றால் அதற்கு மிக முக்கிய காரணம் அரசியல் சட்டமாகும். ஜாதி மத நிற இன பிரிவினைகள் இருக்கின்ற பொழுதும், இந்திய குடியரசு ஆனது இன்று பெரிய அளவில் பிரச்சனைகள் இன்றி வீறு நடை போடுகிறது. மேற்கூறிய பிரச்சனைகள் வளர்ந்த நாடுகளிலும், ஆங்காங்கே பிரிவினைகளின் மூலமாக இருக்கத்தான் செய்கிறது. பல நாடுகள், கனடா, அமெரிக்கா, பிரான்ஸ், ஆப்பிரிக்கா, ஜப்பான், ரஷ்யா, அயர்லாந்து போன்றவைகளில் இருந்து சில அரசியல் சட்டங்கள் பின்பற்றி எழுதப்பட்டிருந்தாலும் இந்தியாவின் தனித் தனிமையானது அனைத்து நாடுகளும் அறிந்ததே. ஏனெனில் எந்த ஒரு நாட்டிலும் இல்லாத "வேற்றுமையில் ஒற்றுமை" என்கிற சிறந்த பண்பு இந்தியாவில் உள்ளது. ஆயிரத்துக்கும் மேற்பட்ட மொழி பிரிவினைகள் இருந்தும் இந்தியா தற்போது ஜி 20 அமைப்பின் தலைவராக தேர்ந்தெடுக்கப்பட்டுள்ளது என்றால் மிகை ஆகாது. அமெரிக்கா ரஷ்யா சீனா ஜெர்மனி போன்ற நாடுகளுக்கு சரிசமமாக வளர்ந்து வரும் இந்தியாவின் வலுவான ஆயுதம் அதன் அரசியல் சட்டமே. இந்தியாவில் பிறந்த, பிறக்க இருக்கிற ஒவ்வொரு பிரஜையும் அவசியம் இந்திய அரசியல் சட்டத்தை தெரிந்து வைத்திருக்க வேண்டும். இவ்வாறான சட்டரீதியான அறிவுடைமை மேலோங்குகிற பட்சத்தில் இந்தியா 21வது நூற்றாண்டின் மத்திய காலகட்டத்திலேயே வல்லரசாக ஆவதற்கு சிறப்பான வாய்ப்பு உள்ளது. அரசியல் சட்டத்தை எளிதில் புரிந்து கொள்வதற்கு ஏதுவாக

தமிழிலேயே எழுதப்பட்டுள்ள இப்பாடத்தை பயனுக்கு ஏற்ற முறையில் படித்தறியுமாறு கேட்டுக்கொள்கிறோம்.

முனைவர்.கு. செந்தில்குமார்

முனைவர்.நா. ராஜா

முனைவர்.நித்திலா கண்ணன்

முனைவர்.த. லோகநாயகி

நன்றி

முனைவர். அ.சண்முகம், பேராசிரியர் & துறைத்தலைவர் (முன்னாள்),
அரசியல் அறிவியல் துறை, அண்ணாமலை பல்கலைகழகம்.

சக பேராசிரியர்கள், அரசியல் & பொது நிர்வாகதுறை,
அழகப்பா பல்கலைகழகம்.

சக பேராசிரியர்கள், அரசியல் அறிவியல் & பொது நிர்வாக துறை,
அண்ணாமலை பல்கலைகழகம்.

திரு. க.நாராயணசாமி, திருமதி.நா.செல்லமாள்

திரு. சி.ம்.ரஞ்சித்-நித்திலா, சஷ்வின் மாணிக், அஷ்வின் ஆதவன்,
சேலம்

திரு. க.தன்ராஜ், திருமதி. த.புஷ்பா. நாமக்கல்

திரு. ர.ரவிச்சந்திரன், *Adjunct Faculty, Dept of Marine Biology,*
Alagappa University

செ.ஹரிஹரன் செ.ஹரிணி ர.அஷ்வின் ரா. நிவேதனா

இந்திய அரசியல் சட்டம்

இயல் - ஒன்று

அரசியல் அமைப்புப் பின்னணியின் வரலாற்றுப் பதிவாக இந்திய அரசியலமைப்பின் வரலாற்றுப் பரிணாமம் பல்வேறு காலங்களில் இயற்றப்பட்ட பல்வேறு சட்ட திட்டங்கள், ஒற்றுமை சார்பு கொண்ட கூட்டாட்சி அமைப்பு - குடிமகனின் அடிப்படை உரிமைகள் மற்றும் கடமைகள், இந்திய மதச்சார்பின்மை மேலும் அரசியலமைப்பின் தத்துவம் போன்ற பகுதிகள் இந்த இயலில் இடம் பெற்றுள்ளன.

இயல் - இரண்டு

இந்தியாவில் அடிப்படை உரிமைகள், சமத்துவத்திற்கான உரிமை மற்றும் அதன் பிரிவுகள் கலாச்சார மற்றும் கல்வி உரிமைகள். அடிப்படை உரிமைகள் மற்றும் அதன் பிரச்சினைகள், சொத்துரிமை கல்வி உரிமை அடிப்படை கடமைகள் அவற்றின் முக்கியத்துவம் மற்றும் வர்மா குழுவின் பரிந்துரைகள் இந்த இயலில் குறிப்பிடப்பட்டுள்ளன.

இயல் - மூன்று

மத்திய அரசாங்கம், குடியரசுத் தலைவர், அவருக்கான தகுதி. தேர்தல், அவர் தேர்ந்தெடுக்கப்படும் விதம், குடியரசுத் தலைவரின் அதிகாரங்கள் மற்றும் செயல்பாடுகள், நிதி அதிகாரங்கள், நீதித்துறை அதிகாரங்கள், அவசர நிலை அதிகாரங்கள், இந்தியத் துணைக் குடியரசுத் தலைவர், அவரின் தகுதி, தேர்தல், அவரின் செயல்பாடுகள், பிரதமர் மற்றும் அவரின் அதிகாரங்கள், அமைச்சரவையின்

அமைப்பு, பணிகள், பாராளுமன்றத்தின் அமைப்பு, ராஜ்யசபா யூனியன் பிரதேசங்களில் பிரதிநிதித்துவம், ராஜ்யசபா உறுப்பினர்கள் ஆவதற்கான தகுதிகள், மாநிலங்களவையின் தலைவர், மக்களவையின் அதிகாரங்கள் போன்றவை இந்த இயலில் விரிவாக இடம் பெற்றுள்ளன.

இயல் - நான்கு

இந்த இயலில் மாநில அரசாங்கம், ஆளுநர், ஆளுநர் நியமனம், அவரின் நிர்வாக அதிகாரங்கள், சட்டம் இயற்றும் அதிகாரங்கள், அவசரச்சட்டம் பிறப்பிக்கும் அதிகாரம், முதலமைச்சர், முதலமைச்சர் நியமனம், மாநில அமைச்சரவை, மாநில சட்டமன்றங்கள், சபாநாயகர், சட்ட மேலவை உறுப்பினர்கள் தேர்வு போன்ற பல தகவல்கள் காணப்படுகின்றன.

இயல் - ஐந்து

நீதித்துறை, அதன் கட்டமைப்பு, இந்திய நீதித்துறையின் செயல்பாடுகள், உச்சநீதிமன்றம், அதன் செயல்பாடுகள் உச்சநீதிமன்ற நீதிபதியின் தகுதி, உயர் நீதிமன்றங்கள், உயர் நீதிமன்ற அதிகார வரம்பு, உயர் நீதிமன்ற நீதிபதியின் தகுதி, அவரின் சம்பளம், சிவில் நீதிமன்றங்களின் கட்டமைப்பு, பெருநகர பிரிவுகளில் மாவட்ட நிலைகளில் மாவட்ட அளவில் எவ்வாறு இடம்பெற்றுள்ளன என்பன போன்ற தரவுகளை இந்த இயல் நமக்கு அளிக்கிறது.

இயல் - ஆறு

மத்திய மாநில உறவுகள் பற்றி இந்த இயல் குறிப்பிடுகிறது. இதில் மத்திய மாநிலங்களுக்கு இடையே ஆன உறவுகள், அவற்றிற்கு இடையே உள்ள சட்டத்தின் பிராந்திய எல்லை, வரி வருவாயின் வினியோகம், நிதி ஆணையம், நிர்வாக சீர்திருத்த ஆணையம், அகில இந்திய சேவைகள், நிதி உறவுகள் பற்றிய பிரிவுகள் இந்த இயலில் குறிப்பிடப்படுகின்றன.

இயல் - ஏழு

இந்த இயலானது உள்ளாட்சி அமைப்புகள் பற்றி விரிவாகக் குறிப்பிடுகிறது. பல்வேறு காலகட்டங்களில் அமைக்கப்பட்ட பல்வேறு கமிட்டிகள், கிராம சபை அமைப்பு, பஞ்சாயத்து ராஜ்ய அமைப்பு, பஞ்சாயத்துகளின் அதிகாரங்கள் மற்றும் செயல்பாடுகள், மாவட்ட ஊராட்சியின் பணிகள், நகர்ப்புற உள்ளாட்சி, மாநிலத் தேர்தல் ஆணையம், மாவட்டத் திட்டக்குழு, பெருநகரத் திட்டக் குழு, மாநகராட்சிகள். நகராட்சி, துறைமுக பொறுப்புக் குழு மற்றும் அதன் செயல்பாடுகள் பற்றிய செய்திகளை உள்ளடக்கி உள்ளது.

இயல் - எட்டு

இந்த இயல் அரசியலமைப்பு அமைப்புகள் பற்றி விவரிக்கிறது. இந்தியத் தேர்தல் ஆணையம் அதன் அமைப்பு, அதன் முக்கிய செயல்பாடுகள், மின்னணு வாக்குப்பதிவு இயந்திரங்கள், தேர்தல் சீர்திருத்தங்கள், தேர்தல் சீர்திருத்த மசோதா, இந்திய யூனியன் பப்ளிக் சர்வீஸ் கமிஷன், அதன் தலைவரின் தகுதி மற்றும் பதவிக்காலம் அதன் செயல்பாடுகள், நிதி ஆணைய, நிதி ஆயோக் தலைவர் மற்ற உறுப்பினர்களின், நிதி ஆணையத்தின் செயல்பாடுகள், நீதி தீர்ப்பாயங்கள், பட்டியல் சாதிகள், தேசிய ஆணையம், அதன் செயல்பாடுகள், பழங்குடியினருக்கான தேசிய ஆணையம், பிற்பட்டோருக்கான தேசிய ஆணையம், அதன் அதிகாரங்கள், செயல்பாடுகள், இந்தியாவின் தலைமை கணக்கு தணிக்கையாளர், அவரின் நியமனம், அவரின் அதிகாரங்கள், கோட்பாடுகள், இந்தியாவின் அட்டர்னி ஜெனரல், அவரின் நியமனம் மற்றும் அரசியல் அமைப்பு சாரா அமைப்புகள் பற்றிய விவரங்கள் இதில் இடம்பெற்றுள்ளன.

இயல் - ஒன்பது

அரசியல் கட்சிகளின் வரையறை மற்றும் வகைகள், இந்தியாவின் கட்சி அமைப்பின் சிறப்பியல்புகள். தேசிய மற்றும் மாநில கட்சிகளின் அங்கீகாரம், இந்தியாவின் அழுத்தக் குழுக்கள், தொழிற்சங்கங்கள், விவசாய குழுக்கள், மாணவ அமைப்புகள்,

மத அமைப்புகள், அமைப்பு, மொழியியல் குழுக்கள் பற்றிய குறிப்புகள் இந்த இயலில் இடம்பெற்றுள்ளன.

பிற்சேர்க்கையாக அரசியல் அமைப்பு சார்ந்த கலைச் சொற்களும் அதைத் தொடர்ந்து இறுதிப் பகுதியாக அரசியல் அமைப்பு தொடர்பான நூற்றுக்கணக்கான கேள்விகளும் அதற்குரிய பதில்களும் இடம்பெற்றுள்ளன.

இயல்: ஒன்று

அரசியலமைப்புப் பின்னணியின் வரலாற்றுப் பதிப்பு

இந்திய அரசியலமைப்பைத் தயாரிப்பதற்காக 1928ல், அனைத்துக் கட்சிகளின் மாநாடு லக்னோவில் ஒரு குழுவைக் கூட்டியது. இது நேரு அறிக்கை என்று அறியப்பட்டது. இந்தியாவின் பெரும்பகுதி 1857 முதல் 1947 வரை நேரடி பிரிட்டிஷ் ஆட்சியின் கீழ் இருந்ததால் சுதந்திரத்திற்குப் பிறகு ஒரு புதிய அரசியலமைப்பு உருவாக்கப்பட வேண்டும் என்பதில் உறுதியாயிருந்தனர். ஆனால் அதற்கு ஒட்டுமொத்த இந்தியாவும் ஒன்று சேர வேண்டியிருந்தது. இதன் பொருள், இந்திய ஒன்றியத்தின் ஒரு பகுதியாக மாறுவதற்கு, சமஸ்தான அரசுகள் உறுதியாக இருக்க வேண்டும் என்ற நிலைஇருந்தது. சர்தார் வல்லபாய் படேலும், வி.பி.மேனனும் இந்த அசாத்தியப் பணியைச் செய்தனர். பிரிட்டிஷ் மகுடத்தின் ஆதிக்கமாக இருந்த இந்தியா, அரசியலமைப்புடன் இறையாண்மை கொண்ட ஜனநாயகக் குடியரசாக மாறியது.

1.   இந்திய அரசியலமைப்பின் வரலாற்றுப் பரிணாமம்

இந்திய அரசியலமைப்பின் பின்னணியில் பல்வேறு சட்டதிட்டங்களும், போராட்டங்களும் நிறைந்து இருந்தன.

ஒழுங்குமுறைச் சட்டம் 1773

பிட்டின் இந்தியா சட்டம் 1784

1813 - இன் சாசனச் சட்டம்

1833 - இன் சாசனச் சட்டம்

1853- இன் சாசனச் சட்டம்

இந்திய அரசுச் சட்டம் 1858

இந்திய கவுன்சில் சட்டம் 1861

இந்திய கவுன்சில் சட்டம் 1892

மோர்லி-மிண்டோ சீர்திருத்தங்கள் 1909

மாண்டேக்-செல்ம்ஸ்போர்ட் சீர்திருத்தங்கள் 1919

இந்திய அரசுச் சட்டம் 1935

இந்திய சுதந்திரச் சட்டம் 1947

இந்தச் செயல்கள் அனைத்தும் இந்திய அரசியலமைப்புச் சட்டத்தின் வளர்ச்சிக்கு ஒருவகையில் உறுதுணையாக இருந்தன. பிரித்தானிய அரசாங்கம் சிறந்த முறையில் நாட்டை நிர்வகிப்பதற்குப் பல சட்டங்களைச் செயல்படுத்தி அதன் பின்னர் இந்திய அரசியலமைப்பின் வரலாற்றை உருவாக்கியது. இந்த நடவடிக்கைகள் இந்திய அரசியலமைப்பு உருவாக்கத்திற்கு ஒருவிதத்தில் பங்களித்தன.

1.1. ஒழுங்குமுறை சட்டம் 1773

முதன்முறையாக, பிரிட்டிஷ் பாராளுமன்றம் 1773 ஒழுங்குமுறைச் சட்டம் மூலம் கிழக்கிந்திய கம்பெனி வணிகத்தைக் கட்டுப்படுத்த முயன்றது. இந்த சட்டத்தின் சிறப்பம்சங்கள்,

வாரன் ஹேஸ்டிங்ஸ் வங்காளத்தின் கவர்னர் ஜெனரலாக இருந்தார்.

கவர்னர்-எக்ஸிகியூட்டிவ் ஜெனரல் கவுன்சிலில் பணியாற்ற நான்கு பேர் தேர்வு செய்யப்பட்டனர்.

நிர்வாகம் மையப்படுத்தப்பட்டு, மெட்ராஸ் மற்றும் பம்பாய் மாகாணங்கள் வங்காள மாநிலத்தின் கீழ் நிர்வாகத்தை மையப்படுத்தியது.

முதன் முதலில் உச்ச நீதிமன்றம் 1774 இல் கல்கத்தாவில் உச்ச நீதிமன்றமாக நிறுவப்பட்டது.

நிறுவன அதிகாரிகள் தனியார் வர்த்தகத்தில் ஈடுபடுவதிலிருந்தும், இந்தியர்களிடமிருந்து பரிசுப் பொருட்களைப் பெறுவதற்கும் தடை விதிக்கப்பட்டது.

முதன்முறையாக கிழக்கிந்திய கம்பெனியின் விவகாரங்களை பிரிட்டிஷ் பாராளுமன்றம் ஒழுங்குபடுத்தியது.

1.2. பிட்ஸ் இந்தியா சட்டம் 1784

பிட்ஸ் இந்தியா சட்டம் 1784 அப்போதைய பிரிட்டிஷ் பிரதமர் வில்லியம் பிட்டால் அறிமுகப்படுத்தப்பட்டது. கூடுதலாக, பம்பாய் மற்றும் மெட்ராஸில் கவர்னர் கவுன்சில்கள் நிறுவப்பட்டன. நிறுவனத்தின் வணிக மற்றும் அரசியல் செயல்பாடுகள் பிரிக்கப்பட்டன. இயக்குநர்கள் நீதிமன்றம் வணிக நடவடிக்கைகளை நிர்வகித்தது, கட்டுப்பாட்டு வாரியம் அரசியல் விவகாரங்களை நிர்வகிக்கிறது. இந்தியாவில் உள்ள நிறுவனப் பகுதிகள் 'இந்தியாவில் பிரிட்டிஷ் உடைமை' என்று அழைக்கப்பட்டன.

1.3. சாசனச் சட்டம் 1813

இந்தச் சட்டம் பிரிட்டிஷ் கிழக்கிந்திய கம்பெனியின் வர்த்தக உரிமைகளின் ஏகபோக உரிமைகளை முடிவுக்குக் கொண்டு வந்தது. 1813 ன் சாசனச் சட்டம் மூலம் மற்ற நிறுவனங்களை இந்தியாவுடன் வர்த்தக நடவடிக்கைகளில் பங்கேற்க அனுமதித்தது. தேயிலை மற்றும் அபின் தவிர, இந்தச் சட்டம் கிழக்கிந்தியாவின் பிரத்தியேக உரிமைக்கு முற்றுப்புள்ளி வைத்தது. அனைத்து பிரிட்டிஷ் குடிமக்களும் இந்தியாவுடன் வர்த்தகம் செய்யலாம் என்ற நிலை வந்தது.

1.4. சாசனச் சட்டம் 1833

இந்தியாவின் கவர்னர் ஜெனரல் முன்பு வங்காளத்தின் கவர்னர் ஜெனரல் என்று அழைக்கப்பட்டார், அந்த நேரத்தில் வில்லியம் பென்டிங்க் பிரபுவாக இருந்தார். பம்பாய் மற்றும் மெட்ராஸ் பிரசிடென்சியின் சட்டமியற்றும் அதிகாரங்கள் அகற்றப்பட்டன. 1833-ன் சாசனச் சட்டத்தின் விளைவாக, நிறுவனத்தின் வணிகச் செயல்பாடுகள் முடிவுக்கு வந்தன, மேலும் அது ஒரு நிர்வாக நிறுவனமாக மாறியது.

1.5. சாசனச் சட்டம் 1853

இந்த சட்டத்தின் மூலம் கவர்னர்-லெஜிஸ்லேட்டிவ் ஜெனரல் கவுன்சிலும் நிர்வாக செயல்பாடுகளும் பிரிக்கப்பட்டன. ஆறு பேர் மத்திய லெஜிஸ்லேட்டிவ் சபைக்கும், அவர்களில் நான்கு பேர் சென்னை, பம்பாய், ஆக்ரா மற்றும் வங்காளத்தில் உள்ள இடைக்கால நிர்வாகத்திற்க்கும் தேர்ந்தெடுக்கப்பட்டனர். முதன் முதலில் இந்திய சிவில் சர்வீஸ் என்பது ஒரு திறந்த ஆட்சேர்ப்பு செயல்முறை மூலம் நிர்வாக பதவிகளுக்கு அதிகாரிகளை பணியமர்த்துவதற்கான ஒரு அமைப்பாக நிறுவப்பட்டது.

1.6. இந்திய அரசுச் சட்டம் 1858

1857 இல் கிளர்ச்சியைத் தொடர்ந்து, ஈஸ்ட் இந்தியன் கம்பெனியின் ஆட்சி ஒழிக்கப்பட்டு, இந்தியாவில் உள்ள பிரிட்டிஷ் காலனிகள் உடனடியாக பிரிட்டிஷ் கிரீடத்தின் கீழ் வைக்கப்பட்டன. இந்திய மாநிலச் செயலர் அலுவலகம் உருவாக்கப்பட்டது. அவருக்கு 15 உறுப்பினர்களைக் கொண்ட இந்திய கவுன்சில் உதவியது. அவர் இந்திய அரசாங்கத்தின் பொறுப்பில் இருந்தார், மேலும் வைஸ்ராய் அவரது பிரதிநிதியாகப் பணியாற்றினார். கவர்னர்-ஜெனரல் லார்ட் கேனிங் வைஸ்ராயாகவும் நியமிக்கப்பட்டார். இந்திய அரசுச் சட்டம் 1858 ல் கட்டுப்பாட்டு வாரியம் மற்றும் இயக்குநர்கள் நீதிமன்றம் நீக்கப்பட்டன.

1.7. இந்திய கவுன்சில் சட்டம் 1861

வைஸ்ராய் கவுன்சிலில் இந்தியர்களுக்கான பிரதிநிதித்துவம் இருந்தது. இந்திய கவுன்சில் சட்டம் 1861ல் லெஜிஸ்லேட்டிவ் கவுன்சிலில் 3 இந்தியர்கள் இருந்தனர். சில சூழ்நிலைகளில் இந்தியர்கள் வைஸ்ராயின் நிர்வாகக் குழுவில் அதிகாரப்பூர்வமற்ற உறுப்பினர்களாக சேர அனுமதிக்கப்பட்டனர். போர்ட்ஃபோலியோக்களின் அமைப்பு இந்தச் சட்டத்தின் மூலம் அங்கீகரிக்கப்பட்டது. மதராஸ் மற்றும் பம்பாய் மாகாணங்களின் சட்டமியற்றும் அதிகாரம் அதிகாரப் பரவலாக்கத்தின் தொடக்கத்தைக் குறித்தது.

1.8. இந்திய கவுன்சில் சட்டம் 1892

அப்போது மறைமுகத் தேர்தல்கள் (வேட்புமனுக்கள்) நடை பெற்றன. காங்கிரஸ் சபைகள் வளர்ந்தன. இது, நிர்வாகத்தை சவால் செய்யும் அதிகாரம் மற்றும் பட்ஜெட்டை மறுஆய்வு செய்யும் அதிகாரம் போன்ற புதிய பொறுப்புகளைச் சட்ட சபைகளுக்கு வழங்கியது.

1.9. இந்திய கவுன்சில் சட்டம் 1909

இந்தச் சட்டம் மோர்லி-மிண்டோ சீர்திருத்தங்கள் என்றும் அறியப்படுகின்றன. இந்த மோர்லி மின்டோ சீர்திருத்தங்கள் இந்திய கவுன்சில் சட்டம் 1909 என்றும் அழைக்கப்படுகிறது. சட்டப் பேரவைகளுக்கான முதல்கட்ட நேரடித் தேர்தல் நடைபெற்றது. மத்திய சட்ட லெஜிஸ்லேடிவ் என்பது இம்பீரியல் லெஜிஸ்லேடிவ் கவுன்சில் எனப் பெயர் மாற்றப்பட்டது. சட்ட சபையில் பதினாறு உறுப்பினர்கள் என்பது இப்போது அறுபது உறுப்பினர்கள் என அதிகரிக்கப்பட்டது. அது தனி வகுப்புவாத வாக்காளர்களைக் கொண்டிருக்க அனுமதிக்கப்பட்டது. வைஸ்ராயின் நிர்வாகக் குழுவிற்கு முதல் முறையாக இந்தியர் ஒருவர் நியமிக்கப்பட்டார். அவர் சட்ட மன்ற உறுப்பினர் சத்யேந்திர பிரசாத் சின்ஹா என்பவர் ஆவார்.

1.10. இந்திய அரசுச் சட்டம் 1919

இந்திய அரசுச் சட்டம் 1919, மாண்டேக்-செல்ம்ஸ்போர்ட் சீர்திருத்தங்கள் என்றும் அழைக்கப்பட்டது. இது 1921 இல் நடைமுறைக்கு வந்தது. மையம் மற்றும் மாகாணங்களில் இருந்து அட்டவணைகள் பிரிக்கப்பட்டன. மாகாண அரசாங்கங்கள், இடமாற்றப்பட்ட தலைப்புகளின் பட்டியலின் அதிகாரத்தினை அமைச்சர்களிடமும் மற்றும் ஒதுக்கப்பட்ட பட்டியலின் கட்டுப்பாட்டில் நிர்வாகக் கவுன்சிலர்களைக் கொண்டும், சம பலம் கொண்ட இருவர் ஆட்சி கட்டமைப்பை ஏற்றுக்கொண்டது.

அமைச்சர்கள் சட்டமன்றக் குழுவிற்கு பதிலளித்தனர். மையத்தில், முதலில் இருசபை சட்டமன்றம் நிறுவப்பட்டது. சட்டமன்றம் மற்றும் கவுன்சில் என இருந்தது. பின்னர் ராஜ்யசபா மற்றும் லோக்சபா என மாற்றப்பட்டன. வைஸ்ராயின் நிர்வாகக் குழுவில்

அமர மூன்று இந்தியர்கள் தேவைப்பட்டனர். இந்தியாவில், இந்தச் சட்டத்தின் மூலம் முதல் முறையாக ஒரு பொதுச் சேவை ஆணையம் நிறுவப்பட்டது. வாக்களிக்கக்கூடியவர்களின் எண்ணிக்கையில் 10% அதிகரிப்பு இந்தச் சட்டத்தின் மூலம் சாத்தியமானது.

1.11. இந்திய அரசுச் சட்டம் 1935

பிரித்தானிய இந்தியா, இந்திய சமஸ்தானங்கள் அடங்கிய அகில இந்திய கூட்டமைப்பை உருவாக்க பரிந்துரைக்கப்பட்டது. ஆனால் இது ஒருபோதும் நிறைவேறவில்லை. மையம் மற்றும் மாகாணங்கள் ஒவ்வொன்றும் வெவ்வேறு துறைகளைப் பெற்றன. கூட்டாட்சிப் பட்டியல் மையத்தின் கட்டுப்பாட்டில் இருந்தது, மாகாணப் பட்டியல் மாகாணங்களின் கட்டுப்பாட்டில் இருந்தது, இதை தவிர இரண்டும் பொருந்திய ஒரு கூட்டுப் பட்டியல் இருந்தது. இந்திய அரசுச் சட்டம் 1935 இல், மாகாண அளவில் தடை செய்யப்பட்ட பிறகு, கூட்டாட்சி மட்டத்தில் சமபலம் கொண்ட இருவர் ஆட்சி நடைமுறைப்படுத்தப்பட்டது. மாகாணங்கள் அதிக சுயாட்சியைப் பெற்றன, மேலும் 11 மாகாணங்களில் 6-ல் இரு சபை சட்டமன்றம் நிறுவப்பட்டது. இந்திய கவுன்சில் கலைக்கப்பட்டு, கூட்டாட்சி நீதிமன்றம் அமைக்கப்பட்டது. இந்தச் சட்டத்தின் மூலம் ஆர்பிஜ நிறுவப்பட்டது. இந்த சட்டம் புதிய இந்திய அரசியலமைப்பு இடம் பெறும் வரை நடைமுறையில் இருந்தது.

1.12. இந்திய சுதந்திரச் சட்டம் 1947

இந்திய சுதந்திரச் சட்டம் 1947 - மூலம் இந்தியா இறையாண்மை கொண்ட ஒரு சுதந்திர நாடு என அறிவிக்கப்பட்டது. இந்திய சுதந்திரச் சட்டம் 1947 பிரிட்டிஷ் பாராளுமன்றத்தால் இயற்றப்பட்டது, மேலும் அது இந்தியாவை இந்தியா மற்றும் பாகிஸ்தான் என இரு தனி மற்றும் சுதந்திர நாடுகளாகப் பிரித்தது. இந்திய சுதந்திரச் சட்டம் 1947, ஜூலை 18, 1947 அன்று ஐக்கிய இராச்சியத்தின் பாராளுமன்றத்தால் அரச அங்கீகாரம் வழங்கப்பட்டது. இறுதியாக ஆகஸ்ட் 15, 1947 அன்று இந்தியாவும் பாகிஸ்தானும் இரண்டு தனித்தனி இறையாண்மை கொண்ட நாடுகளாகப் பிரிக்கப்பட்டன.

எந்தவொரு அரசியலமைப்பையும் உருவாக்குவதற்கும் ஏற்றுக்கொள்வதற்கும் அதிகாரத்தைத் தேர்ந்தெடுக்கும் சுதந்திரமும்

அதிகாரமும் இரு நாடுகளின் அரசியலமைப்புச் சபைக்கு வழங்கப்பட்டது. 1947 ஆம் ஆண்டு ஆகஸ்ட் 15 ஆம் தேதி முதல் ஜனவரி 26 ஆம் தேதி வரை, 1947 ஆம் ஆண்டு ஆகஸ்ட் 15 ம் நாள் முதல் 1950 ஆம் ஆண்டு ஜனவரி 26 ம் நாள் வரை பிரிட்டிஷ் நாடாளுமன்றம் செய்த எந்தச் சட்டத்தையும் ரத்து செய்ய அரசியலமைப்பு நிர்ணய சபைக்கு 18 ஜூலை 1947 சட்டம் அனைத்து அதிகாரத்தையும் வழங்கியது. இந்திய அரசியலமைப்பு வரைவுக் குழு நேரடியாக அப்போதைய சட்ட அமைச்சர் டாக்டர் பி.ஆர். அம்பேத்கர் தலைமையில் தொடங்கியது. இந்தக் குழு, தற்போதுள்ள நிர்வாக முறை குறித்து விரிவான ஆலோசனைகள், விவாதங்களுக்குப் பிறகு இந்திய அரசியலமைப்பின் வரைவைத் தயாரித்தது. இந்த வரைவுக்கு இந்திய குடியரசுத் தலைவர் டாக்டர் இராஜேந்திர பிரசாத்திடம் இருந்து ஒப்புதல் வாங்கியது.

18 ஜூலை 1947 சட்டம் இந்தியாவில் பிரிட்டிஷ் ஆட்சியின் முடிவை அறிவித்தது. இந்தச் சட்டம் வைஸ்ராய் மற்றும் கவர்னர் ஜெனரலின் அலுவலகங்களை ஒழித்தது. வைஸ்ராய் மற்றும் கவர்னர் ஜெனரலை ஒவ்வொரு டொமினியனுக்கும் பிரிட்டிஷ் மன்னரால் நியமிக்கப்பட வேண்டும் என்ற நிலை வந்தது. ஏனென்றால், இந்தச் செயலுக்குப் பிறகு, இந்திய அரசுக்கும், பாகிஸ்தான் அரசுக்கும் பிரிட்டன் எந்தப் பொறுப்பையும் கொண்டிருக்கவில்லை. இது இந்தியாவின் வெளியுறவுத்துறை செயலாளரின் அலுவலகம் மாற்றப்பட்டு, மேலும் அவரது செயல்பாடுகள் காமன்வெல்த் விவகாரங்களுக்கான செயலாளருக்கு மாற்றப்பட்டது. அனைத்து இந்திய சமஸ்தானங்களும் இந்தியாவின் டொமினியன் அல்லது பாக்கிஸ்தானின் டொமினியனில் சேர, தாங்களாகவே சுதந்திரமாக இருப்பதைத் தேர்வுசெய்ய சுதந்திரம் அளிக்கப்பட்டது. மேலும், இந்தச் சட்டம் பிரிட்டிஷ் இராச்சியத்தின் அரச பட்டங்களிலிருந்து இந்தியாவின் பேரரசர் என்ற பட்டத்தை நீக்கியது.

2. இந்திய அரசியலமைப்பின் முக்கிய அம்சங்கள்

இந்திய அரசியலமைப்பு முன்னுரையுடன் அமைந்திருக்கிறது. இதில் அரசியலமைப்பின் நோக்கங்கள், குறிக்கோள்கள் மற்றும் அடிப்படைக் கட்டளைகள் என முன்னுரையில் கோடிட்டுக் காட்டப்பட்டுள்ளன. முன்னுரையில் இருந்து வரும் இந்த

இலக்குகள், நேரடியாகவும் மறைமுகமாகவும் அரசியலமைப்பின் முக்கியக் கூறுகளைப் பாதித்துள்ளன. தேசத்தின் தேவைகளுக்கு ஏற்ப, நமது அரசியலமைப்பு முக்கிய சர்வதேச அரசியலமைப்புகளில் பெரும்பாலானவற்றின் சிறந்த கூறுகளை உள்ளடக்கியுள்ளது. உலகில் உள்ள அனைத்து அரசியலமைப்பின் கூறுகளையும் உள்ளடக்கியிருந்தாலும், பல முக்கிய பண்புகளால் இந்தியாவின் அரசியலமைப்பு மற்ற நாடுகளிலிருந்து தனித்துவம் பெறுகிறது.

இந்திய அரசியலமைப்பின் முக்கிய அம்சங்களின் முழுமையான பட்டியல் இங்கே கொடுக்கப்பட்டுள்ளன. அவையே,

மிக நீண்ட, எழுதப்பட்ட அரசியலமைப்பு

பல்வேறு ஆதாரங்களில் இருந்து வரையப்பட்டது

கடின மற்றும் நெகிழ்வுத்தன்மையின் கலவை

ஒற்றுமைச் சார்பு கொண்ட கூட்டாட்சி அமைப்பு

அரசாங்கத்தின் பாராளுமன்ற வடிவம்

பாராளுமன்ற இறையாண்மை மற்றும் நீதித்துறை மேலாதிக்கத்தின் தொகுப்பு

சட்டத்தின் ஆட்சி

ஒருங்கிணைந்த மற்றும் சுதந்திரமான நீதித்துறை

அடிப்படை உரிமைகள்

மாநிலக் கொள்கையின் வழிகாட்டுதல் கோட்பாடுகள்

அடிப்படைக் கடமைகள்

இந்திய மதச்சார்பின்மை

வயது வந்தோருக்கான வாக்குரிமை

ஒற்றைக் குடியுரிமை

சுதந்திரமான அமைப்புகள்

அவசரகால ஏற்பாடுகள்

மூன்றடுக்கு அரசு

கூட்டுறவுச் சங்கங்கள்

2.1. மிக நீண்ட, எழுதப்பட்ட அரசியலமைப்பு

அரசியலமைப்பை, அமெரிக்கா போன்ற எழுதப்பட்ட அரசியலமைப்பு அல்லது இங்கிலாந்து போன்ற எழுதப்படாத அரசியலமைப்பு என இரு வகைப்படுத்தலாம். இந்திய அரசியலமைப்பு என்பது எழுதப்பட்ட உலகின் மிக நீளமான எழுதப்பட்ட அரசியலமைப்பாகும்.

வரலாறு, புவியியல் அம்சங்கள், மாநிலங்கள் மற்றும் மையத்திற்கான ஒற்றை ஆவணங்கள், சட்டம் போன்ற காரணிகள் பெரிய அளவில் அரசியலமைப்பைப் பாதித்துள்ளது. இது நியாயமான உரிமைகள் மற்றும் அடிப்படைக் கொள்கைகளை உள்ளடக்கியது.

இந்திய அரசியலமைப்பு துவக்கத்தில் 395 பிரிவுகளை 22 பாகங்களாகக் கொண்டும் 8 அட்டவணைகளுடனும் இயற்றப்பட்டது. 2003 ஆம் ஆண்டு கொண்டு வரப்பட்ட 98வது அரசியலமைப்புச் சட்டத்திருத்தற்குப்பின் 25 பாகங்களில் 444 பிரிவுகளையும் 12 அட்டவணைகளையும் கொண்டுள்ளது.

2.2. பல்வேறு ஆதாரங்களில் இருந்து வரையப்பட்டது

இந்திய அரசியலமைப்பு அதன் பெரும்பாலான விதிகளை பல்வேறு பிற நாடுகளின் அரசியலமைப்புகள் மற்றும் 1935 – ன் இந்திய அரசாங்கச் சட்டத்திலிருந்து கடன் வாங்கியுள்ளது. 1935 சட்டத்தில் இருந்து சுமார் 250 விதிகள் அரசியலமைப்பில் சேர்க்கப்பட்டுள்ளன. டாக்டர் பி.ஆர் அம்பேத்கர், உலகின் அறியப்பட்ட அனைத்து அரசியலமைப்புச் சட்டங்களையும் பயன்படுத்தி இந்திய அரசியலமைப்புச் சட்டம் உருவாக்கப்பட்டது என்று கூறுகிறார். இந்தியா தனது அரசியலமைப்பை பல்வேறு நாடுகளின் இருந்து தொகுத்து எடுத்துள்ளது.

பிரிட்டன்

1. பாராளுமன்ற அரசாங்கம்
2. சட்டத்தின் ஆட்சி
3. சட்டமன்ற நடைமுறை
4. ஒற்றைக் குடியுரிமை
5. அமைச்சரவை அமைப்பு
6. சிறப்புரிமை எழுத்துகள்
7. பாராளுமன்ற சிறப்புரிமைகள்
8. இருசபைகள்

அயர்லாந்து

1. மாநிலக் கொள்கையின் வழிகாட்டுதல் கோட்பாடுகள்
2. ஜனாதிபதி தேர்தல் முறை
3. குடியரசுத் தலைவரால் ராஜ்யசபாவிற்கு உறுப்பினர்கள் நியமனம்

ஐக்கிய அமெரிக்கா

1. ஜனாதிபதியின் மீதான குற்றச்சாட்டு
2. தலைவர் மற்றும் துணைத் தலைவரின் செயல்பாடுகள்
3. உச்ச நீதிமன்றம் மற்றும் உயர் நீதிமன்ற நீதிபதிகளை நீக்குதல்
4. அடிப்படை உரிமைகள்
5. நீதித்துறை ஆய்வு
6. நீதித்துறையின் சுதந்திரம்
7. அரசியலமைப்பின் முகவுரை

கனடா

1. மாநிலங்களை விட மையம் வலுவாக இருக்கும் கூட்டாட்சியின் மையவிலக்கு வடிவம்.

2. எஞ்சிய அதிகாரங்கள் மையத்தில் உள்ளன

3. மாநிலங்களில் ஆளுநர்களை மத்திய அரசு நியமிக்கிறது

4. உச்ச நீதிமன்றத்தின் ஆலோசனை அதிகார வரம்பு

ஆஸ்திரேலியா

1. கன்கரண்ட் லிஸ்ட் கருத்து

2. பிரிவு 108 அதாவது இரு அவைகளின் கூட்டு அமர்வு

3. வர்த்தகம் மற்றும் வர்த்தக சுதந்திரம்

சோவியத் ஒன்றியம் (இப்போது ரஷ்யா)

1. அடிப்படைக் கடமைகள்

2. நீதியின் இலட்சியங்கள் (சமூக, பொருளாதார மற்றும் அரசியல்), முன்னுரையில் வெளிப்படுத்தப்பட்டுள்ளன.

பிரான்ஸ்

1. "குடியரசு" என்ற கருத்து

2. சுதந்திரம், சமத்துவம் மற்றும் சகோதரத்துவத்தின் இலட்சியங்கள் (முகவுரையில் உள்ளது)

ஜெர்மனி

1. அவசரநிலையின் போது அடிப்படை உரிமைகள் இடைநிறுத்தப்படுகின்றன

தென்னாப்பிரிக்கா

1. ராஜ்யசபா உறுப்பினர்கள் தேர்தல்

2. அரசியலமைப்பின் திருத்தம்

ஜப்பான்

1. "சட்டத்தால் நிறுவப்பட்ட நடைமுறை" என்ற கருத்து

2.3. நெகிழ்வற்ற மற்றும் நெகிழ்வுத்தன்மையின் கலவை

அரசியலமைப்புச் சட்டத்தினை மாற்றுவதற்கு வரையறைக்கப்பட்ட முறையை வைத்து ஒரு அரசியலமைப்புச் சட்டம் நெகிழ்வற்றது, நெகிழ்ச்சியுடையது என்று பிரிக்கப்படும். எழுதப் பெற்ற அரசியலமைப்பு வழக்கமாக நெகிழ்வற்றது என்று குறிப்பிடப்படும். ஒரு திடமான அரசியலமைப்பு என்பது அதன் திருத்தத்திற்கு ஒரு சிறப்பு நடைமுறை தேவைப்படுகிறது. எடுத்துக்காட்டாக, அமெரிக்க அரசியலமைப்பு ஒரு நெகிழ்வான அரசியலமைப்பு என்பது பிரிட்டிஷ் அரசியலமைப்பைப் போலவே சாதாரண சட்டங்களை உருவாக்குவதைப் போலவே திருத்தப்படலாம். இந்திய அரசியலமைப்பு கடின மற்றும் நெகிழ்வுத்தன்மையின் கலவைக்கு ஒரு தனித்துவமான எடுத்துக்காட்டு. இந்திய அரசியலமைப்புச் சட்டம் சாதாரணமான காலங்களில் மாற்றுவதற்கு சிரமம் வாய்ந்ததாகவும், நெருக்கடிக் காலங்களான போர், ஆயுதக்கலகங்கள் போன்ற தருணங்களில் மாற்றத்திற்குச் சுலபமானதாகவும் உள்ளதால் இதனை இவ்வாறு அழைக்கின்றனர்.

2.4. ஒற்றுமைச் சார்பு கொண்ட கூட்டாட்சி அமைப்பு

இந்திய அரசியலமைப்பு கூட்டாட்சி ஆட்சி முறையை நிறுவுகிறது. இரண்டு அரசாங்கங்கள், அதிகாரப் பகிர்வு, எழுதப்பட்ட அரசியலமைப்பு, அரசியலமைப்பின் மேலாதிக்கம், அரசியலமைப்பின் கடினத்தன்மை, சுதந்திரமான நீதித்துறை மற்றும் இருசபை போன்ற ஒரு கூட்டமைப்பின் அனைத்து வழக்கமான அம்சங்களையும் கொண்டுள்ளது.

இருப்பினும், இந்திய அரசியலமைப்பு ஒரு வலுவான மையம், ஒற்றை அரசியலமைப்பு, மையத்தால் மாநில ஆளுநரை நியமித்தல், அகில இந்திய சேவைகள், ஒருங்கிணைக்கப்பட்ட நீதித்துறை மற்றும் பல ஒற்றையாட்சி அல்லது கூட்டாட்சி அல்லாத அம்சங்களையும் கொண்டுள்ளது.

மேலும், 'கூட்டமைப்பு' என்ற சொல் அரசியலமைப்பில் எங்கும் பயன்படுத்தப்படவில்லை. கட்டுரை-1ல், இந்தியாவை ஒரு 'மாநிலங்களின் ஒன்றியம்' என்று விவரிக்கிறது, இது இரண்டு

விஷயங்களைக் குறிக்கிறது. ஒன்று, இந்திய கூட்டமைப்பு என்பது மாநிலங்களின் ஒப்பந்தத்தின் விளைவு அல்ல என்பது. மற்றொன்று கூட்டமைப்பிலிருந்து பிரிவதற்கு எந்த மாநிலத்திற்கும் உரிமை இல்லை எனக் குறிக்கிறது.

2.5. அரசாங்கத்தின் பாராளுமன்ற வடிவம்

ஒன்றிய அரசிற்குப் பாரளுமன்றமும், மாநில அரசுகளுக்கு சட்ட மன்றங்களையும் அரசியலமைப்பு ஏற்படுத்திக் கொடுத்துள்ளது. இம்முறைபிரித்தானிய அரசியலமைப்பிலிருந்துஎடுத்தாளப்பட்டது. இதை ஏற்கனவே சுதந்திரத்திற்கு முன்பு இந்தியாவில் கடைபிடித்து வந்தமையாலும் அமைச்சர்களை சட்டமன்றத்திற்கு பொறுப்பாக்குவதாலும் வல்லுனர்கள் இம்முறையைத் தேர்ந்தெடுத்தனர். பாராளுமன்ற அமைப்பு அரசாங்கம், பொறுப்பு அரசாங்கம் மற்றும் அமைச்சரவை அரசாங்ககளை கொண்டு, 'வெஸ்ட்மின்ஸ்டர்' மாதிரி என்றும் அழைக்கப்படுகிறது. அரசியலமைப்புச் சட்டம் மத்தியிலும் மாநிலங்களிலும் பாராளுமன்ற அமைப்பை நிறுவுகிறது. பாராளுமன்ற அமைப்பில், பிரதமரின் பங்கு மிகவும் முக்கியத்துவம் வாய்ந்ததாக மாறியுள்ளது, எனவே அது 'பிரதமர் அரசாங்கம்' என்று அழைக்கப்படுகிறது.

2.6. பாராளுமன்ற இறையாண்மை மற்றும் நீதித்துறை மேலாதிக்கத்தின் தொகுப்பு

பாராளுமன்றத்தின் இறையாண்மையின் கோட்பாடு பிரிட்டிஷ் பாராளுமன்றத்துடன் தொடர்புடையது, அதே நேரத்தில் அமெரிக்க உச்ச நீதிமன்றத்தின் நீதித்துறை மேலாதிக்கத்தின் கொள்கை. இந்திய நாடாளுமன்ற முறை பிரிட்டிஷ் அமைப்பிலிருந்து வேறுபட்டது போல, இந்தியாவில் உள்ள உச்ச நீதிமன்றத்தின் நீதித்துறை மறுஆய்வு அதிகாரம் அமெரிக்காவில் உள்ளதை விடக் குறுகியதாக உள்ளது.

இந்திய அரசியலமைப்புச் சட்டத்தை உருவாக்கியவர்கள் பிரிட்டிஷ் கொள்கையான நாடாளுமன்ற இறையாண்மைக்கும், அமெரிக்க நீதித்துறை மேலாதிக்க் கொள்கைக்கும் இடையே சரியான ஒருங்கிணைப்பை விரும்புகின்றனர். உச்சநீதிமென்றம் தனது நீதித்துறை மறுஆய்வு அதிகாரத்தின் மூலம் பாராளுமன்ற

சட்டங்களை அரசியலமைப்பிற்கு முரணானது என அறிவிக்க முடியும். பாராளுமன்றம் அதன் அரசியலமைப்பு அதிகாரத்தின் மூலம் அரசியலமைப்பின் பெரும்பகுதியைத் திருத்த முடியும்.

2.7. சட்டத்தின் ஆட்சி

இந்த கோட்பாட்டின் படி, மக்கள் சட்டத்தால் ஆளப்படுகிறார்கள், ஆனால் மனிதர்களால் அல்ல. ஜனநாயகத்திற்கு சட்டத்தின் ஆட்சிக்கோட்பாடு மிகவும் முக்கியமானது. ஜனநாயகத்தில் சட்டம்தான் இறையாண்மை பெற்றுள்ளது. சட்டத்தின் முக்கிய மூலப்பொருள் வழக்கம். இது பல ஆண்டுகளாக சாதாரண மக்களின் பழக்கவழக்கங்கள் மற்றும் நம்பிக்கைகளைத் தவிர வேறொன்றையும் குறிப்பிடவில்லை. சட்டத்தின் ஆட்சி என்பது சாதாரண மனிதனின் கூட்டு ஞானத்தின் இறையாண்மையைக் குறிக்கிறது. இந்திய அரசியலமைப்பு இந்த கொள்கையை பகுதி III ல் இணைத்துள்ளது மற்றும் பிரிவு 14 க்கு அர்த்தத்தை வழங்குவதற்காக லோக் அதாலத்தை மேம்படுத்துதல் மற்றும் உச்ச நீதிமன்றத்தினை நாடுதல், பொது நல வழக்குகள் போடுதல் போன்றவை செயல்படுத்தப்பட்டுள்ளன. சட்டத்தின் முன் அனைவரும் சமம் மற்றும் அனைவரும் சமமான சட்டங்களின் பாதுகாப்பை அனுபவிக்கிறார்கள் என்று கூறுகிறது. மேலும், நாட்டின் இன்றைய சட்டத்தின்படி, எந்தவொரு வழக்கறிஞரும் வழக்கைத் தானே வாதாடுவதற்கு தலைமை வகிக்கும் நீதித்துறை அதிகாரியிடம் முறையிடலாம் அல்லது நீதித்துறையின் உதவியுடன் சட்ட உதவியைப் பெறலாம்.

ஒருங்கிணைந்த மற்றும் சுதந்திரமான நீதித்துறை

இந்தியாவில் ஒரே ஒரு ஒருங்கிணைந்த நீதி அமைப்பு உள்ளது. மேலும், இந்திய அரசியலமைப்புச் சட்டம் இந்திய நீதித்துறையை நிறைவேற்ற மற்றும் சட்டமன்றத்தின் செல்வாக்கிலிருந்து விடுவிப்பதன் மூலம் சுதந்திர நீதித்துறையை நிறுவுகிறது. உச்சநீதிமன்றம் நீதித்துறை அமைப்பின் உச்ச நீதிமன்றமாக உள்ளது. உச்ச நீதிமன்றத்திற்கு கீழே மாநில அளவில் உயர் நீதிமன்றங்கள் உள்ளன. உயர் நீதிமன்றத்தின் கீழ், மாவட்ட நீதிமன்றங்கள் மற்றும் பிற கீழ் நீதிமன்றங்கள் என கீழ்நிலை நீதிமன்றங்களின்

படிநிலை உள்ளது. உச்ச நீதிமன்றம் ஒரு கூட்டாட்சி நீதிமன்றம், மேல்முறையீட்டு உச்ச நீதிமன்றம், குடிமக்களின் அடிப்படை உரிமைகளுக்கான உத்தரவாதம் மற்றும் அரசியலமைப்பின் பாதுகாவலர் ஆகும் எனவே, அரசியலமைப்பு அதன் சுதந்திரத்தை உறுதிப்படுத்த பல்வேறு ஏற்பாடுகளைச் செய்துள்ளது.

2.8. அடிப்படை உரிமைகள்

அரசியலமைப்பில் *12* முதல் *35* வரையிலான பிரிவுகள் வரை வகுக்கப்பட்டுள்ள. அரசியலமைப்பின் பகுதி *III* ன் கீழ் அடிப்படை உரிமைகள் அரசியலமைப்பால் உறுதி செய்யப்பட்டுள்ளன. இந்திய அரசியலமைப்பு *7* அடிப்படை உரிமைகளை உறுதி செய்கிறது:

1. சமத்துவத்திற்கான உரிமை *(பிரிவு 14-18)*

2. சுதந்திரத்திற்கான உரிமை *(பிரிவு 19-22)*

3. சுரண்டலுக்கு எதிரான உரிமை *(பிரிவு 23-24)*

4. மதச் சுதந்திரத்திற்கான உரிமை *(பிரிவு 25-28)*

5. கலாச்சார மற்றும் கல்வி உரிமைகள் *(பிரிவு 29-30)*

6. அரசியலமைப்புத் தீர்வுகளுக்கான உரிமை *(பிரிவு 32)*

7. **கல்வி உரிமை** *(14A)*

இவையாவும் அத்தியாவசிய உரிமைகள். இதன் விளைவாக எந்த சட்டம், விதி, ஒழுங்கு அல்லது எந்த திருத்தங்களும் இந்த உரிமைகளைத் தலையிடவோ அல்லது பறிக்கவோ முடியாது, இல்லையெனில் அவை அரசியலமைப்பிற்கு முரணானதாக அறிவிக்கப்படும்.

2.9. மாநிலக் கொள்கையின் வழிகாட்டுதல் கோட்பாடுகள்(DPSP)

இந்திய அரசியலமைப்பின் *IV* பகுதி மாநிலக் கொள்கையின் வழிகாட்டுதல் கோட்பாடுகளைக் கையாள்கிறது. எந்தவொரு புதிய சட்டத்தையும் இயற்றும் போது **இக்**கொள்கைகளைப் பின்பற்றுவது ஒவ்வொரு மாநிலத்தின் கடமையாகும். மாநிலக் கொள்கையின் வழிகாட்டுதல் கோட்பாடுகள், இந்திய அரசுச் சட்டம் *1935* ல்

உள்ள 'இன்ஸ்ட்ரூமென்ட் ஆஃப் இன்ஸ்ட்ரக்ஷன்ஸ்' போன்றது. அவை அடிப்படையில் சட்டமன்றம் மற்றும் நிர்வாகத்திற்கான அறிவுறுத்தல்கள் ஆகும். இந்திய அரசியலமைப்பின் மற்றொரு தனித்துவமான அம்சம் மாநிலக் கொள்கையின் வழிகாட்டுதல் கோட்பாடுகள் ஆகும். இந்த கோட்பாடுகள் நீதிமன்றங்களால் செயல்படுத்தப்பட முடியாதவை. ஆனால் அவை சட்டங்களை உருவாக்கும் போது சட்டமியற்றுபவர்களுக்கு வழிகாட்டுதல்களாக செயல்படுகின்றன. பொருளாதார மற்றும் சமூக நீதி, சமத்துவம் மற்றும் சுரண்டலில் இருந்து சுதந்திரம் ஆகியவற்றுக்கான விதிகள் மாநிலக் கொள்கையின் வழிகாட்டுதல் கோட்பாடுகளில் அடங்கும். இது இந்தியாவில் ஒரு பொதுநல அரசை உருவாக்குவதை நோக்கமாகக் கொண்டுள்ளது.

2.10. அடிப்படைக் கடமைகள்

1976 ம் ஆண்டின் ஸ்வரன் சிங் கமிட்டி, அரசியலமைப்பில் ஒரு புதிய பகுதி-IVA மற்றும் 51/A பிரிவைச் சேர்ப்பதன் மூலம் அரசியலமைப்பில் 11 அடிப்படைக் கடமைகளின் பட்டியலைச் சேர்த்தது. 1975 ம் ஆண்டின் உள்நாட்டு அவசரநிலைக்குப் பிறகு 1976 ஆம் ஆண்டில் ஸ்வரன் சிங் கமிட்டியால் உருவாக்கப்பட்டது, இது இந்தியாவின் ஒவ்வொரு குடிமகனும் கடைபிடிக்க வேண்டிய அடிப்படைக் கடமைகளின் பட்டியலைச் சேர்க்க பரிந்துரைத்தது. 11 அடிப்படைக் கடமைகள் இந்தியாவின் ஒவ்வொரு குடிமகனுக்கும் ஒரு தார்மீகக் கடமையாகச் செயல்படுகின்றன. மேலும் இந்த அடிப்படைக் கடமைகள் இயற்கையில் எதிர்மறையாக உள்ளது அதாவது, இந்தியக் குடிமகன் என்ற முறையில் யாராவது தங்கள் கடமையைச் செய்யவில்லை என்றால், நீதிமன்றத்திற்கு செல்ல முடியாது. இது சோவியத் ஒன்றியத்தின் அரசியலமைப்பிலிருந்து ஈர்க்கப்பட்டது. மேலும், இந்திய அரசியலமைப்பின் 42வது திருத்தம், 1976, ஒரு தனிநபரின் அடிப்படைக் கடமைகளுக்கான விதிகளைக் கொண்டுள்ளது.

2.11. இந்திய மதச்சார்பின்மை

இந்திய அரசியலமைப்பு ஒரு மதச்சார்பற்ற அரசைக் குறிக்கிறது. அதாவது அனைத்து மதங்களுக்கும் சமமான முக்கியத்துவம்

அளிக்கிறது. இது எந்த ஒரு குறிப்பிட்ட மதத்தையும் **அதிகாரபூர்வமாக** தேசிய மதமாக உயர்த்தவில்லை. மதச்சார்பின்மை என்ற மேற்கத்திய கருத்து மதத்திற்கும் அரசுக்கும் இடையே ஒரு முழுமையான **பிரிவினையை** குறிக்கிறது. சமூகம் பல மதங்களைக் கொண்ட இந்திய சூழ்நிலையில் இந்த கருத்து பொருந்தாது. எனவே, இந்திய அரசியலமைப்பு மதச்சார்பின்மையின் நேர்மறையான கருத்தை உள்ளடக்கியது. அதாவது அனைத்து மதங்களுக்கும் சமமான மரியாதை மற்றும் அனைத்து மதங்களையும் சமமாகப் பாதுகாக்கிறது.

2.13. வயது வந்தோர் வாக்குரிமை

இந்திய அரசியலமைப்புச் சட்டத்தின் முக்கிய அம்சங்களின்படி, ஆண், பெண் வித்தியாசம் இல்லை. இரு பாலினரும் சமமாக நடத்தப்படுகிறார்கள் மற்றும் வாக்களிக்கும் உரிமையைக் கொண்டுள்ளனர். அதாவது அவர்கள் 18 வயதுக்கு மேல் இருக்க வேண்டும் என்ற நிபந்தனையுடன் மட்டுமின்றி, இந்தியாவில் உள்ள அனைத்து பதிவு செய்யப்பட்ட வாக்காளர்களும் தேர்தலில் வாக்களிக்க வாய்ப்பு உள்ளது. வயது வந்தோர் வாக்குரிமை என்ற கருத்து இந்தியாவின் பதினெட்டு வயதுக்கு மேற்பட்ட ஒவ்வொரு குடிமகனுக்கும் ஜனநாயக தேர்தல்களில் வாக்களிக்கும் உரிமையை அனுமதிக்கிறது.

வாக்களிக்கத் தகுதியுள்ள எந்த வயது வந்தோரும் பாலினம், சாதி, மதம் ஆகியவற்றின் அடிப்படையில் பாகுபாடு காட்டக் கூடாது. வாக்களிக்கும் வயதை 21ல் இருந்து 18 ஆக மாற்றிய 1988 ஆம் ஆண்டின் அரசியலமைப்புச் சட்டம் என்றும் அழைக்கப்படும் 61 வது திருத்தத்தில் இந்த விதி சேர்க்கப்பட்டது. இந்திய அரசியலமைப்பின் 326 வது பிரிவு இந்த உரிமையை உறுதி செய்கிறது.

2.14. ஒற்றைக் குடியுரிமை

இந்திய அரசியலமைப்பு, கூட்டாட்சி **தத்துவத்தை நடைமுறையில்** கொண்ட போதிலும், அது ஒரு குடியுரிமையை மட்டுமே வழங்குகிறது. அனைத்து குடிமக்களும், பிறந்த நிலை அல்லது வசிப்பிடத்தைப் பொருட்படுத்தாமல், நாடு முழுவதும் குடியுரிமையின் ஒரே அரசியல் மற்றும் சிவில் உரிமைகளை

அனுபவிக்கிறார்கள். மேலும் அவர்களுக்கு இடையே எந்த வேறுபாடும் இல்லை.

ஒரே குடியுரிமை மற்றும் அனைத்து குடிமக்களுக்கும் சம உரிமைக்கான அரசியலமைப்பு உத்தரவாதம் இருந்தபோதிலும், இந்தியா குறுங்குழுவாத கலவரங்கள், வர்க்கச் சண்டைகள், ஜாதிச் சண்டைகள், மொழி மோதல்கள் மற்றும் இனப்பிரச்சனைகளைக் கண்டுள்ளது. ஒருங்கிணைந்த இந்திய நாட்டை உருவாக்கும் அரசியலமைப்பின் நீண்டகால நோக்கம் முழுமையாக வெளியிடப்படவில்லை என்பதை இது குறிக்கிறது.

இந்தியாவின் அனைத்து குடிமக்களும் நாட்டில் எங்கு வேண்டுமானாலும் வேலைவாய்ப்பைப் பெறலாம் மற்றும் இந்தியாவின் அனைத்துப் பகுதிகளிலும் அனைத்து உரிமைகளையும் சமமாக அனுபவிக்க முடியும். அரசியலமைப்பை உருவாக்குபவர்கள் பிராந்தியவாதம் மற்றும் பிற சிதைக்கும் போக்குகளை அகற்றுவதற்காக ஒற்றைக் குடியுரிமையை வேண்டுமென்றே தேர்ந்தெடுத்தனர். ஒற்றைக் குடியுரிமை இந்திய மக்களிடையே ஒற்றுமை உணர்வைச் சந்தேகத்திற்கு இடமின்றி உருவாக்கியுள்ளது.

2.15. சுதந்திரமான அமைப்பு

இந்திய அரசியலமைப்பு, அரசாங்கத்தின் சட்டமன்ற, நிர்வாக மற்றும் நீதித்துறை பகுதிகளுக்குக் கூடுதலாக சில தன்னாட்சி நிறுவனங்களை நிறுவுகிறது. இந்தியாவின் ஜனநாயக வடிவிலான அரசாங்கத்தின் அடித்தளமாக அரசியலமைப்பு அவைகளை கருதுகிறது. அவை பின்வருமாறு,

தேர்தல் ஆணையம்.

கணக்கு மற்றும் தணிக்கை அதிகாரி

யூனியன் பப்ளிக் சர்வீஸ் கமிஷன்.

மாநிலப் பொது சேவை ஆணையம்.

2.16. அவசரகால ஏற்பாடுகள்

இந்திய அரசியலமைப்பின் முக்கிய அம்சங்களில், நாட்டின் ஒற்றுமை மற்றும் பாதுகாப்பிற்கு இடையூறாக வரும் சவால்களை

கையாள்வதற்கான நன்கு விரிவான ஏற்பாடு உள்ளது. மூன்று வெவ்வேறு வகையான அவசரநிலைகள் பின்வருமாறு:

✦ பிரிவு 360 - நிதி அவசரநிலை

✦ பிரிவு 356 & 365 - மாநிலங்களில் அரசியலமைப்பு இயந்திரம் தோல்வியடைந்ததால் அவசரநிலை

✦ பிரிவு 352 - ஆயுத மேந்திய கிளர்ச்சி, வெளிப்புற ஆக்கிரமிப்பு அல்லது போரால் ஏற்படும் அவசரநிலை.

2.17. மூன்றடுக்கு அரசு

முதலில், இந்திய அரசியலமைப்பு இரட்டை அடுக்கு வழங்கியது மற்றும் மையம் மற்றும் மாநிலங்களின் அமைப்பு, அதிகாரங்கள் தொடர்பான விதிகளைக் கொண்டுள்ளது. பின்னர், 73வது மற்றும் 74வது அரசியலமைப்புத் திருத்தச் சட்டங்கள் (1992) உலகின் வேறு எந்த அரசியலமைப்பிலும் காணப்படாத மூன்றாம் நிலை அரசாங்கத்தை அதாவது உள்ளாட்சியைச் சேர்த்துள்ளன.

73வது மற்றும் 74வது திருத்தச் சட்டத்தின்படி, நகர்ப்புற மற்றும் கிராமப்புற உள்ளாட்சி அமைப்புகள் அரசாங்க கட்டமைப்பின் மூன்றாம் அடுக்குகளாக செயல்படுகின்றன. 1992 ம் ஆண்டின் 73 வது திருத்தச் சட்டம், புதிய பகுதி IX மற்றும் புதிய அட்டவணை 11 ஐ அரசியலமைப்பில் சேர்ப்பதன் மூலம் பஞ்சாயத்துகளுக்கு (கிராமப்புற உள்ளாட்சிகள்) அரசியலமைப்பு அங்கீகாரத்தை வழங்கியது.

இதேபோல், 1992 ன் 74 வது திருத்தச் சட்டம், அரசியலமைப்பில் ஒரு புதிய பகுதி IX-A மற்றும் புதிய அட்டவணை 12 ஐ சேர்ப்பதன் மூலம் நகராட்சிகளுக்கு (நகர்ப்புற உள்ளாட்சி) அரசியலமைப்பு அங்கீகாரத்தை வழங்கியது.

2.18. கூட்டுறவுச் சங்கங்கள்

2011 ன் 97 வது அரசியலமைப்பு திருத்தச் சட்டம் கூட்டுறவு சங்கங்களுக்கு அரசியலமைப்பு அந்தஸ்து மற்றும் பாதுகாப்பை வழங்கியது. இந்தச் சூழலில், அது அரசியலமைப்பில் பின்வரும் மூன்று மாற்றங்களைச் செய்தது:

பிரிவு 19ன்படி கூட்டுறவு சங்கங்களை அமைப்பதற்கான உரிமையை அடிப்படை உரிமையாக்கியது. இது கூட்டுறவு சங்கங்களை மேம்படுத்துவதற்கான மாநிலக் கொள்கையின் புதிய வழிகாட்டுதல் கோட்பாடுகளை உள்ளடக்கியது (பிரிவு 43-பி).

இது அரசியலமைப்பில் "கூட்டுறவு சங்கங்கள்" பிரிவு 243-ZH முதல் 243-ZT வரையுள்ளவை மற்றும் பகுதி IX-B ஐ புதிதாக சேர்த்தது. புதிய பகுதி IX-B நாட்டில் உள்ள கூட்டுறவு சங்கங்கள் ஜனநாயக ரீதியாகவும், தொழில் ரீதியாகவும், தன்னாட்சி மற்றும் பொருளாதார ரீதியாகவும் செயல்படுவதை உறுதி செய்வதற்கான பல்வேறு விதிகளைக் கொண்டுள்ளது. பல மாநில கூட்டுறவுச் சங்கங்களைப் பொறுத்தமட்டில் நாடாளுமன்றத்துக்கும், பிற கூட்டுறவுச் சங்கங்களைப் பொறுத்தவரை மாநில சட்டமன்றங்களுக்கும் உரிய சட்டத்தை உருவாக்க அதிகாரம் அளிக்கிறது.

அரசியலமைப்பின் தத்துவம்

ஜனவரி 22, 1947 அன்று, ஜவஹர்லால் நேருவால் உருவாக்கப்பட்ட 'குறிக்கோள்கள் தீர்மானத்தை' அரசியல் நிர்ணய சபை ஏற்றுக்கொண்டது. குறிக்கோள்கள் தீர்மானம் அரசியலமைப்பின் அடிப்படை முன்மொழிவுகளைக் கொண்டிருந்தது மற்றும் அதன் விவாதங்களுக்கு வழிகாட்ட வேண்டிய அரசியல் யோசனைகளை முன்வைத்தது.

குறிக்கோள்கள் தீர்மானத்தின் முக்கியக் கொள்கைகள்:

இந்தியா ஒரு சுதந்திர, இறையாண்மை கொண்ட குடியரசாக இருக்க வேண்டும்;

அது அனைத்து உறுப்புப் பகுதிகளிலும் சம அளவிலான சுய-அரசு கொண்ட ஜனநாயக ஒன்றியமாக இருக்க வேண்டும்;

அனைத்து அதிகாரங்களும், யூனியன் அரசு மற்றும் மாநில அரசுகளின் அதிகாரமும் மக்களிடமிருந்து பெறப்பட்டவை;

சமூக, பொருளாதார மற்றும் அரசியல் சமத்துவம், வாய்ப்பு மற்றும் சட்டத்தின் முன் சமத்துவம் ஆகியவற்றின் அடிப்படையில் மக்களுக்கு நீதியைப் பெறவும் உத்தரவாதம் அளிக்கவும் அரசியலமைப்பு பாடுபட வேண்டும்;

சிந்தனை, கருத்து, நம்பிக்கை, வழிபாடு, தொழில், சங்கம் மற்றும் செயலுக்கான சுதந்திரம் இருக்க வேண்டும்;

அரசியல் சட்டம் சிறுபான்மையினர் மற்றும் பிற்படுத்தப்பட்ட மற்றும் பழங்குடியினர் பகுதிகளைச் சேர்ந்த மக்களுக்கு நியாயமான உரிமைகளை வழங்க வேண்டும். மற்றும்

நாடுகளின் சமூகத்தில் இந்தியாவுக்கு உரிய இடத்தைப் பாதுகாக்க வேண்டிய அரசியலமைப்பை உருவாக்க வேண்டும்.

இயல்: இரண்டு
அடிப்படை உரிமைகள் மற்றும் கடமைகள்

அரசியலமைப்பின் மூன்றாம் பகுதி இந்தியாவின் மாக்னா கார்ட்டா என்று விவரிக்கப்படுகிறது. 1215 ஆம் ஆண்டில் இங்கிலாந்து மன்னர் ஜான் வெளியிட்ட 'மேக்னா கார்ட்டா' என்ற உரிமைச் சாசனம் குடிமக்களின் அடிப்படை உரிமைகள் தொடர்பான முதல் எழுத்து ஆவணமாகும். அடிப்படை உரிமைகளுக்கான முதல் கோரிக்கையானது "இந்திய அரசியலமைப்பு மசோதா, 1895ல் உருவானது. இது ஸ்வராஜ் மசோதா 1895 என்றும் பிரபலமாக அறியப்பட்டது. இது இந்திய தேசியவாதம் தோன்றிய காலத்தில் எழுதப்பட்டு சுயராஜ்யத்திற்காக இந்தியர்களால் அதிகளவில் குரல் எழுப்பப்பட்டது. பேச்சுச் சுதந்திரம், தனியுரிமை, உரிமை எனப் பலவற்றை விவரிக்கிறது. அடுத்தடுத்த காலகட்டங்களில் இந்தியர்களுக்கான உரிமைகளை வழங்குமாறு பிரிட்டிஷ் அரசிடம் கோரும் முயற்சிகள் மேற்கொள்ளப்பட்டன. இந்த கோரிக்கைகள் 1917 மற்றும் 1919 க்கு இடையில் பல அறிக்கைகள் மற்றும் மசோதாக்களின் மூலம் தீர்மானம் செய்யப்பட்டன.

1919 ல், ரவுலட் சட்டம் பிரிட்டிஷ் அரசாங்கத்திற்கு விரிவான அதிகாரங்களை வழங்கியது. தனிநபர்களை காலவரையற்ற கைது செய்தல், தடுப்புக்காவல், உத்தரவாதமற்ற தேடல்கள், கைப்பற்றுதல், பொதுக் கூட்டங்கள் மீதான கட்டுப்பாடுகள், ஊடகங்கள், வெளியீடுகளின் தீவிர தணிக்கை ஆகியவற்றை அனுமதித்தது. இந்தச் செயலுக்கான பொது எதிர்ப்பு இறுதியில் நாடு முழுவதும் அகிம்சை வழியிலான ஒத்துழையாமையின் பிரச்சாரங்களுக்கு வழிவகுத்தது. அயர்லாந்தின் சுதந்திரம், ஐரிஷ்

அரசியலமைப்பின் வளர்ச்சி ஆகியவற்றால் குறிப்பாகச் சுதந்திரம், சொந்த அரசாங்கத்தை விரும்பும் இந்தியர்கள் பாதிக்கப்பட்டனர். மேலும், ஐரிஷ் அரசியலமைப்பில் உள்ள மாநிலக் கொள்கையின் வழிகாட்டுதல் கொள்கைகள், பரந்த, பன்முகத்தன்மை கொண்ட நாடு, மக்கள்தொகையில் உள்ள சிக்கலான சமூக மற்றும் பொருளாதாரச் சவால்களை விரிவாகச் சமாளிக்க சுதந்திர இந்தியாவின் அரசாங்கத்திற்கான உத்வேகமாக இந்திய மக்களால் பார்க்கப்பட்டது.

1928 ம் ஆண்டில், இந்திய அரசியல் கட்சிகளின் பிரதிநிதிகளை உள்ளடக்கிய நேரு ஆணையம் இந்தியாவுக்கான அரசியலமைப்பு சீர்திருத்தங்களை முன்மொழிந்தது. இது இந்தியாவிற்கு ஆதிக்க அந்தஸ்து, உலகளாவிய வாக்குரிமையின் கீழ் தேர்தல்களை நடத்துவது தவிர, அடிப்படை உரிமைகள், மத - இன சிறுபான்மையினருக்கான பிரதிநிதித்துவம், அதிகாரங்களைக் கட்டுப்படுத்துவது பற்றி இருந்தது. 1931 ம் ஆண்டில், இந்திய தேசிய காங்கிரஸ் அடிப்படை சிவில் உரிமைகள் மற்றும் சமூக-பொருளாதார உரிமைகளான குறைந்தபட்ச ஊதியம், தீண்டாமை, அடிமைத்தனம் ஒழிப்பு போன்றவற்றைப் பாதுகாப்பது சம்பந்தமான தீர்மானங்களை ஏற்றுக்கொண்டது. 1936 ம் ஆண்டில் சோசலிசத்திற்கு ஆதரித்து காங்கிரஸ் தலைவர்கள் சோவியத் ஒன்றியத்தின் அரசியலமைப்பிலிருந்து எடுத்துக்காட்டுகளை எடுத்துக் கொண்டனர். இது தேசிய நலன்கள் மற்றும் சவால்களுக்கான கூட்டு தேசபக்திப் பொறுப்பின் வழிமுறையாக குடிமக்களின் அடிப்படை கடமைகளை ஊக்கப்படுத்தியது.

ஆகஸ்ட் 15, 1947 ல் இந்தியா சுதந்திரம் பெற்றபோது, தேசத்திற்கான அரசியலமைப்பை உருவாக்கும் பணி இராஜேந்திர பிரசாத் தலைமையில் தேர்ந்தெடுக்கப்பட்ட பிரதிகளை கொண்ட இந்திய அரசியலமைப்புச் சபையால் மேற்கொள்ளப்பட்டது. காங்கிரஸின் உறுப்பினர்கள் பெரும்பான்மையாக இருந்தபோது, காங்கிரஸ் தலைவர்கள் பல்வேறு அரசியல் பின்னணியில் உள்ள நபர்களை அரசியலமைப்பு, தேசிய சட்டங்களை உருவாக்குவதற்கான பொறுப்பான பதவிகளுக்கு நியமித்தனர். குறிப்பாக, பி.ஆர். அம்பேத்கர் வரைவுக் குழுவின் தலைவராகவும்,

ஜவஹர்லால் நேரு மற்றும் சர்தார் வல்லபாய் படேல் பல்வேறு அமைப்புகளுக்குப் பொறுப்பான குழுக்கள், துணைக் குழுக்களின் தலைவர்களாகவும் ஆனார்கள். அந்த காலகட்டத்தில் இந்திய அரசியலமைப்பில் குறிப்பிடத்தக்க தாக்கத்தை ஏற்படுத்திய வளர்ச்சி என்வென்றால் 10 டிசம்பர் 1948 அன்று ஐக்கிய நாடுகளின் பொதுச் சபை மனித உரிமைகளுக்கான உலகளாவிய பிரகடனத்தை ஏற்றுக்கொண்டது. அனைத்து உறுப்பு நாடுகளையும் அந்தந்த அரசியலமைப்பில் இந்த உரிமைகளை ஏற்றுக்கொள்ள அழைப்பு விடுத்தது.

வரைவுக் குழுவால் தயாரிக்கப்பட்ட முதல் அரசியலமைப்பு வரைவு பிப்ரவரி 1948 அன்றும், இரண்டாவது அரசியலமைப்பு வரைவு 17 அக்டோபர் 1948 அன்றும் மூன்றாவது வரைவு அரசியலமைப்பு 26 நவம்பர் 1949 அன்றும் அடிப்படை உரிமைகள் சேர்க்கப்பட்டுள்ளன. இந்திய அரசியலமைப்பின் பகுதி III பிரிவு 12-32 ல் இந்தியாவின் அடிப்படை உரிமைகள், இந்திய குடிமக்களாக அனைத்து இந்தியர்களும் அமைதி, நல்லிணக்கத்துடன் தங்கள் வாழ்க்கையை நடத்துவதற்கு சிவில் உரிமைகளுக்கு உத்தரவாதம் அளிக்கிறது. இந்த உரிமைகள் "அடிப்படை" என்று அழைக்கப்படுகின்றன. ஏனெனில் அவை அனைத்து முழுமை வளர்ச்சிக்கு மிகவும் இன்றியமையாதவை. அதாவது, பொருள், அறிவுசார், தார்மீக, ஆன்மீகம், நிலத்தின் அடிப்படை சட்டத்தால் பாதுகாக்கப்படுகிறது.

சட்டத்தின் முன் சமத்துவம், பேச்சு, கருத்துச் சுதந்திரம், சங்கம், அமைதியான ஒன்றுகூடல் சுதந்திரம், மதத்தை கடைப்பிடிக்கும் சுதந்திரம், சிவில் உரிமைகளைப் பாதுகாப்பதற்கான அரசியலமைப்புச் சட்டம் போன்ற சட்டத்தின் முன் பெரும்பாலான தாராளவாத ஜனநாயக நாடுகளுக்கு பொதுவான தனிப்பட்ட உரிமைகள் இதில் அடங்கும். இந்த உரிமைகளை மீறினால், நீதித்துறையின் விருப்பத்திற்கு உட்பட்டு இந்திய தண்டனைச் சட்டத்தில் குறிப்பிடப்பட்டுள்ள தண்டனைகள் வழங்கப்படுகின்றன. அடிப்படை உரிமைகள் அடிப்படை மனித சுதந்திரங்களாக வரையறுக்கப்படுகின்றன. அங்கு ஒவ்வொரு இந்திய குடிமகனும் ஆளுமை, வாழ்க்கையின் சரியான, இணக்கமான வளர்ச்சியை அனுபவிக்க உரிமை உண்டு. இந்த

உரிமைகள் இந்தியாவின் அனைத்து குடிமக்களுக்கும் அவர்களின் இனம், பிறந்த இடம், மதம், சாதி அல்லது பாலினம் ஆகியவற்றைப் பொருட்படுத்தாமல் உலகளாவிய அளவில் பொருந்தும். அவை சில கட்டுப்பாடுகளுக்கு உட்பட்டு நீதிமன்றங்களால் செயல்படுத்தப்படுகின்றன. இங்கிலாந்தின் பில் ஆஃப் ரைட்ஸ், யுனைடெட் ஸ்டேட்ஸ் பில் ஆஃப் ரைட்ஸ், பிரான்சின் மனித உரிமைகள் பிரகடனம் உட்பட பல ஆதாரங்களில் உரிமைகள் அவற்றின் தோற்றம் பற்றி வரிவாக விளக்கப்பட்டுள்ளன.

உரிமைகள் என்பது தனிப்பட்ட நலனுக்காகவும் சமூகத்தின் நன்மைக்காகவும் அவசியமான சுதந்திரங்களைக் குறிக்கிறது. இந்திய அரசியலமைப்பின் கீழ் உத்தரவாதம் அளிக்கப்பட்டுள்ள உரிமைகள் அடிப்படையானவை, ஏனெனில் அவை நிலத்தின் அடிப்படைச் சட்டத்தில் இணைக்கப்பட்டு நீதிமன்றத்தில் அமலாக்கப்படுகின்றன.

இந்தியர்களுக்கான அடிப்படை உரிமைகள் சுதந்திரத்திற்கு முந்தைய சமூக நடைமுறைகளில் இருந்த ஏற்றத்தாழ்வுகளை அகற்றுவதையும் நோக்கமாகக் கொண்டுள்ளன. குறிப்பாக, தீண்டாமையை ஒழிக்கவும், மதம், இனம், சாதி, பாலினம் அல்லது பிறந்த இடம் ஆகியவற்றின் அடிப்படையில் பாகுபாடு காட்டுவதைத் தடை செய்யவும் அவை பயன்படுத்தப்பட்டுள்ளன. மனித கடத்தல் மற்றும் கட்டாய உழைப்பு ஆகியவற்றையும் அவர்கள் தடை செய்கிறார்கள். இன - மத சிறுபான்மையினரின் கலாச்சார, கல்வி உரிமைகள் பாதுகாக்கப்படுகின்றன. அவர்கள் தங்கள் மொழியைப் பாதுகாக்க அனுமதிப்பதன் மூலம் அவர்கள் தங்கள் சொந்த கல்வி நிறுவனங்களை நிறுவி நிர்வகிக்கிறார்கள்.

இந்திய அரசியலமைப்பு நடைமுறைக்கு வந்தபோது அதன் குடிமக்களுக்கு ஏழு அடிப்படை உரிமைகளை வழங்கியது. இருப்பினும், 1978 ல் 44 வது அரசியலமைப்புத் திருத்தத்தின் மூலம் சொத்துரிமை அடிப்படை உரிமையாக நீக்கப்பட்டது. 2009 ல், கல்வி உரிமைச் சட்டம் சேர்க்கப்பட்டது. 6 வயது முதல் 14 வயது வரை உள்ள ஒவ்வொரு குழந்தையும் இலவசக் கல்வி பெற உரிமை உண்டு. கேரளா மாநிலம் கேசவானந்த பாரதி 1973 வழக்கில், உச்ச நீதிமன்றத்தால் அடிப்படை உரிமைகள் பாராளுமன்றத்தால்

திருத்தப்படலாம் எனவும் அத்தகைய திருத்தம் அரசியலமைப்பின் அடிப்படை கட்டமைப்பை மீறக்கூடாது எனவும் தீர்ப்பு வழங்கியது. 44 வது அரசியலமைப்பு திருத்தத்தின் மூலம் சொத்துரிமை அடிப்படை உரிமைகள் பட்டியலில் இருந்து நீக்கப்பட்டது. ஏனென்றால், சோசலிசத்தின் இலக்கை அடைவதற்கும் செல்வத்தை மக்களிடையே சமமாக மறுபகிர்வு செய்வதற்கும் இந்த உரிமை ஒரு தடையாக இருந்தது.

1. சமத்துவத்திற்கான உரிமை

சமத்துவ உரிமை என்பது அரசியலமைப்பின் முக்கிய உத்தரவாதங்களில் ஒன்றாகும். இது பிரிவு 14-18 ல் பொதிந்துள்ளது. இது சட்டத்தின் முன் சமத்துவம், பாகுபாடு காட்டாதது, சமூக சமத்துவத்தின் தத்துவத்தை கூட்டாக உள்ளடக்கிய பிரிவுகள் 17-18 ஆகியவற்றின் பொதுவான கொள்கைகளை உள்ளடக்கி உள்ளது.

1.1. பிரிவு 14

இந்திய அரசியலமைப்புச் சட்டத்தின் பிரிவு 14 சட்டத்தின் முன் சமத்துவம் மற்றும் இந்தியாவின் எல்லைக்குள் உள்ள அனைத்து மக்களுக்கும் சட்டத்தின் சமமான பாதுகாப்பை உறுதி செய்கிறது. சட்டத்தின் அதிகாரத்திற்கு அனைத்து நபர்களும் சமமாக கீழ்ப்படிவதும், அதேபோன்ற சூழ்நிலைகளில் உள்ள நபர்களை சமமாக நடத்துவதும் இதில் அடங்கும். சட்டப்பூர்வ நோக்கங்களுக்காக நபர்களை வகைப்படுத்துவதற்கு அரசை அனுமதிக்கிறது. அதற்கான நியாயமான அடிப்படை இருந்தால், வகைப்படுத்தப்பட விரும்புவோருக்கு இடையே உள்ள புரிந்துகொள்ளக்கூடிய வேறுபாட்டின் முறையின் அடிப்படையில் வகைப்பாடு, தன்னிச்சையற்றதாக இருக்க வேண்டும் என்பதாகும்.

1.2. பிரிவு 15

இந்திய அரசியலமைப்புச் பிரிவு 15 மதம், இனம், சாதி, பாலினம், பிறந்த இடம் அவற்றில் ஏதேனும் ஒன்றின் அடிப்படையில் பாகுபாடு காட்டுவதைத் தடை செய்கிறது. இந்த உரிமை அரசு மற்றும் தனியார், தனிநபர்களுக்கு எதிராக செயல்படுத்தப்படலாம். பொது பொழுதுபோக்கு இடங்கள், பொது ரிசார்ட் இடங்களுக்கான

இலவச அணுகல் தொடர்பாக மாநில நிதியிலிருந்து ஓரளவோ அல்லது முழுமையாகவோ பராமரிக்கப்படுகிறது. எவ்வாறாயினும், பெண்கள் மற்றும் குழந்தைகள், பட்டியலிடப்பட்ட சாதிகள், பழங்குடியினர் உட்பட சமூக-கல்வியில் பின்தங்கிய குடிமக்களுக்கான சிறப்பு சலுகைகளை செய்வதிலிருந்து மாநிலம் தடுக்கப்படவில்லை. குறிப்பிடப்பட்ட மக்களின் வகுப்புகள் தாழ்த்தப்பட்டவர்களாகவும் சிறப்புப் பாதுகாப்பு தேவைப்படுபவர்களாகவும் கருதப்படுவதால் இந்த விதிவிலக்கு வழங்கப்பட்டுள்ளது.

1.3. பிரிவு 16

பிரிவு 16 பொது வேலை வாய்ப்பு விஷயங்களில் சமவாய்ப்புக்கு உத்தரவாதம் அளிக்கிறது. மதம், இனம், சாதி, பாலினம், வம்சாவழி, பிறந்த இடம், வசிக்கும் இடம், வருமானம் ஆகியவற்றின் அடிப்படையில் வேலை விஷயங்களில் யாருக்கும் எதிராகப் பாகுபாடு காட்டுவதைத் தடுக்கிறது. பொது சேவையில் போதுமான பிரதிநிதித்துவத்தை உறுதி செய்வதற்காக, எந்த ஒரு பிற்படுத்தப்பட்ட குடிமக்களின் நலனுக்காக உறுதியான நடவடிக்கைகளை செயல்படுத்துவதற்கான விதிவிலக்குகளை இது உருவாக்குகிறது. அதே போல் குறிப்பிட்ட மதத்தை கடைப்பிடிக்கும் நபருக்கு எந்தவொரு மத நிறுவனத்தின் அலுவலகத்தையும் ஒதுக்குகிறது.

1.4. பிரிவு 17

இந்திய அரசியலமைப்பு பிரிவு 17 தீண்டாமையை எந்த வடிவத்திலும் அளிக்கப்பட்டு, அது சட்டப்படி தண்டனைக்குரிய குற்றமாக ஆக்குகிறது. சிவில் உரிமைகள் பாதுகாப்புச் சட்டம், 1955 இந்த நோக்கத்தை மேம்படுத்துவதற்காக பாராளுமன்றத்தால் இயற்றப்பட்டது.

1.5. பிரிவு 18

பிரிவு 18 இராணுவம் அல்லது கல்விசார் வேறுபாடுகளைத் தவிர வேறு எந்தப் பட்டங்களையும் வழங்குவதைத் தடுக்கிறது. மேலும் இந்தியக் குடிமக்கள் வெளிநாட்டு மாநிலத்தின் பட்டங்களை

ஏற்க முடியாது. இதனால், ஆங்கிலேயர்களால் வழங்கப்பட்ட இந்திய உயர்குடிப் பட்டங்களும், பிரபுத்துவப் பட்டங்களும் நிராகரிக்கப்பட்டுள்ளன. இருப்பினும், இந்திய குடிமக்களுக்கு இராணுவ மற்றும் கல்வி வேறுபாடுகள் வழங்கப்படலாம். பாரத ரத்னா, பத்ம விபூஷண் விருதுகளைப் பெறுபவர்கள் ஒரு பட்டமாகப் பயன்படுத்தலாம் என உச்ச நீதிமன்றம், 15 டிசம்பர் 1995 அன்று, அத்தகைய செல்லுபடியை உறுதி செய்தது.

2. சுதந்திரத்திற்கான உரிமை.

2.1. பிரிவு 19

பிரிவு 19 அனைத்து குடிமக்களுக்கும் ஆறு சுதந்திர உரிமைகளுக்கு உத்தரவாதம் அளிக்கிறது. பேச்சு மற்றும் கருத்து சுதந்திரத்திற்கான உரிமை. ஒருவரின் சொந்தக் கருத்துக்கள், நம்பிக்கைகள், எழுத்து, அச்சிடுதல், படம் அல்லது வேறு எந்த வகையிலும் சுதந்திரமாக வெளிப்படுத்துதல் போன்ற உரிமையை இது உள்ளடக்கியது. ஆயுதம் ஏதுமின்றி அமைதியாக கூடும் உரிமை. பொதுக் கூட்டங்கள், ஆர்ப்பாட்டங்கள் மற்றும் ஊர்வலங்களை நடத்துவதற்கான உரிமையைப் பொது நிலத்தில் மட்டுமே நடத்த முடியும் என விவரிக்கிறது.

இது வன்முறை, ஒழுங்கீனமான கலவரக் கூட்டங்களையோ வேலைநிறுத்தத்தையோ பாதுகாக்காது. சங்கங்கள் அல்லது கூட்டுறவு சங்கங்கள் அமைக்க உரிமையை வழங்குகிறது. அரசியல் கட்சிகள், நிறுவனங்கள், கூட்டாண்மை நிறுவனங்கள், சங்கங்கள், கிளப்புகள், நிறுவனங்கள், தொழிற்சங்கங்கள் அல்லது எந்தவொரு நபர்களின் அமைப்பையும் உருவாக்கும் உரிமையை இது உள்ளடக்கியது. இந்தியா முழுவதும் சுதந்திரமாக நடமாடும் உரிமை வழங்குகிறது.

இயக்கச் சுதந்திரம் இரண்டு பரிமாணங்களைக் கொண்டுள்ளது, அதாவது உள் நாட்டிற்குள் செல்ல உரிமை மற்றும் வெளி நாட்டிலிருந்து வெளியேறும் உரிமை அதாவது, நாட்டிற்கு திரும்பி வருவதற்கான உரிமை. இந்தியாவின் எந்தப் பகுதியிலும் வசிக்கவும் குடியேறவும் உரிமையை வழங்குகிறது.

பட்டியலிடப்பட்ட பழங்குடியினரின் தனித்துவமான கலாச்சாரம், பழக்கவழக்கங்களைப் பாதுகாப்பதற்கும், அவர்களின்

பாரம்பரிய தொழில், சொத்துக்களைச் சுரண்டலுக்கு எதிராக பாதுகாப்பதற்கும், பழங்குடியினர் பகுதிகளில் வசிக்கவும் குடியேறவும் வெளியாரின் உரிமை கட்டுப்படுத்தப்பட்டுள்ளது.

எந்தவொரு தொழிலையும் செய்ய அல்லது எந்த ஒரு தொழில், வர்த்தகம் அல்லது வியாபாரத்தை மேற்கொள்வதற்கான உரிமை வழங்குகிறது. ஆனால் ஒழுக்கக்கேடான அதாவது பெண்கள் அல்லது குழந்தைகளை கடத்தல், ஆபத்தான தீங்கு விளைவிக்கும் மருந்துகள் அல்லது வெடிபொருட்கள் போன்ற தொழிலை மேற்கொள்வதற்கான உரிமை இதில் இல்லை.

பிரிவு 20

குற்றங்களுக்கான தண்டனையைப் பொறுத்தமட்டில் பாதுகாப்பு சட்டப்பிரிவு 20ல் குற்றம் சாட்டப்பட்ட நபர் இந்திய குடிமகன், வெளிநாட்டவர், போன்ற சட்டப்பூர்வ நபராக இருந்தாலும், தன்னிச்சையான மற்றும் அதிகப்படியான தண்டனைக்கு எதிராக பாதுகாப்பை வழங்குகிறது. செயலின் போது நடைமுறையில் உள்ள சட்டத்தை மீறியதற்காக அல்லது சட்டத்தால் பரிந்துரைக்கப்பட்டதை விட அதிகமான தண்டனைக்கு உட்படுத்தப்படுவதைத் தவிர, எந்தவொரு நபரும் எந்தவொரு குற்றத்திற்காகவும் தண்டிக்கப்பட மாட்டார்கள். எந்தவொரு நபரும் ஒரே குற்றத்திற்காக ஒன்றுக்கு மேற்பட்ட முறை வழக்குத் தொடரப்பட்டு தண்டிக்கப்படக்கூடாது. எந்தவொரு குற்றச்சாட்டிலும் குற்றம் சாட்டப்பட்ட எந்த நபரும் தனக்கு எதிராக சாட்சியாக இருக்க வேண்டிய கட்டாயம் இல்லை.

பிரிவு 21

வாழ்க்கை மற்றும் தனிப்பட்ட சுதந்திரத்தின் பாதுகாப்பு சட்டத்தால் நிறுவப்பட்ட நடைமுறையின்படி தவிர, எந்தவொரு நபரின் உயிரையும், தனிப்பட்ட சுதந்திரத்தையும் இழக்கக்கூடாது என்று பிரிவு 21 அறிவிக்கிறது. வாழ்வதற்கான உரிமை என்பது உயிர்வாழ்வதோடு மட்டும் நின்றுவிடாமல், மனித கண்ணியத்துடன் வாழும் உரிமை, ஒரு மனிதனின் வாழ்க்கையை அர்த்தமுள்ளதாகவும், முழுமையானதாகவும், வாழத் தகுதியுடையதாகவும் மாற்றும் வாழ்க்கையின் அனைத்து அம்சங்களையும் உள்ளடக்கியது.

பிரிவு 21 (A)

கல்வி பெறும் உரிமை ஆறு முதல் பதினான்கு வயது வரையிலான அனைத்து குழந்தைகளுக்கும் இலவச மற்றும் கட்டாயக் கல்வியை அரசு வழங்க வேண்டும் என்று பிரிவு 21 (A) அறிவிக்கிறது. இந்த ஏற்பாடு ஆரம்பக் கல்வியை மட்டுமே அடிப்படை உரிமையாக ஆக்குகிறது. உயர் அல்லது தொழில்முறை கல்வி அல்ல. இந்த பிரிவு 2002ன் 86 வது அரசியலமைப்பு திருத்தச் சட்டத்தால் சேர்க்கப்பட்டது. 86வது திருத்தத்திற்கு முன், அரசியலமைப்பின் பகுதி IVல் 45 வது பிரிவின் கீழ் குழந்தைகளுக்கு இலவச மற்றும் கட்டாயக் கல்விக்கான ஏற்பாடு இருந்தது.

பிரிவு 22

கைது மற்றும் தடுப்புக்காவலுக்கு எதிரான பாதுகாப்பு பிரிவு 22 கைது செய்யப்பட்ட அல்லது தடுத்து வைக்கப்பட்டுள்ள நபர்களுக்கு பாதுகாப்பை வழங்குகிறது. தடுப்புக்காவல் இரண்டு வகைகளாகும், அதாவது தண்டனை மற்றும் தடுப்பு ஆகும். பிரிவு 22 ன் முதல் பகுதி சாதாரண சட்டத்தைப் பற்றியது. இந்த சட்டம் பின்வருவனவற்றை உள்ளடக்குகிறது:

கைது செய்யப்பட்டதற்கான காரணத்தைத் தெரிவிக்கும் உரிமை.

ஒரு சட்டப் பயிற்சியாளரால் ஆலோசிக்க மற்றும் பாதுகாக்கப்படுவதற்கான உரிமை.

பயண நேரத்தைத் தவிர்த்து, 24 மணி நேரத்திற்குள் மாஜிஸ்திரேட் முன் ஆஜர்படுத்துவதற்கான உரிமை.

மாஜிஸ்திரேட் மேலும் காவலில் வைக்க அனுமதிக்கும் வரை 24 மணி நேரத்திற்குப் பிறகு விடுவிக்கப்படுவதற்கான உரிமை.

சட்டப்பிரிவு 22ன் இரண்டாம் பகுதி தடுப்புக்காவல் சட்டத்தை கையாள்கிறது. இந்தக் பிரிவின் கீழ் பாதுகாப்பு குடிமக்கள் மற்றும் அயல்நாட்டினர் இருவருக்கும் கிடைக்கிறது. இந்த பிரிவு பின்வருவனவற்றை உள்ளடக்கியது,

உயர் நீதிமன்ற நீதிபதிகள் அடங்கிய ஒரு ஆலோசகர் குழு நீட்டிக்கப்பட்ட தடுப்புக் காவலுக்குப் போதுமான காரணத்தை

தெரிவிக்காத வரை, ஒரு நபரின் தடுப்புக்காவல் மூன்று மாதங்களுக்கு மேல் இருக்கக்கூடாது.

தடுப்புக்காவலின் காரணங்களைக் கைது செய்து காவலில் வைக்கப்பட்டவருக்குத் தெரிவிக்க வேண்டும்.

தடுப்புக்காவல் உத்தரவுக்கு எதிராக பிரதிநிதித்துவம் செய்ய அவருக்கு வாய்ப்பு வழங்கப்பட வேண்டும்.

3. சுரண்டலுக்கு எதிரான உரிமை

சுரண்டலுக்கு எதிரான உரிமை, பிரிவுகள் 23-24, சமூகத்தின் நலிந்த பிரிவினரை தனிநபர்கள் அல்லது அரசு சுரண்டுவதைத் தடுக்க சில விதிகளை வகுத்துள்ளது.

பிரிவு 23

சட்டப்பிரிவு 23 மனித கடத்தலைத் தடை செய்கிறது. அது சட்டப்படி தண்டனைக்குரிய குற்றமாக ஆக்குகிறது. மேலும் கட்டாய உழைப்பு, கூலியின்றி வேலை செய்ய நிர்பந்திக்கும் எந்தவொரு செயலையும் தடை செய்கிறது. இருப்பினும், கட்டாய சேவையை கட்டாயப்படுத்துதல் மற்றும் சமூக சேவை உட்பட பொது நோக்கங்களுக்காக அரசை இது அனுமதிக்கிறது. கொத்தடிமைத் தொழிலாளர் முறை அழித்தல் சட்டம், 1976 இந்தச் சட்டத்தை நடைமுறைப்படுத்த பாராளுமன்றத்தால் இயற்றப்பட்டது.

பிரிவு 24

பிரிவு 24, 14 வயதுக்குட்பட்ட குழந்தைகளைத் தொழிற்சாலைகள், சுரங்கங்கள் மற்றும் பிற அபாயகரமான வேலைகளில் பணியமர்த்துவதைத் தடை செய்கிறது. குழந்தை தொழிலாளர் தடுப்பு மற்றும் ஒழுங்குமுறை சட்டம், 1986 ல் பாராளுமன்றம் இயற்றியுள்ளது. இது குழந்தை தொழிலாளர்களை பணியமர்த்துவதற்கான அபராதம் மற்றும் முன்னாள் குழந்தை தொழிலாளர்களை மறுவாழ்வு செய்வதற்கான விதிகளை வழங்குகிறது.

4. மத சுதந்திரத்திற்கான உரிமை

மத சுதந்திரத்திற்கான உரிமை, பிரிவுகள் 25-28 ல் உள்ளடக்கப்பட்டுள்ளது. அனைத்து குடிமக்களுக்கும் மத

சுதந்திரத்தை வழங்குகிறது. இந்தியாவில் மதச்சார்பற்ற அரசை உறுதி செய்கிறது. அரசியலமைப்பின் படி, மாநிலங்கள் மதம் மத அடிப்படையில் இல்லை, அனைத்து மதங்களையும் சமமாக, பாரபட்சமின்றி மற்றும் நடுநிலையாக நடத்துவது அவசியம்.

பிரிவு 25

பிரிவு 25 அனைத்து நபர்களுக்கும் மனசாட்சியின் சுதந்திரம், அவர்கள் விரும்பும் எந்த மதத்தையும் பிரசங்கிக்க, நடைமுறைப்படுத்த மற்றும் பிரச்சாரம் செய்வதற்கான உரிமையை உறுதி செய்கிறது. எவ்வாறாயினும், இந்த உரிமை பொது ஒழுங்கு, ஒழுக்கம், ஆரோக்கியம், சமூக நலன் மற்றும் சீர்திருத்தத்திற்கான நடவடிக்கைகளை எடுக்கும் அரசின் அதிகாரத்திற்கு உட்பட்டது. இருப்பினும், பிரச்சாரம் செய்வதற்கான உரிமை என்பது, மற்றொரு நபரை மதம் மாற்றுவதற்கான உரிமையை உள்ளடக்காது. ஏனெனில் இது மற்றவரின் மனசாட்சியின் சுதந்திரத்திற்கான உரிமையை மீறுவதாகும்.

பிரிவு 26 பொது ஒழுங்கு, ஒழுக்கம் மற்றும் ஆரோக்கியத்திற்கு உட்பட்ட அனைத்து மத பிரிவுகள் சார்ந்த விவகாரங்கள், மத விஷயங்களில் தங்கள் சொந்த விவகாரங்களை நிர்வகிக்கவும், தொண்டு அல்லது மத நோக்கங்களுக்காக தங்களுக்கென நிறுவனங்களை அமைக்கவும், அதற்கு ஏற்ப சொத்துக்களை சொந்தமாக பெறவும், நிர்வகிக்கவும் உத்தரவாதம் அளிக்கிறது. இந்த விதிகள் ஒரு மதப் பிரிவைச் சேர்ந்த சொத்துக்களைப் பெறுவதற்கான அரசின் அதிகாரத்தை இழிவுபடுத்தவில்லை. மத நடைமுறைகளுடன் தொடர்புடைய எந்தவொரு பொருளாதார, அரசியல் அல்லது பிற மதச்சார்பற்ற நடவடிக்கைகளையும் ஒழுங்குபடுத்தும் அதிகாரம் அரசுக்கு உள்ளது.

எந்தவொரு குறிப்பிட்ட மதம் அல்லது மத நிறுவனத்தை மேம்படுத்துவதற்காக யாரும் வரி செலுத்த நிர்பந்திக்கப்படக்கூடாது என்று பிரிவு 27 உத்தரவாதம் அளிக்கிறது.

பிரிவு 28 முழுவதுமாகவோ அல்லது பகுதியாகவோ அரசு நிதியுதவி பெறும் கல்வி நிறுவனத்தில் மத போதனையைத் தடை

செய்கிறது. மேலும் அரசிடமிருந்து உதவி பெறும் கல்வி நிறுவனங்கள் தங்கள் உறுப்பினர்களில் யாரையும் மத போதனையைப் பெறவோ அல்லது அவர்களின் பாதுகாவலரின் அனுமதியின்றி மத வழிபாட்டில் கலந்துகொள்ளவோ கட்டாயப்படுத்த முடியாது.

5. கலாச்சார மற்றும் கல்வி உரிமைகள் (பிரிவு 29-30)

கட்டுரைகள் 29 மற்றும் 30ல் கொடுக்கப்பட்டுள்ள கலாச்சார, கல்வி உரிமைகள், மொழியியல் மற்றும் மத சிறுபான்மையினரின் உரிமைகளைப் பாதுகாப்பதற்கான நடவடிக்கைகளாகும். அவர்களின் பாரம்பரியத்தைப் பாதுகாக்கவும், பாகுபாட்டிற்கு எதிராக அவர்களைப் பாதுகாக்கவும் உதவுகின்றன.

பிரிவு 29 குடிமக்களின் எந்தவொரு பிரிவினருக்கும் தனித்துவமான மொழி, எழுத்து, கலாச்சாரத்தை வழங்குகிறது. அதைப் பாதுகாக்கவும் வளர்க்கவும் உரிமையை வழங்குகிறது. மேலும் சிறுபான்மையினரின் உரிமைகளை அவர்கள் மீது அரசு திணிப்பதைத் தடுக்கிறது. மதம், இனம், சாதி, மொழி அவற்றில் ஏதேனும் ஒன்றின் அடிப்படையில் மட்டுமே, அரசால் பராமரிக்கப்படும் அல்லது உதவி செய்யப்படும். கல்வி நிறுவனங்களில் சேர்க்கைக்கு எந்தவொரு குடிமகனுக்கும் எதிரான பாகுபாட்டையும் இது தடை செய்கிறது. இருப்பினும், இது சமூக மற்றும் கல்வியில் பிற்படுத்தப்பட்ட வகுப்பினருக்கு நியாயமான எண்ணிக்கையிலான இடங்களை ஒதுக்குவதற்கு உட்பட்டது. அத்துடன் சிறுபான்மை சமூகத்தால் நடத்தப்படும் எந்தவொரு கல்வி நிறுவனத்திலும் அந்த சமூகத்தைச் சேர்ந்த குடிமக்களுக்கு 50 சதவீத இட ஒதுக்கீட்டையும் வழங்குகிறது.

பிரிவு 30 அனைத்து மத மற்றும் மொழி சிறுபான்மையினருக்கும் தங்களின் சொந்தக் கலாச்சாரத்தை பாதுகாக்க, மேம்படுத்துவதற்காக அவர்கள் விரும்பும் கல்வி நிறுவனங்களை அமைக்க மற்றும் நிர்வகிக்கும் உரிமையை வழங்குகிறது. இது மத அல்லது கலாச்சார சிறுபான்மையினரால் நிர்வகிக்கப்படுகிறது. அரசியலமைப்பில் வரையறுக்கப்படாத "சிறுபான்மையினர்" என்ற சொல், மாநிலத்தின் மக்கள்தொகையில் 50% க்கும் குறைவான எண்ணிக்கையில் உள்ள எந்த சமூகத்தையும், பிரிவு 30-ன் கீழ் உரிமையைப் பெற

முயல்கிறது என்று உச்ச நீதிமன்றத்தால் விளக்கப்பட்டுள்ளது. மேலும், ஸ்தாபிக்கப்பட்ட கல்வி நிறுவனம் சம்பந்தப்பட்ட சிறுபான்மையினரின் மதம் அல்லது மொழியைக் கற்பிப்பதில் மட்டும் ஈடுபடாவிட்டாலும் அல்லது அந்த நிறுவனத்தில் உள்ள பெரும்பான்மையானமாணவர்கள்அத்தகையசிறுபான்மையினரைச் சேர்ந்தவர்களாக இல்லாவிட்டாலும் பிரிவு 30 ன் கீழ் உரிமையைப் பெறலாம். இந்த உரிமையானது கல்வித் தரநிலைகள், ஊழியர்களின் சேவை நிலைமைகள், கட்டணக் கட்டமைப்பு மற்றும் அது வழங்கும் எந்தவொரு உதவியையும் பயன்படுத்துதல் தொடர்பான நியாயமான விதிமுறைகளை விதிக்கும் அரசின் அதிகாரத்திற்கு உட்பட்டது.

6. அரசியலமைப்பு தீர்வுகளுக்கான உரிமை (பிரிவு 32)

பிரிவு 32, மற்ற அனைத்து அடிப்படை உரிமைகளையும் செயல்படுத்துவதற்கான அடிப்படை உரிமையின் வடிவத்தில் உத்தரவாதமான தீர்வை வழங்குகிறது. மேலும் உச்ச நீதிமன்றம் அரசியலமைப்பின் மூலம் இந்த உரிமைகளின் பாதுகாவலராக நியமிக்கப்பட்டுள்ளது. அடிப்படை உரிமைகளை அமலாக்குவதற்காக ஹேபியஸ் கார்பஸ், மாண்டமஸ், தடை, சான்றளிப்பு மற்றும் குவோ வாரண்டோ போன்ற ரிட்களை வெளியிட உச்ச நீதிமன்றம் அதிகாரம் பெற்றுள்ளது. அதே சமயம் உயர் நீதிமன்றங்கள் 226வது பிரிவின் கீழ் அதிகாரம் பெற்றுள்ளன. அடிப்படை உரிமை மீறல்கள் சம்பந்தப்படாத வழக்குகளிலும் கூட இந்த சிறப்புரிமை ரிட்களை வழங்க முடியும். தனியார் அமைப்புகளுக்கு எதிராகவும் அடிப்படை உரிமைகளை அமல்படுத்தவும், மீறப்பட்டால் பாதிக்கப்பட்ட நபருக்கு இழப்பீடு வழங்கவும் உச்ச நீதிமன்றத்திற்கு அதிகாரம் உள்ளது. உச்ச நீதிமன்றத்தின் அதிகார வரம்பை தானாக முன்வந்து அல்லது பொது நலன் வழக்கின் அடிப்படையிலும் செயல்படுத்தலாம். அவசரகால நிலை பிரகடனப்படுத்தப்படும் போது, பிரிவு 226 விதிகளின் கீழ் தவிர, இந்த உரிமையை இடைநிறுத்த முடியாது

1948 டிசம்பரில் அரசியல் நிர்ணய சபை விவாதங்களில், டாக்டர் பாபாசாகேப் அம்பேத்கர், இந்தச் சட்டப்பிரிவின்

மூலம் உச்ச நீதிமன்றத்தில் முதலீடு செய்யப்பட்ட உரிமைகளை அரசியலமைப்புச் சட்டம் திருத்தப்படும் வரை பறிக்க முடியாது என்றும், எனவே இது 'மிகப்பெரிய பாதுகாப்புகளில் ஒன்றாகும்' என்றும் கூறினார். இது தனிநபரின் பாதுகாப்பு மற்றும் பாதுகாப்பிற்காக வழங்கப்பட்டது. அடிப்படை உரிமைகளை அமல்படுத்துவதற்கும் அரசியலமைப்பு தீர்வுகளுக்குமான உரிமையாக உள்ளது.

அடிப்படை உரிமைகள் மற்றும் அதன் பிரச்சினைகள்

அடிப்படை கட்டமைப்பு கோட்பாடு

பிப்ரவரி 1967 ல் கோலக்நாத் வழக்கில் தீர்ப்பளிக்கும் போது, அடிப்படை உரிமைகளைக் குறைக்க பாராளுமன்றத்திற்கு அதிகாரம் இல்லையென்றுஉச்சநீதிமன்றம்தீர்ப்பளித்தது.அடிப்படை உரிமைகள் தொடர்பான பகுதி III உட்பட அரசியலமைப்பின் அனைத்துப் பகுதிகளிலும் திருத்தம் செய்வதற்கான பாராளுமன்றத்தின் அதிகாரத்தை உறுதிப்படுத்திய உச்ச நீதிமன்றத்தின் முந்தைய தீர்ப்பை மாற்றியமைத்து. 1971ம் ஆண்டு 24 ஆவது அரசியலமைப்புத் திருத்தம் வரை, மக்களுக்கு வழங்கப்பட்ட அடிப்படை உரிமைகள் நிரந்தரமானவை மற்றும் பாராளுமன்றத்தால் ரத்து செய்யப்படவோ அல்லது நீர்த்துப்போகவோ முடியாது என்று இருந்தது. 24 வது அரசியலமைப்புத் திருத்தம் பிரிவு 13(4) என்ற ஒரு புதிய கட்டுரையை அறிமுகப்படுத்தியது. 1973ம் ஆண்டில், உச்ச நீதிமன்றத்தின் 13 உறுப்பினர்களைக் கொண்ட அரசியலமைப்பு பெஞ்ச் 24 வது அரசியலமைப்புத் திருத்தத்தின் செல்லுபடியை பெரும்பான்மையுடன் உறுதி செய்தது. எவ்வாறாயினும், தனிநபரின் கண்ணியம் மற்றும் சுதந்திரத்தைப் பிரதிநிதித்துவப்படுத்தும் அடிப்படை உரிமையின்மீது கட்டமைக்கப்பட்ட அரசியலமைப்பின் அடிப்படைக் கட்டமைப்பை மாற்ற முடியாது என்றும், அது மிக முக்கியத்துவம் வாய்ந்தது என்றும், அதை அழிக்க முடியாது என்றும் தீர்ப்பளித்தது.

அரசியலமைப்பின் திருத்தகள் கோலக்நாத் வழக்கின் தீர்ப்புக்கு முன் அடிப்படை உரிமைகளை நீக்குதல், சேர்த்தல் அல்லது நீர்த்துப்போகச் செய்துவது இப்படியாக இருந்தது.

24வது அரசியலமைப்புத் திருத்தத்தின் செல்லுபடியை உச்சநீதிமன்றம் உறுதி செய்த பிறகு, அரசியலமைப்பின் மூன்றாம் பாகத்தில் பல அரசியலமைப்புத் திருத்தங்கள் செய்யப்பட்டன. இந்த திருத்தின் வாயிலாக நீதிமன்றம் அரசியலமைப்புத் திருத்தங்கள் 25, 42, 44, 50, 77, 81, 85, 86, 93, மற்றும் 97 ஆகியவற்றில் மாற்றம் செய்தது.

பிரிவு 31B

1951 ஆம் ஆண்டு அரசியலமைப்புத் திருத்தத்தின் மூலம் 31A மற்றும் பிரிவு 31B ஆகியவை சேர்க்கப்பட்டன. அரசியலமைப்பின் ஒன்பதாவது அட்டவணையில் பாராளுமன்றத்தால் சேர்க்கப்பட்டுள்ள எந்தவொரு சட்டங்களும் விதிமுறைகளும் அடிப்படை உரிமைகளை மீறும் எத்தகைய சட்டங்களையும் இரத்து செய்யவோ அல்லது செல்லாததாக்கவோ முடியாது என்று பிரிவு 31B கூறுகிறது. எனவே பகுதி III ல் கொடுக்கப்பட்டுள்ள அடிப்படை உரிமைகள் ஒவ்வொரு மாநிலம்/பிராந்தியத்திலும் சமமாகப் பொருந்தாது. 2007ம் ஆண்டில், ஒன்பதாவது அட்டவணையில் செருகப்பட்ட சட்டங்களுக்கு நீதித்துறை மறுஆய்வில் இருந்து எந்தவிதமான தடைவிதிப்பும் இருக்க முடியாது என்று உச்ச நீதிமன்றம் தீர்ப்பளித்தது. 1973 க்குப் பிறகு ஒன்பதாவது அட்டவணையில் சேர்க்கப்பட்டுள்ள சட்டங்களை அடிப்படை உரிமைக் கோட்பாட்டுடன் பொருந்துகிறதா என ஆராய்வதாக உச்ச நீதிமன்றம் கூறியது.

பிரிவு 31 சி திருத்தம்

42வது திருத்தத்தின் பகுதி 4, தனிநபர்களின் அடிப்படை உரிமைகள் மீதான வழிகாட்டுதல் கோட்பாடுகளுக்கு முன்னதாக அரசியலமைப்பின் 31C பிரிவு மாற்றப்பட்டது. மினர்வா மில்ஸ் வெர்சஸ் யூனியன் ஆஃப் இந்தியா வழக்கில், 31சி சட்டப்பிரிவுக்கான திருத்தம் செல்லாது என்று உச்ச நீதிமன்றம் தீர்ப்பளித்தது.

சொத்துரிமை

அரசியலமைப்பு முதலில் சட்டப்பிரிவு 19 மற்றும் 31-ன் கீழ் சொத்துரிமையை வழங்கியது. பிரிவு 19 அனைத்து குடிமக்களுக்கும்

சொத்தை கையகப்படுத்துவதற்கும், வைத்திருப்பதற்கும் மற்றும் அகற்றுவதற்குமான உரிமையை உறுதி செய்தது. சட்டப்பிரிவு 31, எந்தவொரு நபரும் அவரது சொத்துக்களை சட்டத்தின் அதிகாரம் இல்லாமல் இழக்கக்கூடாது என்றும் பொது நோக்கங்களுக்காக சொத்துக்கள் எடுக்கப்பட்ட நபருக்கு இழப்பீடு வழங்கப்படும் என்றும் அதில் தெரிவிக்கப்பட்டுள்ளது.

சொத்துரிமை தொடர்பான விதிகள் பலமுறை மாற்றப்பட்டன. 1978 ன் 44வது திருத்தம் அடிப்படை உரிமைகள் பட்டியலில் இருந்து சொத்துரிமையை நீக்கியது. அரசியலமைப்பில் ஒரு புதிய விதி 300-A, சட்டத்தின் அதிகாரத்தால் தவிர, எந்தவொரு நபரின் சொத்தையும் பறிக்கக் கூடாது என்று கூறியது. எனவே, ஒரு சட்டமன்ற உறுப்பினர் ஒருவரின் சொத்தைப் பறித்தால், இழப்பீடாக எதையும் கொடுக்க வேண்டிய கடமை அரசின் தரப்பில் இருக்காது என்று சட்டம் இயற்றப்பட்டது. மேலும், சொத்துரிமை ஒரு அடிப்படை உரிமையாக இல்லாததால், அரசியல் சாசனமாக இருந்தாலும், பிரிவு 32ன் கீழ் நீதிமன்றத்தை அணுக பாதிக்கப்பட்ட நபருக்கு உரிமை இல்லை. ஆனால் 2010-ல் இந்த உரிமையை ஏன் திரும்பப் பெறக் கூடாது என்ற கேள்வியை எழுப்பி அரசுக்கு நோட்டீஸ் அனுப்பியது உச்சநீதிமன்றம்.

கல்வி உரிமை

2002 ம் ஆண்டின் 86வது திருத்தத்தின் கீழ் 2002 ம் ஆண்டு தொடக்க நிலை கல்விக்கான உரிமை அடிப்படை உரிமைகளில் ஒன்றாக மாற்றப்பட்டது. எவ்வாறாயினும், எட்டு ஆண்டுகளுக்குப் பிறகு 2010 ல் இந்த உரிமை நடைமுறைக்குக் கொண்டுவரப்பட்டது. 2 ஏப்ரல் 2010 அன்று, இந்தியாவில் ஒரு வரலாற்றுச் சட்டம் நடைமுறைக்கு கொண்டுவந்து, ஒவ்வொரு குழந்தைக்கும் கல்வியை அடிப்படை உரிமையாக்கியது. இலவச மற்றும் கட்டாயக் கல்வி பெறும் குழந்தைகளின் உரிமைச் சட்டம் பள்ளிக்குச் செல்லாத குழந்தைகளுக்கு நேரடிப் பயன் தருவதாகக் கூறப்படுகிறது. தேவையான நுழைவு மற்றும் கல்வித் தகுதிகளுடன் ஆசிரியர்களை நியமிக்க இந்த சட்டம் வழிவகை செய்கிறது.

முன்னாள் பிரதமர் மன்மோகன் சிங் இந்தச் சட்டத்தை அமல்படுத்துவதாக அறிவித்தார். 6-14 வயதுக்குட்பட்ட அனைத்துக் குழந்தைகளும் பள்ளிப்படிப்பைப் பெறுவதை உறுதிசெய்ய உள்ளூர் மற்றும் மாநில அரசாங்கங்கள் கடமைப்பட்டிருப்பதால், பள்ளிகளில் இருந்து வெளியேறிய அல்லது எந்தக் கல்வி நிறுவனத்திற்கும் செல்லாத குழந்தைகள் தொடக்கக் கல்வியைப் பெறுவார்கள் என்ற நிலை வந்தது. இச்சட்டத்தின்படி தனியார் கல்வி நிறுவனங்கள் 25 சதவீத இடங்களை சமூகத்தின் நலிந்த பிரிவைச் சேர்ந்த குழந்தைகளுக்கு ஒதுக்க வேண்டும். இதற்காக மத்திய மற்றும் மாநில அரசுகள் நிதிச்சுமையை பகிர்ந்து கொள்ள ஒப்புக்கொண்டன. பள்ளி நிர்வாகக் குழு அல்லது உள்ளாட்சி அமைப்பு, ஆறு வயதுக்கு மேற்பட்ட பள்ளிப் படிப்பை பாதியில் நிறுத்தும் அல்லது பள்ளி செல்லாத குழந்தைகளைக் கண்டறிந்து, சிறப்புப் பயிற்சி அளித்து அவர்களின் வயதுக்கு ஏற்ற வகுப்புகளில் சேர்க்கும் நடவடிக்கையும் எடுக்கப்பட்டது.

அடிப்படை உரிமைகளின் அம்சங்கள்

அடிப்படை உரிமைகள் நடைமுறைப்படுத்தப்படும் விதத்தில் சாதாரண சட்ட உரிமைகளிலிருந்து வேறுபட்டவை. சட்டப்பூர்வ உரிமை மீறப்பட்டால், பாதிக்கப்பட்ட நபர் கீழ் நீதிமன்றங்களைத் தவிர்த்து உச்ச நீதிமன்றத்தினை நேரடியாக அணுக முடியாது. அவர் முதலில் கீழ் நீதிமன்றத்தை அணுக வேண்டும். சில அடிப்படை உரிமைகள் அனைத்து குடிமக்களுக்கும் கிடைக்கின்றன. அடிப்படை உரிமைகள் முழுமையான உரிமைகள் அல்ல. அவர்களுக்கு நியாயமான கட்டுப்பாடுகள் உள்ளன, அதாவது அவர்கள் மாநில பாதுகாப்பு, பொது ஒழுக்கம் மற்றும் கண்ணியம் மற்றும் வெளி நாடுகளுடனான நட்பு உறவுகளின் நிபந்தனைகளுக்கு உட்பட்டவர்கள்.

மேலும் உரிமைகள் நியாயமானவை, அவை நீதிமன்றங்களால் செயல்படுத்தப்படக் கூடியவை என்பதைக் குறிக்கிறது. அடிப்படை உரிமைகள் மீறப்பட்டால் மக்கள் நேரடியாக உச்ச நீதிமன்றத்தினை அணுகலாம். அரசியலமைப்பு திருத்தத்தின் மூலம் அடிப்படை உரிமைகளை பாராளுமன்றத்தால் திருத்த முடியும், ஆனால் திருத்தம்

அரசியலமைப்பின் அடிப்படை கட்டமைப்பை மாற்றவில்லை என்றால் மட்டுமே. தேசிய அவசரநிலையின் போது இந்திய அரசியலமைப்பின் அடிப்படை உரிமைகள் இடைநிறுத்தப்படலாம். ஆனால், பிரிவு 20 மற்றும் 21ன் கீழ் உத்தரவாதம் அளிக்கப்பட்ட உரிமைகளை இடைநிறுத்த முடியாது. இராணுவச் சட்டம் அல்லது இராணுவ ஆட்சியின் கீழ் வைக்கப்பட்டுள்ள ஒரு பகுதியில் மட்டும் அடிப்படை உரிமைகளின் பயன்பாடு கட்டுப்படுத்தப்படலாம்.

அடிப்படை கடமைகள்

ஒரு தேசத்தின் அனைத்து குடிமக்களுக்கும் இருக்கும் தார்மீக மற்றும் குடிமைக் கடமைகள் அடிப்படைக் கடமைகளாகும். தேசபக்தியை ஊக்குவிப்பதற்கும் இந்தியாவின் ஒற்றுமையை வலுப்படுத்துவதற்கும் அரசியலமைப்பின் 51A பிரிவின் கீழ் அரசியலமைப்பின் பகுதி IV-A ல் வழங்கப்பட்டுள்ள அடிப்படைக் கடமைகளின் பட்டியல்கள். ஸ்வரன் சிங் கமிட்டியின் பரிந்துரையின் பேரில் குடிமக்களின் அடிப்படைக் கடமைகள் அரசியலமைப்பில் சேர்க்கப்பட்டன. 2002 ல் 86வது திருத்தச் சட்டத்தின் மூலம் மேலும் அடிப்படைக் கடமைகள் சேர்க்கப்பட்டன. இந்திய அரசியலமைப்பில் உள்ள அடிப்படைக் கடமைகள் முன்னாள் சோவியத் ஒன்றியத்தின் அரசியலமைப்பால் ஈர்க்கப்பட்டுள்ளன. தேசபக்தியை ஊக்குவிப்பதற்கும் இந்தியாவின் ஒற்றுமையைப் பாதுகாப்பதற்கும் அனைத்து மக்களின் தார்மீகப் பொறுப்பாக அடிப்படைக் கடமைகள் கருதப்படுகின்றன.

தேவையான அடிப்படைக் கடமைகள் அனைத்தும் நமது மகான்கள், தத்துவவாதிகள், சமூக சீர்திருத்தவாதிகள் மற்றும் அரசியல் தலைவர்களால் பிரகடனப்படுத்தப்பட்ட சில உன்னத விழுமியங்களைப் பிரதிநிதித்துவப்படுத்துகின்றன. 1950ல் இந்தியாவின் அசல் அரசியலமைப்பில் குடிமக்கள் கடமைகள் பற்றி எதுவும் குறிப்பிடப்படவில்லை. அந்த ஆண்டின் தொடக்கத்தில் அரசாங்கத்தால் உருவாக்கப்பட்ட ஸ்வரன் சிங் கமிட்டியின் பரிந்துரைகளுக்குப் பிறகு,1976 ல் 42 வது திருத்தத்தின் மூலம் குடிமக்களின் அடிப்படைக் கடமைகள் அரசியலமைப்பில் அறிமுகப்படுத்தப்பட்டன. குடிமக்களின்நடத்தையைநிர்வகிக்கவும்

குடிமக்களின் வாழ்க்கையின் அனைத்து அம்சங்களிலும் சிறந்து விளங்கவும் அடிப்படைக் கடமைகள் உதவுகின்றன.

அடிப்படைக் கடமைகளின் வகை

அடிப்படைக் கடமைகள் இரண்டு வகையாக உள்ளன. ஒன்று தார்மீகக் கடமை, மற்றொன்று குடிமைக் கடமை. தார்மீகக் கடமை என்பது சுதந்திரப் போராட்டத்தின் பெரிய இலக்குகளை நிலைநிறுத்துதல். குடிமை கடமை என்பது அரசியலமைப்பு, தேசியக் கொடி மற்றும் தேசிய கீதத்திற்கு மரியாதை அளிப்பது. அமெரிக்கா, கனடா, பிரான்ஸ், ஜெர்மனி, ஆஸ்திரேலியா மற்றும் பிற முக்கிய ஜனநாயக நாடுகளின் அரசியலமைப்புகள் எதுவும் குடிமக்களின் கடமைகளின் பட்டியலைக் கொண்டிருக்கவில்லை என்பது குறிப்பிடத்தக்கது.

ஸ்வரன் சிங் கமிட்டி (1976) பரிந்துரைகள்

அரசியல் சாசனத்தில் அடிப்படைக் கடமைகள் குறித்து தனி அத்தியாயம் சேர்க்க வேண்டும் என்று கமிட்டி பரிந்துரைத்தது. குடிமக்கள் உரிமைகளை அனுபவிப்பதோடு, அவர்களுக்கு சில கடமைகளையும் செய்ய வேண்டும் என்பதை வலியுறுத்தி, அரசியலமைப்பில் எட்டு அடிப்படைக் கடமைகளை இணைக்க பரிந்துரைத்தது. மத்திய அரசு இந்தப் பரிந்துரைகளை ஏற்று 1976-ல் 42-வது அரசியலமைப்புத் திருத்தச் சட்டத்தை இயற்றியது, இது அரசியலமைப்பில் பகுதி IVA என்ற புதிய பகுதியைச் சேர்த்தது.

புதிய பகுதி ஒரே ஒரு வரைவை மட்டுமே கொண்டுள்ளது, அதாவது பிரிவு 51A முதல் முறையாக குடிமக்களின் பத்து அடிப்படைக் கடமைகளின் குறியீட்டைக் குறிப்பிடுகிறது. எந்தவொரு கடமைகளையும் கடைப்பிடிக்காத அல்லது கடைப்பிடிக்க மறுத்தால் பொருத்தமானதாகக் கருதப்படும் அபராதம் அல்லது தண்டனையை பாராளுமன்றம் வழங்கலாம். அத்தகைய அபராதம் அல்லது தண்டனையை விதிக்கும் எந்த சட்டமும் எந்தவொரு நீதிமன்றத்திலும் எந்தவொரு அடிப்படை உரிமைகளையும் மீறுதல் அல்லது அரசியலமைப்பின் வேறு எந்த விதிகளையும் மீறும் காரணத்திற்காக கேள்விக்குள்ளாக்கப்படாது.

86வது திருத்தம் 2002

86வது அரசியலமைப்புத் திருத்தம் 2002 இந்திய அரசியலமைப்பில் 21A பிரிவைச் சேர்த்தது, அதில் அரசுச் சட்டத்தால் தீர்மானிக்கும் விதத்தில் ஆறு முதல் பதினான்கு வயதுடைய அனைத்து குழந்தைகளுக்கும் இலவச மற்றும் கட்டாயக் கல்வியை அரசு வழங்க வேண்டும் என்று கூறுகிறது.

பிரிவு 51A மேலும் திருத்தப்பட்டு, பிரிவு (j) க்குப் பிறகு பின்வரும் பிரிவு (k) சேர்க்கப்பட்டு குழந்தைகளுக்கான கல்வி வாய்ப்புகளை வழங்குவது பெற்றோரின் அடிப்படைக் கடமை என்று கூறுகிறது. பின்வரும் சில அடிப்படைக் கடமைகளை பார்ப்போம்.

51 A (a) - அரசியலமைப்பிற்கு கட்டுப்பட்டு அடிப்படைக் கடமையின் இலட்சியங்கள் மற்றும் சின்னங்களான தேசியக் கொடி மற்றும் தேசிய கீதத்தை மதிக்க வேண்டும் என விவரிக்கிறது.

பிரிவு 51 A (b) - சுதந்திரத்திற்கான நமது தேசியப் போராட்டத்திற்கு உத்வேகம் அளித்த உன்னத இலட்சியங்களைப் போற்றவும் பின்பற்ற வேண்டும்.

51 A (c) - இந்தியாவின் இறையாண்மை, ஒற்றுமை மற்றும் ஒருமைப்பாடு ஆகியவற்றை நிலைநிறுத்தவும் பாதுகாக்கவும் வேண்டும் என்ற கடமையை விவரிக்கிறது.

பிரிவு 51A(d) - நாட்டைப் பாதுகாத்தல் மற்றும் அவ்வாறு செய்ய அழைக்கப்படும் போது தேசியச் சேவைகளை வழங்குதல்.

51 A (e) - மத, மொழி மற்றும் பிராந்திய அல்லது பிரிவு வேறுபாடுகளுக்கு அப்பாற்பட்ட இந்திய மக்கள் மத்தியில் நல்லிணக்கம், பொதுவானசகோதரத்துவ உணர்வை மேம்படுத்துதல், பெண்களின் கண்ணியத்தை இழிவுபடுத்தும் செயல்களை கைவிட வேண்டும் என்பதைப் பற்றி விளக்குகிறது.

51 A (f) - நமது கலப்பு கலாச்சாரத்தின் வளமான பாரம்பரியத்தை மதிப்பிட்டு பாதுகாத்தல்.

51 A (g) - காடுகள், ஏரிகள், ஆறுகள் மற்றும் வனவிலங்குகள் உள்ளிட்ட இயற்கை சூழலை மதிப்பது. பாதுகாத்தல்,

மேம்படுத்துதல், உயிரினங்கள் மீது கருணை காட்டுதல் ஆகியவை பற்றி விளக்குகிறது.

51 A (h) - விஞ்ஞான மனப்பான்மை, மனிதநேயம், விசாரணை மற்றும் சீர்திருத்த உணர்வை வளர்ப்பது.

51 A (i) - பொதுச் சொத்துக்களைப் பாதுகாப்பதற்கும் வன்முறையைக் கைவிடுவதற்கும்.

51 A (j) - தனிநபர் மற்றும் கூட்டுச் செயல்பாட்டின் அனைத்துத் துறைகளிலும் சிறந்து விளங்க பாடுபடுதல். இதன் மூலம் நாடு தொடர்ந்து முயற்சி மற்றும் சாதனைகளின் உயர் மட்டங்களுக்கு உயரும்.

51 A (k) - ஆறு முதல் பதினான்கு வயது வரை (86வது திருத்தச் சட்டம், 2002 மூலம் சேர்க்கப்பட்டது) தனது குழந்தைக்கு கல்விக்கான வாய்ப்புகளை வழங்குவது பெற்றோர் அல்லது பாதுகாவலரின் கடமை என கூறுகிறது.

அடிப்படைக் கடமைகளின் நோக்கம்

அடிப்படைக் கடமைகள் இயற்கையில் கட்டாயமானவைஇருப்பினும், இந்தப் பொறுப்புகளை நேரடியாகச் செயல்படுத்துவதற்கென அரசியலமைப்பில் எந்தச் சட்டமும் இல்லை. இருப்பினும், பின்வரும் உண்மைகள் அடிப்படைக் கடமைகளின் முக்கியத்துவத்தை நிரூபிக்கின்றன:

ஒரு நபர் தனது அடிப்படை உரிமைகள் மற்றும் கடமைகளை சமமாக மதிக்க வேண்டும், ஏனெனில், எந்தவொரு சூழ்நிலையிலும், தனது உரிமைகளை நடைமுறைப்படுத்த விரும்பும் நபர் தனது கடமைகளில் அக்கறையற்றவராக இருப்பதை நீதிமன்றம் அறிந்தால், நீதிமன்றம் அவரது கடமைகளை மென்மையாக்காது.

எந்த குழப்பமான சட்டத்தையும் அடிப்படைக் கடமைகளைப் பயன்படுத்திப் படிக்கலாம். எந்தவொரு அடிப்படைக் கடமைகளையும் சட்டம் நடைமுறைப்படுத்தினால், நீதிமன்றம் அதை நியாயமானதாகக் காணலாம். இந்த வழியில், அத்தகைய சட்டம் அரசியலமைப்பிற்கு முரணானதாக கருதப்படுவதை நீதிமன்றம் தடுக்க முடியும்

அடிப்படைக் கடமைகளின் தேவை

உரிமைகள் மற்றும் கடமைகள் பரஸ்பர பிரத்தியேகமானவை. அத்தியாவசிய கடமைகள் அனைத்து குடிமக்களுக்கும் ஒரு தொடர்ச்சியான நினைவூட்டலாகச் செயல்படுகின்றன. மேலும் அரசியலமைப்பு அவர்களுக்கு சில அடிப்படை உரிமைகளை வெளிப்படையாக வழங்குகிறது.

குடிமக்கள் ஜனநாயக நடத்தை மற்றும் நடத்தையின் சில அடிப்படைக் கொள்கைகளைக் கடைப்பிடிக்க வேண்டும் என வலியுறுத்தியது. அரசியலமைப்பை ஒருவர் கவனமாக ஆராய்ந்தால், அவர் தனது உரிமைகளை மட்டுமல்ல, அவரது கடமைகளையும் வெளிப்படுத்துவார்.

இந்திய அரசியலமைப்புச் சட்டத்தின் முகவுரையில் கருத்து சுதந்திரம், பேச்சு, நம்பிக்கை, மற்றும் வழிபாடு போன்ற அனைத்து மக்களுக்கும் உத்தரவாதம் அளிக்கப்பட்ட அடிப்படை உரிமைகள் உள்ளன.

இவை முழுமையான உரிமைகள் அல்ல, ஏனெனில் சமூகத்தின் நலன்களுக்காக அரசு அவற்றைக் கட்டுப்படுத்தலாம். முகவுரையில் நீதி, சமூகம், பொருளாதாரம் மற்றும் அரசியல் போன்ற கடமைகள் வலியுறுத்தப்பட்டுள்ளன.

அடிப்படைக் கடமைகளின் முக்கியத்துவம்

அடிப்படைக் கடமைகளின் முக்கியத்துவம் என்னவென்றால், தேசபக்தியை மேம்படுத்துவதற்கும் இந்தியாவின் ஒற்றுமையைப் பாதுகாப்பதற்கும் பங்களிக்க அனைத்து குடிமக்களின் தார்மீகக் கடமைகளை அவை வரையறுக்கின்றன.

குடிமக்கள் தங்கள் உரிமைகளை அனுபவிக்கும் அதே வேளையில், அவர்கள் தங்கள் நாட்டிற்கும், தங்கள் சமூகத்திற்கும் மற்றும் சக குடிமக்களுக்கும் செய்ய வேண்டிய கடமைகளை உணர்ந்தவர்களாக இருக்க வேண்டும் என்பதை நினைவூட்டுகின்றன.

இது தேச விரோத மற்றும் சமூக விரோத செயல்களுக்கு எதிரான எச்சரிக்கையாக இருக்கும்.

குடிமக்களுக்கு உத்வேகத்தின் ஆதாரமாக சேவை செய்து, அவர்களிடையே ஒழுக்கம் மற்றும் அர்ப்பணிப்பு உணர்வை ஊக்குவிக்கும்.

ஒரு சட்டத்தின் அரசியலமைப்பு செல்லுபடியை ஆராய்ந்து தீர்மானிப்பதில் நீதிமன்றங்களுக்கு உதவும்.

அடிப்படைக் கடமைகள் சட்டத்தால் செயல்படுத்தப்படக்கூடியவை. எனவே, அவற்றில் ஏதேனும் ஒன்றை நிறைவேற்றத் தவறினால் தகுந்த தண்டனைகள் அல்லது தண்டனைகளை விதிக்க நாடாளுமன்றம் வழிவகை செய்ய முடியும்.

அடிப்படைக் கடமைகள் **எதிர்மறையானவைவை** மற்றும் நீதிமன்றங்களால் நேரடியாக அமலாக்க அரசியலமைப்பு வழங்கவில்லை.

அடிப்படைக் கடமைகளின் விமர்சனம்

I. வாக்களிப்பது, வரி செலுத்துதல், குடும்பக் கட்டுப்பாடு போன்ற பிற முக்கியக் கடமைகளை உள்ளடக்காததால், கடமைகளின் பட்டியல் முழுமையானதாக இல்லை.

II. சில கடமைகள் தெளிவற்றதாகவும், சாதாரண மனிதனால் புரிந்து கொள்ள கடினமாகவும் இருக்கின்றன.

III. உதாரணமாக, 'உன்னத இலட்சியங்கள்', 'கலவை கலாச்சாரம்', 'விஞ்ஞான உணர்வு' போன்ற சொற்றொடர்களுக்கு வெவ்வேறு விளக்கங்கள் கொடுக்கப்படலாம்.

IV. அடிப்படைக் கடமைகள் நியாயமற்ற தன்மை காரணமாக விமர்சகர்களால் ஒழுக்க விதிகளின் நெறிமுறையாக விவரிக்கப்பட்டுள்ளன.

V. அரசியலமைப்பில் அடிப்படையாக உள்ளடக்கப்பட்டுள்ள கடமைகள் அரசியலமைப்பில் இணைக்கப்படாவிட்டாலும் மக்களால் நிறைவேற்றப்படும்.

வர்மா குழு

அடிப்படைக் கடமைகளை மதிப்பாய்வு செய்த வர்மா குழு சில பரிந்துரைகளை வழங்கியது. அவையே,

I. நீதி வர்மா கமிட்டி 1998ல் ஒரு மூலோபாயத்தைத் திட்டமிடுவதற்கும், அடிப்படைக் கடமைகளைக் கற்பிப்பதற்கும், ஒவ்வொரு கல்வி நிறுவனத்திலும் அதைச் செயல்படுத்துவதற்கும், சேவையில் பயிற்சியைத் தொடங்குவதற்கும் நாடு முழுவதும் தொடங்கப்பட்ட திட்டத்தைச் செயல்படுத்துவதற்கான வழிமுறையை உருவாக்குவதற்கும் அமைக்கப்பட்டது.

II. தேர்தல்களில் வாக்களிப்பது, ஜனநாயக ஆட்சியில் தீவிரமாகப் பங்கேற்பது மற்றும் வரி செலுத்துவது ஆகியவை அரசியலமைப்பின் 51 ஏ பிரிவில் சேர்க்கப்பட வேண்டும் என்று பரிந்துரைத்தது.

III. சில அடிப்படைக் கடமைகளைச் செயல்படுத்துவதற்கான சட்ட விதிகளையும் இது அடையாளம் கண்டுள்ளது.

IV. தேசிய மரியாதையை அவமதிப்பதைத் தடுக்கும் சட்டம் (1971) இந்திய அரசியலமைப்பு, தேசியக் கொடி மற்றும் தேசிய கீதத்தை அவமதிப்பதைத் தடுக்கிறது.

V. சிவில் உரிமைகள் பாதுகாப்புச் சட்டம் (1955) சாதி மற்றும் மதம் தொடர்பான குற்றங்களுக்கான தண்டனைகளை வழங்குகிறது.

VI. 1967 – ன் சட்டவிரோத நடவடிக்கைகள் சட்டம் ஒரு வகுப்புவாத அமைப்பை சட்டவிரோத சங்கமாக அறிவிக்க வழங்குகிறது.

VII. வர்மா குழு 1999 ல் நிறுவப்பட்டு சில சட்டங்களை அங்கீகரித்தது. வர்மா கமிட்டி பின்வரும் சட்ட விதிகள் இருப்பதை அடையாளம் கண்டுள்ளது:

+ மக்கள் பிரதிநிதித்துவச் சட்டம் (1951)

+ சிவில் உரிமைச் சட்டம் (1955)

+ தேசிய மரியாதைச் சட்டம் (1971) அவமதிப்புகளைத் தடுக்கும்

+ வனவிலங்கு பாதுகாப்பு சட்டம் (1972) மற்றும் வன பாதுகாப்பு சட்டம் (1980)

இயல்: மூன்று
மத்திய அரசாங்கம்

இந்திய அரசியலமைப்பின் பகுதி V-ல் மத்திய நிர்வாகத்தைப் பற்றி 52 முதல் 78 வரையிலான விதிகளில் குறிப்பிடப்பட்டுள்ளது. மத்திய நிர்வாகத்தில் குடியரசுத் தலைவர், துணை குடியரசுத் தலைவர், பிரதமர், அமைச்சர்கள் குழு மற்றும் இந்திய அட்டர்னி ஜெனரல் ஆகியோர் உள்ளனர்.

குடியரசுத் தலைவர்

குடியரசுத் தலைவர் இந்திய அரசின் தலைவர் ஆவார். இவர் இந்தியாவின் முதல் குடிமகன் மற்றும் தேசத்தின் ஒற்றுமை, ஒருமைப்பாடு மற்றும் ஒற்றுமையின் அடையாளமாகச் செயல்படுகிறார். நடைமுறையில் பெயரளவிற்கான அதிகாரங்களைக் கொண்டுள்ளார். இந்திய குடியரசு தலைவர் இங்கிலாந்து அரசியை போன்று அதிகாரங்களைப் பெற்று அரசியலமைப்பில் இடம் பெற்றுள்ளார். இந்தியாவின் சட்டபூர்வமான அரசுத் தலைவரும், தலைமை நிர்வாகியும் ஆவார். அரசியலமைப்பின் 99-வது விதி நாட்டின் நிர்வாகப் பொறுப்பைக் குடியரசு தலைவரிடம் ஒப்படைத்துள்ளது. 15-வது இந்திய குடியரசு தலைவராக திரௌபதி முர்மு 25 ஜூலை 2022 முதல் பதவி வகிக்கிறார்.

தேர்தல்

இந்தியக் குடியரசுத் தலைவருக்கான தேர்தல் பற்றி விதி 54 குறிப்பிடுகிறது. குடியரசுத் தலைவர் மக்களால் நேரடியாகத் தேர்ந்தெடுக்கப்படாமல் மறைமுகமாக ஒற்றை மாற்றத்தக்க வாக்குப்பதிவு முறையில் விகிதாசார பிரதிநிதித்துவ முறையின்படி

தேர்தல் கல்லூரி வாக்காளர் குழாத்தின் உறுப்பினர்களால் தேர்ந்தெடுக்கப்படுகிறார்.

தேர்தல் கல்லூரி வாக்காளர் குழாத்தின் உறுப்பினர்கள்

- ✦ லோக்சபா மற்றும் ராஜ்யசபா உறுப்பினர்கள்

- ✦ மாநிலங்களின் சட்டமன்ற உறுப்பினர்கள்

- ✦ டில்லி, ஜம்மு & காஷ்மீர் மற்றும் புதுச்சேரி யூனியன் பிரதேசங்களின் சட்டப் பேரவைகள் (1992 முதல் 70வது அரசியலமைப்புத் திருத்தச் சட்டம் மூலம்) விதி 55 குடியரசுத் தலைவரைத் தேர்ந்தெடுக்கும் முறையைக் கூறுகிறது. ஜனாதிபதி தேர்தல் கல்லூரி வாக்காளர் குழாத்தின் மூலம் மறைமுகமாகத் தேர்ந்தெடுக்கப்படுகிறார்.

குடியரசுத் தலைவர் தேர்தலில் பங்கு பெறாதவர்கள்

1. ராஜ்யசபாவின் நியமன உறுப்பினர்கள் (12)

2. மாநில சட்டப் பேரவைகளின் நியமன உறுப்பினர்கள்

3. இருசபைசட்டமன்றங்களில்சட்டமன்றகவுன்சில்உறுப்பினர்கள் (தேர்ந்தெடுக்கப்பட்ட மற்றும் பரிந்துரைக்கப்பட்ட இருவரும்)

4. டெல்லி மற்றும் புதுச்சேரி யூனியன் பிரதேசங்களின் நியமன உறுப்பினர்கள் பங்கேற்பதில்லை.

5. ஒரு சட்டமன்றம் கலைக்கப்பட்டால் கலைக்கப்பட்ட சட்டமன்றங்களுக்கு புதிய தேர்தல்கள் நடந்தாலும், உறுப்பினர்கள் குடியரசுத் தலைவர் தேர்தலில் வாக்களிக்கத் தகுதி பெற மாட்டார்கள். ஜனாதிபதித் தேர்தலுக்கு முன்னர் அவை நடத்தப்படுவதில்லை.

ஒரு மாநிலத்தின் சட்டமன்றத்தில் தேர்ந்தெடுக்கப்பட்ட ஒவ்வொரு உறுப்பினரும், அந்த மாநிலத்தின் மக்கள்தொகையைச் சட்டமன்றத்தின் தேர்ந்தெடுக்கப்பட்ட உறுப்பினர்களின் மொத்த எண்ணிக்கையால் வகுத்திட வரும் ஈவு எண்ணில் எத்தனை ஆயிரங்கள் உள்ளனவோ அவ்வளவு வாக்குகளைப் பெற்றிருக்க வேண்டும்.

நாடாளுமன்ற உறுப்பினரின் வாக்கு மதிப்பு

ஒரு நாடாளுமன்றத்தின் இரு அவைகளிலும் தேர்ந்தெடுக்கப்பட்ட ஒவ்வொரு உறுப்பினரும், மாநிலங்களின் சட்டமன்ற உறுப்பினர்களுக்கு ஒதுக்கப்பட்ட மொத்த வாக்குகளின் எண்ணிக்கையை இரு அவைகளின் தேர்ந்தெடுக்கப்பட்ட உறுப்பினர்களின் மொத்த எண்ணிக்கையால் வகுப்பதன் மூலம் பெறக்கூடிய வாக்குகளின் எண்ணிக்கையைப் பெற்றிருக்க வேண்டும்.

எம்பியின் வாக்கு மதிப்பு=

அனைத்து மாநிலங்களின் அனைத்து எம்எல்ஏ-களின் வாக்குகளின் மொத்த மதிப்பு

தேர்ந்தெடுக்கப்பட்ட நாடாளுமன்ற உறுப்பினர்களின் மொத்த எண்ணிக்கை

ஜனாதிபதித் தேர்தல் விகிதாசாரப் பிரதிநிதித்துவ முறையின்படி ஒற்றை மாற்றத்தக்க வாக்கு மூலம் நடத்தப்படுகிறது மற்றும் வாக்குப்பதிவு இரகசிய வாக்கெடுப்பு மூலம் நடத்தப்படுகிறது. இந்த முறை வெற்றிகரமான வேட்பாளர் முழுமையான பெரும்பான்மை வாக்குகளால் திரும்பப் பெறப்படுவதை உறுதி செய்கிறது. ஒரு வேட்பாளர், ஜனாதிபதி பதவிக்குத் தேர்ந்தெடுக்கப்பட்டதாக அறிவிக்கப்படுவதற்கு, நிலையான வாக்குகளை பெற வேண்டும். தேர்ந்தெடுக்கப்படும் வேட்பாளர்களின் எண்ணிக்கையால் (இங்கு ஒரு வேட்பாளர் மட்டுமே ஜனாதிபதியாகத் தேர்ந்தெடுக்கப்படுவார்) மேலும் ஒருவரைப் பிரித்து, ஒரு அளவுகோளுடன் சேர்ப்பதன் மூலம் வாக்குகளின் ஒதுக்கீடு தீர்மானிக்கப்படுகிறது.

தேர்தல் வாக்காளர் குழாத்தின் ஒவ்வொரு உறுப்பினருக்கும் ஒரு வாக்குச் சீட்டு மட்டுமே வழங்கப்படுகிறது. வாக்காளர், வாக்களிக்கும்போது, வேட்பாளர்களின் பெயர்களுக்கு எதிராக 1, 2, 3, 4 போன்றவற்றைக் குறிப்பதன் மூலம் தனது விருப்பங்களைக் குறிப்பிட வேண்டும். அதாவது, தேர்தலில் எத்தனை வேட்பாளர்கள்

இருக்கிறார்களோ அத்தனை விருப்பங்களையும் வாக்காளர் குறிப்பிடலாம்.

முதற்கட்டமாக முதல் விருப்பு வாக்குகள் எண்ணப்படுகின்றன. இந்த கட்டத்தில் ஒரு வேட்பாளர் தேவையான ஒதுக்கீட்டைப் பெற்றால், அவர் தேர்ந்தெடுக்கப்பட்டதாக அறிவிக்கப்படுவார். இல்லையெனில், வாக்குகளை மாற்றுவதற்கான நடைமுறைகள் அமைக்கப்பட்டுள்ளன. குறைந்த எண்ணிக்கையிலான முதல் விருப்பு வாக்குகளைப் பெறும் வேட்பாளரின் வாக்குகள் இரத்து செய்யப்பட்டு அவரது இரண்டாவது விருப்பு வாக்குகள் மற்ற வேட்பாளர்களின் முதல் விருப்பு வாக்குகளுக்கு மாற்றப்படும். ஒரு வேட்பாளர் தேவையான ஒதுக்கீட்டைப் பெறும் வரை இந்த செயல்முறை தொடரும்.

குடியரசுத் தலைவர் தேர்தல் தொடர்பான அனைத்து சந்தேகங்களும் சர்ச்சைகளும் உச்ச நீதிமன்றத்தால் விசாரிக்கப்பட்டு முடிவெடுக்கப்படும். தேர்தல் வாக்காளர் குழாம் முழுமையடையயவில்லை (அதாவது, தேர்தல் வாக்காளர் குழாத்தின் உறுப்பினர்களிடையே ஏதேனும் காலியிடம் உள்ளது) என்ற அடிப்படையில் ஒருவரை ஜனாதிபதியாகத் தேர்ந்தெடுப்பதை மறுத்துரைக்க முடியாது. ஒருவர் குடியரசுத் தலைவராகத் தேர்ந்தெடுக்கப்படுவது உச்ச நீதிமன்றத்தால் செல்லாது என்று அறிவிக்கப்பட்டால், உச்ச நீதிமன்றத்தின் அத்தகைய அறிவிப்பின் தேதிக்கு முன் அவர் செய்த செயல்கள் செல்லுபடியாகாது.

அரசியல் நிர்ணய சபையின் சில உறுப்பினர்கள், ஜனாதிபதிக்கான மறைமுகத் தேர்தல் முறையை ஜனநாயக விரோதம் என்று விமர்சித்து, நேரடித் தேர்தல் யோசனையை முன்வைத்தனர். இருப்பினும், அரசியலமைப்பை உருவாக்கியவர்கள் பின்வரும் காரணங்களுக்காக மறைமுகத் தேர்தலைத் தேர்ந்தெடுத்தனர்:

1. ஜனாதிபதியின் மறைமுகத் தேர்தல் அரசியலமைப்புச் சட்டத்தில் குறிப்பிடப்பட்டுள்ள பாராளுமன்ற அரசாங்க முறைக்கு இணக்கமானது. இந்த அமைப்பின் கீழ், ஜனாதிபதி ஒரு பெயரளவிலான நிறைவேற்று அதிகாரி மட்டுமே மற்றும் உண்மையான அதிகாரங்கள் பிரதம

மந்திரி தலைமையிலான அமைச்சர்கள் குழுவிற்கு வழங்கப்படுகின்றன. ஜனாதிபதியை மக்களால் நேரடியாகத் தெரிவு செய்து அவருக்கு உண்மையான அதிகாரம் வழங்காமல் இருப்பது முரண்பாடாக இருந்திருக்கும்.

2. குடியரசுத் தலைவரின் நேரடித் தேர்தல், அதிக அளவு வாக்காளர்கள் இருப்பதால், அதிக செலவு மற்றும் நேரத்தையும் சக்தியையும் விரயமாக்கும்.

3. நாடாளுமன்றத்தின் இரு அவைகளின் உறுப்பினர்களால் மட்டுமே குடியரசுத் தலைவர் தேர்ந்தெடுக்கப்பட வேண்டும் என்று அரசியல் நிர்ணய சபையின் சில உறுப்பினர்கள் பரிந்துரைத்தனர். ஒரு அரசியல் கட்சி ஆதிக்கம் செலுத்தும் நாடாளுமன்றம், அந்தக் கட்சியில் இருந்து ஒரு வேட்பாளரை எப்போதும் தேர்ந்தெடுக்கும் என்பதால், அத்தகைய குடியரசுத் தலைவர் இந்திய ஒன்றியத்தின் மாநிலங்களைப் பிரதிநிதித்துவப்படுத்த முடியாது என்பதால், அரசியலமைப்பை உருவாக்கியவர்கள் இதை விரும்பவில்லை. தற்போதைய அமைப்பு குடியரசுத் தலைவரை யூனியன் மற்றும் மாநிலங்களின் பிரதிநிதியாக மாற்றுகிறது.

4. மேலும், ஜனாதிபதித் தேர்தல் விசயத்தில் 'விகிதாசார பிரதிநிதித்துவம்' என்ற வெளிப்பாடு தவறான பெயர் என அரசியலமைப்பு பேரவையில் சுட்டிக்காட்டப்பட்டது. இரண்டு அல்லது அதற்கு மேற்பட்ட இடங்கள் நிரப்பப்பட வேண்டிய இடத்தில் விகிதாசாரப் பிரதிநிதித்துவம் நடைபெறுகிறது. குடியரசுத் தலைவர் பதவியில் ஒரே ஒரு பதவி மட்டுமே காலியாக இருக்கும். இதை முன்னுரிமை அல்லது மாற்று வாக்கு முறை என்று கூறலாம். இதேபோல், எந்த வாக்காளரும் ஒரு வாக்கு இல்லை என்ற காரணத்திற்காக 'ஒற்றை மாற்றக்கூடிய வாக்கும் ஆட்சேபிக்கப்பட்டது; ஒவ்வொரு வாக்காளருக்கும் பன்மை வாக்குகள் உள்ளன.

குடியரசுத் தலைவரை தேர்ந்தெடுக்கப்படுவதற்கான தகுதிகள்

1. அவர் இந்திய குடிமகனாக இருக்க வேண்டும்.

2. அவர் 35 வயது பூர்த்தியடைந்திருக்க வேண்டும்

3. மக்களவை உறுப்பினராகத் தேர்ந்தெடுக்கப்படுவதற்கான தகுதி பெற்றிருக்க வேண்டும்.

4. அவர் மத்திய அரசு அல்லது எந்த மாநில அரசு அல்லது எந்த உள்ளாட்சி அதிகாரம் அல்லது வேறு எந்த பொது மக்களுக்கும் கீழ் லாபம் தரும் எந்த பதவியையும் வகிக்கக் கூடாது.

5. மத்திய அரசின் தற்போதைய தலைவர் அல்லது துணைத் தலைவர், எந்த மாநிலத்தின் ஆளுநர் மற்றும் மத்திய அல்லது எந்த மாநிலத்தின் அமைச்சரும் எந்த லாபகரமான பதவியையும் வகிப்பதாகக் கருதப்படுவதில்லை, எனவே அவர் குடியரசுத் தலைவர் வேட்பாளராக தகுதி பெறுகிறார்.

6. மேலும், குடியரசுத் தலைவர் பதவிக்கான தேர்தலுக்கான வேட்பாளரின் நியமனம் குறைந்தபட்சம் 50 வாக்காளர்கள் முன்மொழிபவர்களாகவும்,50 வாக்காளர்கள் இரண்டாம் நிலையாளர்களாகவும் சந்தாதாரராகவும் இருக்க வேண்டும். ஒவ்வொரு வேட்பாளரும் இந்திய ரிசர்வ் வங்கியில் ரூ. 15,000 பாதுகாப்பு வைப்புத் தொகையாகச் செலுத்த வேண்டும். பதிவானவாக்குகளில் ஆறில் ஒரு பங்கு வாக்குகளை வேட்பாளர் பெறத் தவறினால் பாதுகாப்பு வைப்புத் தொகை இழக்கப்படும்.

ஜனாதிபதியின் உறுதிமொழி

ஜனாதிபதி தனது அலுவலகத்திற்குள் நுழைவதற்கு முன், ஒரு உறுதிமொழியைப் பதிவு செய்து கொள்ள வேண்டும். அவரது பதவிப்பிரமாணத்தின் போது அவர் இவ்வாறு சத்தியம் செய்கிறார்:

1. பதவியை உண்மையாக நிறைவேற்றுவது;

2. அரசியலமைப்பை மற்றும் சட்டத்தை பாதுகாக்க

3. இந்திய மக்களின் சேவை மற்றும் நல்வாழ்வுக்காக தன்னை அர்ப்பணிக்க வேண்டும்.

4. குடியரசுத் தலைவரின் பதவிப் பிரமாணம், இந்தியத் தலைமை நீதிபதி மற்றும் அவர் இல்லாத நிலையில், உச்ச நீதிமன்றத்தின் மூத்த நீதிபதியால் நிர்வகிக்கப்படுகிறது.

ஜனாதிபதியாக செயல்படும் அல்லது ஜனாதிபதியின் பணிகளை நிறைவேற்றும் வேறு எந்த நபரும் இதேபோன்ற உறுதிமொழியை மேற்கொள்கிறார்.

ஜனாதிபதி அலுவலகத்தின் நிபந்தனைகள்

அரசியலமைப்பு ஜனாதிபதி அலுவலகத்தின் பின்வரும் நிபந்தனைகளை வகுத்துள்ளது:

1. அவர் பாராளுமன்றம் அல்லது மாநில சட்டமன்றத்தின் ஒரு அவையில் உறுப்பினராக இருக்கக்கூடாது. அத்தகைய நபர் யாரேனும் ஜனாதிபதியாக தேர்ந்தெடுக்கப்பட்டால், அவர் ஜனாதிபதியாக தனது பதவிக்கு வரும் தேதியில் அந்த சபையில் தனது இருக்கையை காலி செய்ததாகக் கருதப்படுகிறது.

2. அவர் வேறு எந்த லாபகரமான பதவியையும் வகிக்கக் கூடாது.

3. வாடகை செலுத்தாமல், தனது அதிகாரப்பூர்வ இல்லத்தை (ராஷ்டிரபதி பவன்) பயன்படுத்த அவருக்கு உரிமை உண்டு.

4. பாராளுமன்றத்தால் தீர்மானிக்கப்படும் ஊதியங்கள், கொடுப்பனவுகள் மற்றும் சிறப்புரிமைகளுக்கு அவர் தகுதியானவர்.

5. அவரது பதவிக் காலத்தில் அவரது ஊதியங்கள் மற்றும் கொடுப்பனவுகள் குறைக்கப்பட முடியாது.

இந்திய ஜனாதிபதியின் சம்பளம் - அரசியலமைப்பின் இரண்டாவது அட்டவணையின்படி, 2008 ம் ஆண்டு பாராளுமன்றம் ஜனாதிபதியின் சம்பளத்தை ரூ. 50,000 லிருந்து ரூ. மாதம் 1.50 லட்சம் ஏற்றியது. மற்றும் அவரது சம்பளத்தில் 50% ஓய்வூதியம்

அளிக்கப்படுகிறது. மேலும், முன்னாள் ஜனாதிபதிகளுக்கு வீடு, தொலைபேசி வசதிகள், கார், மருத்துவ சிகிச்சை, பயண வசதி, செயலக ஊழியர்கள் மற்றும் அலுவலக செலவுகள் ஆண்டுக்கு ரூ. 60,000. ஓய்வுபெற்ற ஜனாதிபதியின் ஓய்வூதியத்தில் 50% வீதத்தில், இறந்த ஜனாதிபதியின் மனைவிக்கு குடும்ப ஓய்வூதியம், வசதிகள் செய்யப்பட்ட குடியிருப்பு, தொலைபேசி வசதி, கார், மருத்துவ சிகிச்சை, பயண வசதி, செயலகப் பணியாளர்கள் மற்றும் அலுவலகச் செலவுகள் ரூ. ஆண்டுக்கு 12,000 இவை யாவும் உண்டு.

ஜனாதிபதி பல சலுகைகள் மற்றும் விலக்குகளுக்கு தகுதியானவர். அவர் தனது உத்தியோகபூர்வ செயல்களுக்கான சட்டப் பொறுப்பிலிருந்து தனிப்பட்ட விலக்கு பெறுகிறார். அவரது பதவிக் காலத்தில், அவர் தனது தனிப்பட்ட செயல்கள் சம்பந்தமாக, எந்தவொரு குற்றவியல் நடவடிக்கைகளிலிருந்தும் விடுபடுகிறார். அவரை கைது செய்யவோ, சிறையில் அடைக்கவோ முடியாது. இருப்பினும், இரண்டு மாதங்களுக்கு முன்னறிவிப்பு அளித்த பிறகு, அவரது தனிப்பட்ட செயல்கள் தொடர்பாக அவரது பதவிக்காலத்தில் அவருக்கு எதிராக சிவில் நடவடிக்கைகள் மேற்கொள்ளப்படலாம்.

ஜனாதிபதி அலுவலகத்தின் காலம்

ஜனாதிபதி தனது பதவிக்கு வந்த நாளிலிருந்து ஐந்து வருட காலத்திற்கு பதவியில் இருப்பார். இருப்பினும், துணை ஜனாதிபதியிடம் ராஜினாமா கடிதத்தை அனுப்புவதன் மூலம் அவர் எந்த நேரத்திலும் தனது பதவியை ராஜினாமா செய்யலாம். மேலும், பதவி நீக்க நடவடிக்கையின் மூலம் அவரது பதவிக்காலம் முடிவதற்குள் அவர் பதவியில் இருந்து நீக்கப்படலாம்.

குடியரசுத் தலைவர் தனது பதவிக் காலமான ஐந்து ஆண்டுகளுக்குப் பிறகு அவருக்குப் பின் பதவியேற்கும் வரை பதவியில் இருக்க முடியும். அந்த அலுவலகத்திற்கு மீண்டும் தேர்ந்தெடுக்கப்படுவதற்கும் அவர் தகுதியானவர். அவர் எத்தனை முறை வேண்டுமானாலும் தேர்ந்தெடுக்கப்படலாம். ஆனால் அமெரிக்காவில், ஒரு நபர் இரண்டு முறைக்கு மேல் ஜனாதிபதி பதவிக்கு தேர்ந்தெடுக்கப்பட முடியாது.

ஜனாதிபதி பதவி நீக்கம்

அரசியலமைப்பை மீறியதற்காக பதவி நீக்க நடவடிக்கை மூலம் ஜனாதிபதியை பதவியில் இருந்து நீக்க முடியும். எனினும், அரசியலமைப்புச் சட்டத்தை மீறுதல் என்ற சொற்றொடரின் பொருளை அரசியலமைப்பு வரையறுக்கவில்லை. இம்பீச்மென்ட் குற்றச்சாட்டுகள் மூலம் தொடங்கலாம். பாராளுமன்றத்தில் நான்கில் ஒரு பங்கிற்கு குறையாத உறுப்பினர்களால் குற்றச்சாட்டுகள் உருவாக்கப்பட்டு உறுப்பினர்கள் கையெழுத்திட்டு பதினான்கு நாட்களுக்கு முன்னதாக ஜனாதிபதிக்கு நோட்டீஸ் கொடுக்கப்படும். இரு சபைகளில் எந்தச் சபையில் வேண்டுமானாலும் குற்றச்சாட்டுகளைத் தொடங்கலாம். குற்றச் சாட்டுகளை தொடங்கும் சபையின் மொத்த உறுப்பினர்களில் மூன்றில் இருபங்கு உறுப்பினர்கள் அவற்றை ஏற்றுக் கொண்டால் மறு சபையில் அக்குற்றச்சாட்டுகள் ஆராயப்படும். அந்தத் தீர்மானம் நிறைவேற்றப்பட்ட நாளிலிருந்து ஜனாதிபதி தனது பதவியிலிருந்து நீக்கப்படுவார்.

எனவே, பதவி நீக்கம் என்பது இரண்டு விஷயங்களைக் கவனிக்க வேண்டும்: (அ) நாடாளுமன்றத்தின் இரு அவைகளிலும் நியமனம் செய்யப்பட்ட உறுப்பினர்கள், குடியரசுத் தலைவர் தேர்தலில் பங்கேற்காவிட்டாலும், அவர் மீதான குற்றச்சாட்டுகளில் பங்கேற்கலாம்; (ஆ) மாநிலங்கள் மற்றும் டெல்லி மற்றும் புதுச்சேரியின் ஒருங்கிணைந்த பிரதேசங்களின் சட்டமன்ற உறுப்பினர்களின் தேர்ந்தெடுக்கப்பட்ட உறுப்பினர் குடியரசுத் தலைவர் தேர்தலில் பங்கு பெற்றாலும் அவர் பதவி நீக்கத்தில் பங்கேற்க மாட்டார்கள். குடியரசு தலைவரின் பதவி நீக்கம் பற்றி அரசியலமைப்பின் 61- வது பிரிவில் குறிப்பிடப்பட்டுள்ளது. இதுவரை எந்த ஜனாதிபதியும் பதவி நீக்கம் செய்யப்படவில்லை.

செயல்முறை

குடியரசுத் தலைவர் பதவியில் பின்வரும் வழிகளில் வெற்றிடம் ஏற்படலாம்

1. ஐந்து ஆண்டுகள் அவரது பதவிக்காலம் முடிவடைந்தவுடன்

2. அவரது ராஜினாமா மூலம்.

3. குற்றஞ்சாட்டுபவர்களின் செயல்முறை மூலம் அவர் நீக்கப்பட்டலாம்

4. அவரது மரணத்தால்

குடியரசுத் தலைவரின் பதவி விலகல், நீக்கம், இறப்பு அல்லது வேறு காரணங்களால் அவர் பதவி காலியாகும்போது, புதிய குடியரசுத் தலைவர் தேர்ந்தெடுக்கப்படும் வரை துணைக் குடியரசுத் தலைவர் தலைவராகச் செயல்படுவார். மேலும், பதவியில் இருக்கும் குடியரசுத் தலைவர் பதவிக்கு வராத காரணத்தாலோ, நோய்வாய்ப்பட்டாலோ அல்லது வேறு காரணங்களினாலோ தனது பணிகளைச் செய்ய முடியாமல் போனால், குடியரசுத் தலைவர் தனது பதவியையைத் தொடரும் வரை துணைக் குடியரசுத் தலைவர் தனது பணிகளை ஆற்றுகிறார். ஆனால் ஆறு மாதத்திற்குள் புதிய தலைவர் தேர்ந்தெடுக்கப்பட வேண்டும். 1969- ஆம் வருட சட்டப்படி குடியரசு தலைவர் துணை குடியரசுத் தலைவர் ஆகிய இரண்டு பதவிகளும் ஒரே நேரத்தில் வெற்றிடமானால் இந்தியத் தலைமை நீதிபதி (அல்லது அவரது பதவியும் காலியாக இருந்தால், உச்ச நீதிமன்றத்தின் மூத்த நீதிபதி) குடியரசுத் தலைவராகச் செயல்படுவார் அல்லது குடியரசுத் தலைவரின் பணிகளைச் செய்வார்.

ஜனாதிபதியின் அதிகாரங்கள் மற்றும் செயல்பாடுகள்

குடியரசுத் தலைவர் அனுபவித்து வரும் அதிகாரங்கள் மற்றும் ஆற்றிய செயல்பாடுகளை பின்வரும் தலைப்புகளின் கீழ் ஆய்வு செய்யலாம்

1. நிர்வாக அதிகாரங்கள்

2. சட்டமியற்றும் அதிகாரங்கள்

3. நிதி அதிகாரங்கள்

4. நீதித்துறை அதிகாரங்கள்

5. இராஜதந்திர அதிகாரங்கள்

6. இராணுவ அதிகாரங்கள்

7. அவசரகால அதிகாரங்கள்

1. நிர்வாக அதிகாரங்கள்

இந்தியக் குடியரசுத் தலைவர் நிர்வாகத்துறை அதிகாரங்களின் பிறப்பிடமாகத் திகழ்கிறார். நிர்வாகத் துறையின் அனைத்து செயல்களும் அவரின் பெயரிலேயே நடைபெற வேண்டுமென்று அரசியலமைப்பு கூறுகிறது. இவரின் அதிகாரங்கள் இங்கிலாந்து அரசியின் அதிகாரங்களை போன்றது.

நியமனங்கள்:பிரதமரையும் மற்ற அமைச்சர்களையும் நியமிக்கிறார். அவர் இந்தியாவின் அட்டர்னி ஜெனரலை நியமித்து, அவருடைய ஊதியத்தை நிர்ணயிக்கிறார். ஜனாதிபதியின் விருப்பத்தின் **பேரில்** அட்டர்னி ஜெனரல் பதவி வகிக்கிறார். அவர் இந்தியாவின் கன்ட்ரோலர் மற்றும் ஆடிட்டர் ஜெனரல், தலைமைத் தேர்தல் ஆணையர் மற்றும் பிற தேர்தல் ஆணையர்கள், யூனியன் பப்ளிக் சர்வீஸ் கமிஷனின் தலைவர் மற்றும் உறுப்பினர்கள், மாநிலங்களின் ஆளுநர்கள், நிதி ஆணையத்தின் தலைவர் மற்றும் உறுப்பினர்களை நியமிக்கிறார். மத்திய ஆட்சித்துறை பணிக்குழு, நிதிக்குழு, மொழிகளைப் பற்றிய குழு ஆகிய குழுக்களையும் நியமிக்கிறார். தலைமை வழக்கறிஞர்களையும், மாநில ஆளுநர்களையும் நீக்கும் அதிகாரம் பெற்றுள்ளார். மத்திய அரசின் ஊழியர்கள் அனைவரும் குடியரசுத் தலைவரின் கீழ் பணியாளர்களாகவே கருதப்படுகின்றனர்.

அமைச்சரவை மீது கட்டுப்பாடு

நாட்டின் அரசியலமைப்பைப் பாதுகாக்கும் பொறுப்பு குடியரசுத் தலைவருக்கு இருக்கிறது. மத்திய அரசாங்கத்தின் அலுவல்கள் தடையின்றி நடைபெறவும் அமைச்சர்களிடம் பகிர்ந்தளிக்கப்படவும் குடியரசுதலைவர் விதிகளை பிறப்பிப்பார். யூனியன் நிர்வாகம் மற்றும் பிரதமரிடம் இருந்து சட்டத்தை இயற்றுவதற்கான முன்மொழிவுகள், அமைச்சர்கள் குழுவின் பரிசீலனைக்கு, எந்த ஒரு முடிவு எடுக்கப்பட்டாலும், பிரதமர் சமர்ப்பிக்கும்படி அவர் கோரலாம். நிர்வாகம், சட்டங்கள் ஆகியவை பற்றி எந்த செய்தியையும் அவர் பிரதம மந்திரியிடம் கேட்டு தெரிந்து கொள்ளலாம்.

நிர்வாகத்தை இயக்கும் போது குடியரசு தலைவர் அமைச்சரவையின் ஆலோசனையைக் கேட்க வேண்டுமென்று அரசியலமைப்பின் 74 (1) பிரிவு கூறுகிறது, மரபின் அடிப்படையில் அமைச்சரவையின் ஆலோசனையை அவர் புறக்கணிப்பது இல்லை.

தலைமை அமைச்சர் மற்றும் அவரது கேபினட் அமைச்சர்களின் ஆலோசனைப்படி குடியரசு தலைவர் செயல்படுவார். ஆனால் மறுபரிசீலனை செய்யும் படி கேட்டுக்கொள்ளலாம். மறுபரிசீலனை செய்யப்பட்டு கொடுக்கப்படும் ஆலோசனையின்படி குடியரசு தலைவர் கட்டாயமாக செயல்பட வேண்டும்.

2. சட்டமியற்றும் அதிகாரங்கள்

குடியரசுத் தலைவர் இந்திய நாடாளுமன்றத்தின் ஒரு அங்கமாக உள்ளார், மேலும் பின்வரும் சட்டமியற்றும் அதிகாரங்களை அவர் அனுபவிக்கிறார்

a.   பாரளுமன்றக் கூட்டத்தைக் கூட்டுதல்

குடியரசுத் தலைவர் பாராளுமன்றத்தைக் கூட்டும் அதிகாரம் பெற்றுள்ளார். குறைந்தது ஆறுமாதங்களுக்கு ஒரு முறையாவது அவர் பாராளுமன்றத்தைக் கூட்ட வேண்டும். அரசியலமைப்பின் படி ஒரு கூட்ட காலத்தின் இறுதி அமர்வுக்கும் அடுத்த கூட்ட கால முதல் அமர்வுக்கும் இடையே ஆறு மாதத்திற்கு மேல் இடைவெளி இருக்க கூடாது. பாராளுமன்றக் கூட்டங்களை தள்ளி வைக்கவும் குடியரசு தலைவருக்கு உரிமையுண்டு. குடியரசுத் தலைவர் பாராளுமன்றத்தின் தொடக்கத்தில் உரையாற்றலாம்.

பாராளுமன்றத்தில் நிலுவையில் உள்ள மசோதா தொடர்பாகவோ அல்லது வேறு விதமாகவோ அவர் நாடாளுமன்ற அவைகளுக்கு செய்திகளை அனுப்பலாம்.

b.   பாராளுமன்ற நியமன உறுப்பினர்களை நியமித்தல்

இலக்கியம், அறிவியல், கலை மற்றும் சமூக சேவையில் சிறப்பு அறிவு அல்லது நடைமுறை அனுபவம் உள்ளவர்களில் இருந்து 12 ராஜ்யசபா உறுப்பினர்களை அவர் பரிந்துரைக்கிறார்.

தேர்தல் ஆணையத்துடன் கலந்தாலோசித்து, நாடாளுமன்ற உறுப்பினர்களின் தகுதி நீக்கம் தொடர்பான கேள்விகளுக்கு அவர் முடிவு செய்கிறார்.

சபாநாயகர் மற்றும் துணை சபாநாயகர் ஆகிய இருவரின் அலுவலகங்களும் காலியாக இருக்கும்போது, மக்களவையின் எந்த உறுப்பினரையும் அதன் நடவடிக்கைகளைத் தலைமை தாங்குவதற்காக அவர் நியமிக்கலாம். அதேபோல், தலைவர் மற்றும் துணைத் தலைவர் ஆகிய இருவரின் அலுவலகங்களும் வீழ்ச்சியடையும் போது, ராஜ்யசபாவின் எந்த உறுப்பினரையும் அதன் நடவடிக்கைகளைத் தலைமை தாங்குவதற்கு அவர் நியமிக்கலாம்.

c.   மசோதாக்களுக்கு ஒப்புதல் அளித்தல்

பாராளுமன்றத்தில் சில வகையான மசோதாக்களை அறிமுகப்படுத்த அவரது முன் பரிந்துரை அல்லது அனுமதி தேவை. எடுத்துக்காட்டாக, இந்தியாவின் ஒருங்கிணைந்த நிதியத்தின் செலவினங்களை உள்ளடக்கிய மசோதா அல்லது எல்லைகளை மாற்றுவதற்கான மசோதா, மாநிலங்கள் அல்லது ஒரு புதிய மாநில உருவாக்கம் ஆகியவற்றிற்கு குடியரசு தலைவரின் அனுமதி தேவை.

ஒரு மசோதா குடியரசுத் தலைவருக்கு அனுப்பப்பட்ட பிறகு பாராளுமன்றத்தால் நிறைவேற்றப்பட்டால், அவர்: மசோதாவிற்கு தனது ஒப்புதலை வழங்கலாம், அல்லது மசோதாவுக்கு அவரது ஒப்புதலைத் தடுத்து நிறுத்தவும், அல்லது நாடாளுமன்றத்தின் மறுபரிசீலனைக்காக மசோதாவை (அது பண மசோதாவாக இல்லாவிட்டால்) திருப்பி அனுப்பலாம். எனினும், திருத்தங்களுடனேோ அல்லது இல்லாமலோ இந்த மசோதா நாடாளுமன்றத்தில் மீண்டும் நிறைவேற்றப்பட்டால், குடியரசுத் தலைவர் மசோதாவுக்கு ஒப்புதல் அளிக்க வேண்டும்.

மாநில சட்டமன்றத்தால் நிறைவேற்றப்பட்ட ஒரு மசோதா ஆளுநரால் பரிசீலனைக்காக ஒதுக்கப்படும்

போது ஜனாதிபதி, மசோதாவிற்கு அவரது ஒப்புதலை வழங்கவும், அல்லது மசோதாவிற்கு அவரது ஒப்புதலை நிறுத்தவும், அல்லது மாநில சட்ட சபையை மறுபரிசீலனை செய்வதற்காக மசோதாவை (அது பண மசோதாவாக இல்லாவிட்டால்) திருப்பி அனுப்புமாறு ஆளுநருக்கு உத்தரவிட வேண்டும். இந்த மசோதா மாநிலங்களவையில் மீண்டும் நிறைவேற்றப்பட்டு மீண்டும் அவரது பரிசீலனைக்கு அனுப்பப்பட்டாலும் குடியரசுத் தலைவர் தனது ஒப்புதலை அளிக்க வேண்டிய கட்டாயம் இல்லை.

d. **அவசரச் சட்டங்கள்**

பாராளுமன்றம் அமர்வில் இல்லாத போது அரசியலமைப்பின் *123*-ம் விதிப்படி குடியரசு தலைவர் அவசரச்சட்டங்களைப்பிரகடனப்படுத்தலாம். இந்தஅவசரச் சட்டங்கள் நாடாளுமன்றத்தின் மறுசீரமைப்பிலிருந்து ஆறு வாரங்களுக்குள் அங்கீகரிக்கப்பட வேண்டும். அவர் எந்த நேரத்திலும் ஒரு அரசாணையை திரும்பப் பெறலாம்.

அவர் கணக்கு மற்றும் தணிக்கை அதிகாரி, யூனியன் பப்ளிக் சர்வீஸ் கமிஷன், ஃபைனான்ஸ் கமிஷன் மற்றும் பல ஆணையங்களின் அறிக்கைகளை பாராளுமன்றத்தின் முன் வைக்கிறார்.

அந்தமான் மற்றும் நிக்கோபார் தீவுகள், லட்சத்தீவுகள், தாத்ரா மற்றும் நகர் ஹவேலி மற்றும் டாமன் மற்றும் டையூவின் அமைதி, முன்னேற்றம் மற்றும் நல்ல அரசாங்கத்திற்கான விதிமுறைகளை அவர் உருவாக்க முடியும். புதுச்சேரியைப் பொறுத்தமட்டில், குடியரசுத் தலைவரால் விதிமுறைகளை உருவாக்க முடியும்,

அவரது முன் பரிந்துரையுடன் மட்டுமே பண மசோதாக்கள் பாராளுமன்றத்தில் அறிமுகப்படுத்தப்படும். அவர் வருடாந்திர நிதிநிலை அறிக்கையை (அதாவது யூனியன் பட்ஜெட்) பாராளுமன்றத்தில் வைக்கிறார். தவிர மானியத்திற்கான கோரிக்கை எதுவும் செய்ய முடியாது;

3. நிதி அதிகாரங்கள்

இந்திய அரசியலமைப்பின் 60 வது பிரிவின்படி இந்திய அரசியலமைப்பைப் பாதுகாப்பதும் இந்திய குடியரசுத் தலைவரின் முதன்மையான கடமையாகும். நாட்டின் நிதி நிர்வாகத்தில் இந்திய குடியரசு தலைவர் முக்கிய பங்கு வகிக்கிறார்.

✦ பணமசோதாவை அறிமுகப்படுத்த அவரது முன் பரிந்துரை தேவை

✦ இந்தியாவில், நாட்டின் "தற்செயல் நிதி" இந்திய ஜனாதிபதியின் கட்டுப்பாட்டில் உள்ளது.

✦ இந்தியக் குடியரசுத் தலைவர் நாடாளுமன்றத்தின் முன் நிதிநிலை அறிக்கைகளை பராமரிக்கிறார், உதாரணமாக யூனியன் பட்ஜெட்.

✦ மத்திய மற்றும் மாநிலங்களுக்கு இடையே வருவாயை பகிர்ந்தளிக்கும் வகையில், "நிதி கமிஷனை" நியமிக்க இந்திய ஜனாதிபதிக்கு அதிகாரம் உள்ளது.

✦ நாட்டிற்கான பண மசோதாக்களை அறிமுகப்படுத்தும் அதிகாரம் இந்திய ஜனாதிபதிக்கு உள்ளது. பண மசோதாவின் கருத்து இந்திய அரசியலமைப்பின்110வது பிரிவில் திறம்பட வரையறுக்கப்பட்டுள்ளது.

✦ நாட்டில் உள்ள ஒரு பண மசோதா என்பது அரசாங்கத்தின் வரியின் முன்மொழிவுகள் மற்றும் புதிய வரிகள் மற்றும் தற்போதைய வரிகளின் மாறுபாடு அல்லது விகித மாற்றங்கள் பற்றிய தகவல்களை வழங்குகிறது. இது அரசாங்கத்தின் கடன்கள், வருவாய்கள் மற்றும் செலவுகள் ஆகியவற்றை உள்ளடக்கியது.

4. நீதித்துறை அதிகாரங்கள்

ஜனாதிபதியின் நீதித்துறை அதிகாரங்கள் மற்றும் செயல்பாடுகள்:

a. அவர் தலைமை நீதிபதி மற்றும் உச்ச நீதிமன்றம் மற்றும் உயர் நீதிமன்றங்களின் நீதிபதிகளை நியமிக்கிறார்.

b. அவர் சட்டம் அல்லது உண்மை தொடர்பான எந்தவொரு கேள்விக்கும் உச்ச நீதிமன்றத்திடம் ஆலோசனை பெறலாம். இருப்பினும், உச்ச நீதிமன்றம் வழங்கிய அறிவுரை குடியரசுத் தலைவரைக் கட்டுப்படுத்தாது.

c. அவர் மன்னிப்பு, விலக்கு, அவகாசம் மற்றும் தண்டனையை நீக்குதல், அல்லது எந்தவொரு குற்றத்திற்காகவும் தண்டிக்கப்படும் எந்தவொரு நபரின் தண்டனையை இடைநிறுத்தவும், குறைக்கவும் அல்லது மாற்றவும் முடியும்:

d. இராணுவ நீதிமன்றத்தால் தண்டனை அல்லது தண்டனை வழங்கப்படும் அனைத்து வழக்குகளிலும்; யூனியன் சட்டத்திற்கு எதிரான குற்றத்திற்காக தண்டனை விதிக்கப்படும் அனைத்து வழக்குகளிலும்; மற்றும் மரண தண்டனை வழக்குகளிலும் மன்னிக்கும் உரிமை குடியரசு தலைவருக்கு உண்டு, இந்த நீதி வழங்கும் அதிகாரத்தை பொறுப்புள்ள அறிவுரைப் படியே குடியரசு தலைவர் உபயோகிக்கிறார்.

5. இராஜதந்திர அதிகாரங்கள்

சர்வதேச உடன்படிக்கைகள் மற்றும் ஒப்பந்தங்கள் ஜனாதிபதியின் சார்பாக பேச்சுவார்த்தை நடத்தப்படுகின்றன. எனினும் அவை நாடாளுமன்றத்தின் ஒப்புதலுக்கு உட்பட்டது. அவர் சர்வதேச மன்றங்கள் மற்றும் விவகாரங்களில் இந்தியாவைப் பிரதிநிதித்துவப்படுத்துகிறார் மற்றும் தூதர்கள், உயர் ஆணையர்கள் போன்ற தூதர்களை அனுப்புகிறார். அயல்நாட்டுத் தூதர்கள் கொண்டுவரும் அறிமுகச் சான்றுக் கடிதங்களைப் பெற்று அவர்களை வரவேற்பதும் குடியரசு தலைவரின் பொறுப்பாகும்.

6. இராணுவ அதிகாரங்கள்

குடியரசு தலைவர் "இந்தியாவின் பாதுகாப்புப் படைகளின் உச்ச தளபதி ஆவார். அவர் முப்படைகளின் தளபதி என அழைக்கப்படுகிறார். அவர் இராணுவம், கடற்படை மற்றும் விமானப் படைகளின் தலைவர்களை நியமிக்கிறார்."

அவர் பாராளுமன்றத்தின் ஒப்புதலுக்கு உட்பட்டு போரை அறிவிக்கலாம் அல்லது சமாதானத்தை முடிக்க முடியும்.

7. அவசரகால அதிகாரங்கள்

அவசரகால விதிகள் இந்திய அரசியலமைப்புச் சட்டத்தின் XVIII-வது பிரிவில், 352-லிருந்து 360 வரை உள்ளன. இந்த விதிகள் எந்தவொரு அசாதாரண சூழ்நிலையையும் திறம்பட சந்திக்க மத்திய அரசுக்கு உதவுகிறது

குடியரசு தலைவர் மூன்று வகையான அவசரநிலைப் பிரகடன அதிகாரங்களைப் பெற்றுள்ளார்.

(அ) தேசிய அவசரநிலை (பிரிவு 352);

(ஆ) குடியரசுத் தலைவர் ஆட்சி (பிரிவு 356 & 365); மற்றும்

(இ) நிதி அவசரநிலை (பிரிவு 360)

அ) தேசிய அவசரநிலை (பிரிவு 352)

இந்திய அரசியலமைப்பின் 352-ஆம் பிரிவின் படி இந்தியா அல்லது இந்தியாவின் ஒரு பகுதியின் பாதுகாப்புக்கு போர் அல்லது அயல்நாட்டு தாக்குதலால் அல்லது உள்நாட்டு கிளர்ச்சிகளால் ஆபத்து ஏற்படும் நிலை உருவாகிறது என்று குடியரசு தலைவர் அறிந்தால் இந்தியா முழுமைக்கும் அல்லது குறிப்பிட்ட அந்த ஒரு பகுதிக்கு மட்டும் அவசர நிலை பிரகடனத்தை அறிவிக்கலாம். நெருக்கடி பிரகடனம் செய்த இரண்டு மாதத்திற்குள் அது பாராளுமன்றத்தின் ஒவ்வொரு சபை முன்பும் சமர்ப்பிக்கப்பட வேண்டும் பாராளுமன்ற தீர்மானத்தின் படி ஆறு மாத காலத்திற்கு நீட்டிக்கப்படலாம். அப்படி அதிகபட்சமாக மூன்று ஆண்டு காலம் நீட்டிக்கலாம். இரண்டு சபைகளிலும் நிறைவேற்றப்பட்ட தீர்மானத்தின் மூலம் ஆதரவு தரப்படவில்லையென்றால் நெருக்கடி நிலை பிரகடனம் செயலற்று போகும். இந்த இரண்டு மாத காலத்தில் மக்களவை கலைக்கப்பட்டால் பிரகடனம் மாநிலங்களவையில் சமர்ப்பிக்கப்பட்டு ஏற்றுக் கொள்ளப்பட வேண்டும்.

விளைவுகள்

1. நெருக்கடி நிலை பிரகடனக் காலத்தில் குடியரசுத் தலைவரே அவசரச் சட்டங்களை இயற்றலாம்.

2. மாநில அரசு எந்தவிதமாக நடந்து கொள்ள வேண்டுமென்று மாநில அரசுக்கு மத்திய அரசு கட்டளையிடலாம்.

3. நெருக்கடி நிலை காலத்தில் மத்திய அரசாங்கத்திற்குத் தேவைப்படும் வருமானம் கிடைக்க வேண்டும் என்பதற்காக அரசியலமைப்பில் உள்ள அதிகாரப் பங்கீட்டை குடியரசுத் தலைவர் மாற்றம் செய்யலாம். ஆனால் எந்த நிதியாண்டில் நெருக்கடி நீக்கப்படுகிறதோ அதே ஆண்டில் இந்த உத்தரவு முடிந்துவிடும்.

4. அடிப்படை உரிமைகள் தாமாகவே நீக்கி வைக்கப்படுகின்றது. மக்கள் நீதிமன்றங்களுக்குச் சென்று தங்கள் அடிப்படை உரிமைகளை நிலை நாட்டிக் கொள்ளும் உரிமையையும் குடியரசுத் தலைவர் ஒரு ஆணையின் மூலம் தள்ளி வைக்கலாம்.

முதலாவது தேச நெருக்கடி நிலை பிரகடனம் 26-10-1962 ஆம் நாள் சீன ஆக்கிரமிப்பின் போது பிரகடனப்படுத்தப்பட்டது. இது 10-01-1968-ல் குடியரசுத் தலைவர் ஆணைப்படி விலக்கிக் கொள்ளப்பட்டது. இரண்டாவது தேச நெருக்கடிநிலைப் பிரகடனம் 03-12-1971-ல் பாகிஸ்தான் இந்தியாவின்மீது போர் தொடுத்தபோது நடைமுறைப்படுத்தப்பட்டது. இப்பிரகடனம் இருக்கும் பொழுதே உள்நாட்டு கிளர்ச்சிகளின் விளைவாக 25-06-1975 அன்று மூன்றாவது நெருக்கடிநிலை பிரகடனம் வெளியிடப்பட்டது. இப்பிரகடனங்கள் 21-03-1977-ல் விலக்கிகொள்ளப்பட்டது. 1978-ம் ஆண்டில் கொண்டுவரப்பட்ட 44-வது அரசியலமைப்பு திருத்தத்தின் படி உள்நாட்டு கிளர்ச்சிக்காக இனி அவசரநிலை பிரகடனப்படுத்த முடியாது. ஏனெனில் உள்நாட்டு கிளர்ச்சி என்ற வார்த்தை எடுக்கப்பட்டு அதற்குப் பதிலாக ஆயுதமேந்திய கிளர்ச்சி என்ற வார்த்தை சேர்க்கப்பட்டுள்ளது.

(ஆ) குடியரசுத் தலைவர் ஆட்சி (பிரிவு 356 & 365);

356 வது பிரிவின்படி, அரசியலமைப்பு எந்திரத்தின் தோல்வியைக் காரணம் காட்டி, இந்தியாவின் எந்த மாநிலத்திலும் குடியரசுத் தலைவர் ஆட்சியை விதிக்கலாம். :

1. குடியரசுத் தலைவர் மாநில ஆளுநரிடமிருந்து அறிக்கையைப் பெற்றாலோ அல்லது மாநிலத்தின் நிலைமை அரசியலமைப்பின் விதிகளின்படி ஆட்சியை மேற்கொள்ள முடியாத அளவுக்கு மாநிலத்தின் நிலைமை இருப்பதாக நம்பினாலோ அல்லது திருப்தி அடைந்தாலோ,

2. பிரிவு 365: எந்தவொரு மாநிலமும் தனக்கு அதிகாரம் அளிக்கப்பட்ட விஷயங்களில் யூனியன் வழங்கிய அனைத்து வழிகாட்டுதல்களுக்கும் இணங்கத் தவறினால் குடியரசுத் தலைவர் ஆட்சி விதிக்கப்படலாம்.

   இது முதன்முறையாக 1951 ல் பஞ்சாபில் பயன்படுத்தப்பட்டது. 1966 மற்றும் 1977 க்கு இடையில், இந்திரா காந்தியின் அரசாங்கம் பல்வேறு மாநிலங்களுக்கு எதிராக சுமார் 39 முறை பயன்படுத்தியது.

(இ) நிதி அவசரநிலை (பிரிவு 360)

இந்தியாவின் நிதி ஸ்திரத்தன்மை அல்லது கடன் அல்லது அதன் பிராந்தியத்தின் ஏதேனும் ஒரு பகுதிக்கு அச்சுறுத்தலான சூழ்நிலை உருவாகியுள்ளதாக ஜனாதிபதி தீர்மானித்தால், அவர் நிதி அவசரநிலை பிரகடனத்தை அறிவிப்பை வெளியிடலாம்.

1975 ம் ஆண்டு கொண்டு வரப்பட்ட 38-வது திருத்தச் சட்டம் - நிதி அவசரநிலையை அறிவிப்பதில் ஜனாதிபதியின் திருப்தி முடிவு இறுதியானது மற்றும் எந்த காரணத்திற்காகவும், எந்த நீதிமன்றத்திலும் கேள்விக்குரியது அல்ல. 1978 ஆம் ஆண்டின் 44 வது திருத்தச் சட்டமானது 38-வது திருத்தச் சட்டத்தால் சேர்க்கப்பட்ட விதி நீக்கப்பட்டது, இது ஜனாதிபதியின் திருப்தி நீதித்துறை மறுபரிசீலனைக்கு அப்பாற்பட்டது அல்ல என்பதைக் குறிக்கிறது.

நாட்டில் நிதி நெருக்கடிப் பிரகடனம் அமுலில் இருக்கும் போது நிதி வசூலைப் பற்றியும், அரசாங்கச் செலவுகளைப் பற்றியும் விதிமுறைகளைக் கடைப்பிடிக்கும்படி மத்திய அரசு மாநிலங்களுக்கு கட்டளையிடலாம். மேலும் அரசாங்கச் செலவுகளில் சிக்கனம் செய்ய மாநில ஊழியர்களின் சம்பளங்களும் படிகளும் குறைக்கப்பட வேண்டும் என்று கோரலாம். மாநில சட்டசபைகளால் நிறைவேற்றப்படும் பண மசோதாக்களை குடியரசுத் தலைவரின் மேற்பார்வைக்கு அனுப்பி வைக்குமாறு மாநிலங்களுக்கு மத்திய அரசு கட்டளைகள் இடலாம். தலைமை நீதிமன்ற நீதிபதிகள் உயர்நீதி மன்ற நீதிபதிகள் உட்பட மத்திய அரசு பணியாளர்களின் சம்பளங்களையும் படிகளையும் கூட குடியரசுத் தலைவர் குறைத்து விடலாம். நிதி நெருக்கடி பிரகடனமும் இரண்டு மாதத்திற்குள் பாராளுமன்றத்தின் முன்பு சமர்ப்பிக்கப்பட்டு ஏற்றுக் கொள்ளப்பட வேண்டும். இதுவரை நிதி நெருக்கடி நிலைப் பிரகடனம் செய்யப்படவில்லை.

இந்தியத் துணைக் குடியரசுத் தலைவர்

இந்திய துணைக் குடியரசுத் தலைவர் பதவிக்கான தகுதிகள் பற்றி, இந்திய அரசியலமைப்புச் சட்டத்தின் 63வது பிரிவு கூறுகிறது. குடியரசுத் தலைவரின் மரணம், பதவி விலகல், பதவி நீக்கம் அல்லது வேறு காரணங்களுக்காக அந்த பதவி காலியாக இருக்கும் போது புதிய தலைவர் தேர்ந்தெடுக்கப்படும் வரை துணைக் குடியரசுத் தலைவர் தலைவராக செயல்படுவார். அப்போது அவர் குடியரசுத் தலைவருக்குரிய கடமைகளை ஆற்றுகிறார். அப்போது குடியரசுத் தலைவருக்குரிய பாதுகாப்பு, ஊதியம், மற்ற எல்லாச் சலுகைகளையும் பெறுவதற்கு உரிமை இருக்கிறது. குடியரசுத் தலைவர் பதவி நிரந்திரமாகக் காலியாகும் போது புதிய குடியரசுத் தலைவர் ஆறு மாதத்திற்குள் தேர்ந்தெடுக்கப்பட வேண்டும். எனவே துணைக் குடியரசுத் தலைவர் அதிக பட்சமாக ஆறு மாத காலத்திற்குத் தான் குடியரசுத் தலைவராகப் பணியாற்ற முடியும். தற்போது ஜக்தீப் தன்கர் அவர்கள் 11-08-2022, முதல் துணைக்குடியரசுத் தலைவராக பொறுப்பேற்றுள்ளார்.

தகுதிகள்:

a. அவர் இந்திய குடிமகனாக இருக்க வேண்டும்;

b. அவர் முப்பத்தைந்து வயதை நிறைவு செய்திருக்க வேண்டும்;

c. அவர் மாநிலங்களவை உறுப்பினராகத் தேர்ந்தெடுக்கப்படுவதற்குத் தகுதி பெற்றிருக்க வேண்டும்;

d. அவர் இந்திய அரசாங்கத்தின் கீழ் அல்லது எந்த மாநில அரசாங்கத்தின் கீழ் அல்லது வேறு எந்த உள்ளூர் அதிகாரத்தின் கீழும் எந்த ஒரு இலாபகரமான பதவியையும் வகிக்கக் கூடாது; மற்றும்

e. அவர் துணைத் தலைவராகத் தேர்ந்தெடுக்கப்பட்ட பிறகு அவர் நாடாளுமன்றத்தின் அல்லது மாநிலச் சட்டமன்றத்தின் உறுப்பினராக இருக்கக் கூடாது.

தேர்தல்

துணைக் குடியரசுத் தலைவர் நாடாளுமன்றத்தின் இரு அவைகளின் உறுப்பினர்களால் கூட்டுக் கூட்டத்தில் தேர்ந்தெடுக்கப்படுகிறார். அந்த தேர்தல் விகிதாச்சார முறைப்படியும் ஒற்றை மாற்று வாக்கின் அடிப்படையிலும் இரகசியமாகவும் நடத்தப்படவேண்டும். துணைக் குடியரசுத் தலைவர் தான் பதவி ஏற்ற நாளிலிருந்து ஐந்து ஆண்டுகளுக்கு பதவியில் இருந்து வருவார். அவரது பதவிக்காலம் முடிந்த பின்னரும் அவருக்குப்பிறகு அந்தப் பொறுப்புக்குத் தேர்ந்தெடுக்கப்படும் வரை பதவியில் நீடிப்பார்.

பதவிக் காலம்.

துணைக் குடியரசுத் தலைவர் ஐந்தாண்டு காலம் பதவியில் இருப்பார். இந்தியக் குடியரசுத் தலைவரிடம் தனது பதவிக்காலம் முடிவதற்கு முன்பே அவர் தானாக முன்வந்து தனது பதவியை இராஜினாமா கடிதத்தைக் கொடுத்துவிட்டு தன் பதவியிலிருந்து விலகிக் கொள்ளலாம். துணைக் குடியரசுத் தலைவரை விலக்குவதற்காகக் கொண்டுவரப்படும் தீர்மானம் ராஜ்ய சபாவின் மொத்த உறுப்பினர்களின் பெரும்பான்மை ஆதரவுடன் நிறைவேற்றப்பட்டால் துணைக் குடியரசுத் தலைவர் பதவியிலிருந்து

நீக்கப்படுவார். ஆனால் அத்தகைய தீர்மானம் கொண்டுவருவதற்கு முன்பே அது பற்றிய அறிக்கை தரப்படவேண்டும். ராஜ்ய சபாவின் தீர்மானத்திற்கு லோக் சபாவின் ஒப்புதல் வேண்டும். துணைக் குடியரசுத் தலைவர் தேர்தலைப் பற்றிய வழக்குகள் தலைமை நீதிமன்றத்தில் விசாரிக்கப்பட்டு தீர்ப்புச் சொல்லப்படும். நீதிமன்றத்தின் தீர்ப்பே இறுதியானது.

இந்தியத் துணை ஜனாதிபதியின் செயல்பாடுகள்

அமெரிக்கத் துணை ஜனாதிபதி அமெரிக்க சட்டமன்றத்தின் மேல் சபையின் (செனட்) தலைவராக செயல்படுகிறார். அதே போன்று இந்தியத் துணைக் குடியரசுச் தலைவரும் மாநிலங்களவையின்(ராஜ்ய சபா) அதிகாரபூர்வ தலைவர் ஆவார். அதன் கூட்டங்களுக்கு அவர் தலைமை தாங்குகிறார். அரசியலமைப்பின் கீழ் அனுமதிக்கப்பட்ட அல்லது பாராளுமன்றத்தால் நிர்ணயிக்கப்பட்ட சம்பளம் மற்றும் சலுகைகளைப் பெறுகிறார். அவரது செயல்பாடுகள் மக்களவையில் (லோக்சபா) சபாநாயகரின் செயல்பாடுகளைப் போலவே இருக்கும். அவர் ஒழுக்கமற்றவராகவோ அல்லது கீழ்ப்படியாதவராகவோ இருந்தால் ஒரு உறுப்பினரை சபையை விட்டு வெளியேறும்படி அவர் கேட்கலாம். அவரது அனுமதியின்றி எந்த உறுப்பினரும் சபையில் உரையாற்ற முடியாது. இந்தியாவின் முதல் துணை ஜனாதிபதி டாக்டர். சர்வபள்ளி இராதாகிருஷ்ணன் ஆவார். இவர் இரண்டு முறை துணை ஜனாதிபதியாக தேர்ந்தெடுக்கப்பட்டார், முதலில் 1952 ஆம் ஆண்டிலும் அடுத்து 1957 ஆம் ஆண்டிலும் ஆகிய இரு முறையும் போட்டியின்றி துணை ஜனாதிபதியாகத் தேர்ந்தெடுக்கப்பட்டார்.

இந்தியத் துணைக் குடியரசுத் தலைவருக்கு இன்னும் ஒரு சிறப்பு ப்பணி கொடுக்கப்படுகிறது. இந்தியக் கலாச்சாரத்தின் தூதுவராக உலக நாடுகளில் சுற்றுப் பிரயாணம் செய்து இந்தியாவிற்கும் மற்ற நாடுகளுக்குமிடையே நட்புறவை வளர்க்கிறார்.

பிரதமர்

இந்திய அரசியலமைப்பில், பிரதமரைப் பற்றி விதிகள் 74, 75, 78 மற்றும் 366 – இல் குறிப்பிடப்பட்டுள்ளது. லோக்சபாவில்

பெரும்பான்மை உள்ள கட்சியின் தலைவரைப் பிரதமராக குடியரசுத் தலைவர் நியமிக்க வேண்டும். பொது தேர்தலுக்குப் பிறகு மக்கள் சபையில் எந்தக் கட்சியும் பெரும்பான்மை பலம் பெறவில்லையென்றால் எந்தக் கட்சியின் தலைவர் உறுதியான அரசாங்கத்தை அமைக்க முடியுமெனக் குடியரசுத் தலைவர் நம்புகிறாரோ அவரையே பிரதமராக நியமிக்கலாம். பிரதமராக நியமிக்கப்பட்டவர் மக்களவையில் பெரும்பான்மை ஆதரவு இருக்கும் வரையில் தான் பதவியில் நீடிக்க முடியும். பிரதமர் அல்லது அவரது அமைச்சரவையில் நம்பிக்கையில்லாத் தீர்மானம் நிறைவேற்றப்பட்டால் பிரதமர் பதவி இழக்க நேரிடும்.

இந்தியப் பிரதமரின் அதிகாரங்கள் மற்றும் செயல்பாடுகள் அரசாங்கத்தின் தலைவராக இருப்பதால், இந்தியாவின் பிரதமருக்கு பல்வேறு செயல்பாடுகள் மற்றும் அதிகாரங்கள் வழங்கப்படுகின்றன.

1. அமைச்சர்கள் நியமனம் தொடர்பாக ஜனாதிபதிக்கு பிரதமர் பரிந்துரை செய்கிறார். அமைச்சர்களுக்கு பல்வேறு துறை ஒதுக்கீடு மற்றும் மறுசீரமைப்பு ஆகியவை பிரதமரால் செய்யப்படுகின்றன. எந்தவொரு அமைச்சரவை உறுப்பினருக்கும் எந்த இலாகாவும் ஒதுக்கப்படவில்லை என்றால், பிரதமர் அதைத் தக்க வைத்துக் கொள்ளலாம்.

2. அமைச்சர்கள் குழுவின் செயல்பாடுகள் பிரதமரால் வழிநடத்தப்பட்டு, ஒருங்கிணைக்கப்பட்டு, கட்டுப்படுத்தப்படுகின்றன.

3. அமைச்சர்கள் சபையின் கூட்டம் பிரதமர் தலைமையில் நடைபெறுகிறது.

4. ஒரு அமைச்சரை ராஜினாமா செய்யும்படி கேட்கவோ அல்லது கருத்து வேறுபாடு ஏற்பட்டால் அவரை பதவி நீக்கம் செய்ய ஜனாதிபதிக்கு ஆலோசனை வழங்கவோ பிரதமருக்கு அதிகாரம் உண்டு.

5. பெரும்பான்மைக் கட்சியின் ஆதரவுடன் ஆட்சியை அமைக்கும் பிரதமருக்கு மக்கள் சபையையே கலைத்துவிடும் அதிகாரம் உண்டு. அரசாங்கம் தோற்கடிக்கப்பட்டு வேறெந்தக் கட்சியாலும் ஆட்சியை

அமைக்க முடியவில்லையென்றால் பதவியிலிருந்து விலகும் பிரதமர் குடியரசு தலைவருக்கு மக்கள் சபையை கலைத்து விடும்படி பரிந்துரை செய்ய அதிகாரம் உண்டு.

6. நியமனம் தொடர்பாக ஜனாதிபதிக்கு பிரதமர் ஆலோசனை:

இந்திய அட்டர்னி ஜெனரல்

இந்தியாவின் தலைமை ஆடிட்டர் ஜெனரல்

தேர்தல் ஆணையர்கள்

தலைவர் மற்றும் உறுப்பினர்கள்:

யூனியன் பப்ளிக் சர்வீஸ் கமிஷன்

நிதி கமிஷன் மற்றும் பல

7. குடியரசுத் தலைவர் கேட்கக்கூடிய நிர்வாக விவகாரங்கள் மற்றும் சட்ட முன்மொழிவுகள் தொடர்பாக அமைச்சர்கள் குழு எடுக்கும் முடிவைத் தெரிவிக்க பிரதமர் கடமைப்பட்டிருக்கிறார்.

8. குடியரசுத் தலைவருக்குத் தேவைப்பட்டால், அமைச்சரால் முடிவெடுக்கப்பட்ட ஆனால் அவையில் பரிசீலிக்கப்படாத எந்தவொரு விஷயத்திலும் அமைச்சர்கள் குழுவின் பரிசீலனையை பிரதமர் சமர்ப்பிக்க வேண்டும்.

9. பிரதமர் மக்களவையின் தலைவராக இருப்பதால், அவருக்கு நாடாளுமன்றத் தின் கூட்டத்தொடரை தொடங்குதல் மற்றும் ஒத்திவைத்தல் (நிறுத்துதல்) தொடர்பாக குடியரசுத் தலைவருக்கு ஆலோசனை வழங்கும் அதிகாரம் உள்ளது.

10. பிரதமர் நிதி ஆயோக் (திட்டக் கமிஷனுக்குப் பிறகு), தேசிய ஒருங்கிணைப்பு கவுன்சில், மாநிலங்களுக்கு இடையேயான கவுன்சில், தேசிய நீர்வள கவுன்சில் மற்றும் பல அமைப்புகளின் தலைவராக செயல்படுகிறார்.

11. நாட்டின் பல முக்கியமான பொறுப்புக்களை உடையவராக இருக்கிறார். உள்நாட்டு, வெளிநாட்டுக் கொள்கைகளை உருவாக்குவதில் பிரதமர் முக்கிய பங்கு வகிக்கிறார்.

12. மத்திய அரசின் முன்னணி செய்தி தொடர்பாளராகவும். அவர் அரசியல் நெருக்கடி மேலாண்மைத் தீர்வாளராகவும் இருக்கிறார். தேசத்தின் தலைவராக, பல்வேறு மாநிலங்களில் உள்ள பலதரப்பட்ட மக்களைச் சந்தித்து, அவர்களின் பிரச்சினைகளைப் பற்றிய புகார்களைப் பெறுகிறார்.

அமைச்சரவை

இந்தியாவிலுள்ள அரசாங்கம் இங்கிலாந்து அரசாங்கத்தைப் போன்று பாராளுமன்ற முறை அரசாங்கமாகும். எனவே இங்கிலாந்தில் உள்ள அமைச்சரவை போன்றே இந்திய அமைச்சரவையும் அமைக்கப்பட்டிருக்கிறது. ஆனால் இங்கிலாந்து அமைச்சரவையோ வழக்காறுகளாலும் மரபுகளாலும் வளர்க்கப்பட்ட நிறுவனமாகும். இந்திய அமைச்சரவையின் அமைப்பும் அதிகாரங்களும் ஒரளவு அரசியலமைப்பால் நிர்ணயிக்கப்பட்டிருந்தாலும் இங்கேயும் வழக்காறுகளும் மரபுகளும் ஒரளவு பின்பற்றப்படுகின்றன. பெயரளவுக்குத் தான் குடியரசுத் தலைவர் நாட்டின் தலைவராகக் கருதப்படுகிறாரே தவிர நடைமுறையில் அமைச்சரவையே அரசாங்கத்தின் தலைமையை ஏற்று நடத்துகிறது.

அமைச்சரவையின் அமைப்பு

குடியரசுத் தலைவர் தனது அதிகாரத்தைச் செலுத்தும் போது அவருக்கு அறிவுரை கூறி துணை செய்வதற்கு தலைமை அமைச்சரின் கீழுள்ள அமைச்சரவை இருக்க வேண்டும் என்று அரசியலமைப்பின் 74-ம் விதி கூறுகிறது. 75-ம் விதியின் படி குடியரசு தலைவர் தலைமை அமைச்சரை நியமித்து அவரது அறிவுரையின் பேரில் பிற அமைச்சர்களை நியமிப்பார். அமைச்சர்கள் குடியரசு தலைவர் விரும்பும் காலம் வரை பதவியிலிருப்பர்.

அமைச்சர் குழு அல்லது கேபினட்

அரசியலமைப்பில் கேபினட் என்ற வார்த்தையே சொல்லப்படவில்லையென்றாலும் இங்கிலாந்து அரசியலமைப்பிலுள்ள மரபைப் பின்பற்றுவதால் இந்தியாவிலும் அமைச்சரவை என்றும் கேபினட் என்றும் பாகுபாடு

செய்யப்பட்டுள்ளது. இந்திய அமைச்சரவையில் மூன்று வகையான அமைச்சர்கள் உள்ளனர்

1.   கேபினட் அமைச்சர்கள்

2.   இணை அமைச்சர்கள்

3.   துணை அமைச்சர்கள்

கேபினட் தகுதியுடைய அமைச்சர்கள் ஒன்று அல்லது அதற்கு மேற்பட்ட துறைகளின் தலைவர் ஆவார். கேபினட் அமைச்சர்களே நாட்டின் கொள்கைகளை உருவாக்குகிறார்கள். இணை அமைச்சர்களுக்கும் துணை அமைச்சர்களுக்கும் அதில் பங்கு கிடையாது. அவர்கள் அழைக்கப்பட்டாலன்றி அமைச்சரவைக் கூட்டங்களில் கலந்து கொள்ள முடியாது.

கேபினட் அமைச்சர்கள்:இவர்கள் மத்திய அரசின் உள்துறை, பாதுகாப்பு, நிதி, வெளிவிவகாரம் மற்றும் பல முக்கிய அமைச்சகங்களுக்கு தலைமை தாங்குகின்றனர்.

மாநில அமைச்சர்கள்: இவர்களுக்கு தனி அமைச்சகங்கள்/ துறைகளின் பொறுப்பு வழங்கப்படலாம் அல்லது கேபினட் அமைச்சர்களுடன் இணைக்கப்படலாம்.

துணை அமைச்சர்கள்: அவர்கள் கேபினட் அமைச்சர்கள் அல்லது மாநில அமைச்சர்களுடன் இணைந்துள்ளனர் மற்றும் அவர்களின் நிர்வாக, அரசியல் மற்றும் பாராளுமன்ற கடமைகளில் அவர்களுக்கு உதவுகிறார்கள்.

அமைச்சரவை இயல்புகள்

1.   அமைச்சர் பாராளுமன்றத்தின் இரண்டு சபைகளுள் ஒன்றின் உறுப்பினராக இருத்தல் வேண்டும். இல்லையென்றால் பதவியேற்று ஆறுமாத காலத்திற்குள் பாராளுமன்ற சபை ஒன்றில் தேர்ந்தெடுக்கப்பட்டோ அல்லது நியமனம் மூலமாகவோ உறுப்பினராக வேண்டும். அப்படி உறுப்பினராக முடியவில்லையென்றால் 75 (5) பிரிவின் படி பதவியிழப்பர்.

2.   அமைச்சரவை உறுப்பினர்கள் பாராளுமன்றத்தின் எந்த ஒரு சபையிலும் பேசுவதற்கும், சபை நடவடிக்கைகளில்

கலந்து கொள்வதற்கும் அரசியலமைப்பின் 88-ம் பிரிவுப்படி உரிமையுண்டு. ஆனால் தாங்கள் உறுப்பினர்; அல்லாத சபையில் அவர்களுக்கு வாக்களிக்க உரிமையில்லை.

3. அமைச்சர்கள் பாராளுமன்றப் பெரும்பான்மைக் கட்சியிலிருந்துதான் நியமிக்கப்படுகிறார்கள். சில சமயங்களில் சிறுபான்மைக் குழுக்களிலிருந்து சிலர் நியமிக்கப்பட்டாலும் அனைவரும் ஒரே குழுவாக செயல்படுவதால் அமைச்சர்கள் பெரும்பான்மை கட்சியின் பிரதிநிதிகளாகவே இருக்கிறார்கள்.

4. அமைச்சர்கள் பாராளுமன்றத்தின் கீழ்சபையான லோக்சபாவுக்கு பொறுப்புடையவர்கள். பாராளுமன்றத்தின் பெரும்பான்மைக் கட்சியின் நம்பிக்கையை எந்த நாள் வரையில் அவர்கள் பெற்றிருக்கிறார்களோ அந்த நாள் வரை தான் ஆட்சியில் நிலைத்திருக்க முடியும்.

5. அமைச்சரர்கள் லோக்சபாவிற்குக் கூட்டுப் பொறுப்புடையவர்கள். கூட்டுப்பொறுப்பு என்பது பிரதமரால் தான் நிலை நாட்ட முடியும். அமைச்சரவை உறுப்பினர்கள் பிரதமரால் நியமிக்கப்பட்டு, நீக்கப்பட்டால் தான் கூட்டுப்பொறுப்பு என்ற குறிக்கோளை அடைய முடியும் என்று டாக்டர் அம்பேத்கார் கூறியுள்ளார். அதாவது அமைச்சர்களிடம் ஒற்றுமை இருக்க வேண்டும். பிரதமருக்கு பணிந்து நடக்க வேண்டும். தலைமை அமைச்சரின் கீழ் கூடி கொள்கைகளை ஒரு மனதாக முடிவு செய்ய வேண்டும். குறிப்பிட்ட அமைச்சர் மாறுபட்ட கருத்தைக் கொண்டிருந்தால் உடனே அமைச்சர் குழுவிலிருந்து விலகிக்கொள்ள வேண்டும்.

6. அமைச்சரவை மக்களவைக்கு கூட்டுப் பொறுப்புள்ளதாக இருப்பதால் மக்கள் சபையில் பெரும்பான்மை ஆதரவு பெற்றுள்ள தலைமை அமைச்சரின் விருப்பப்படியே குடியரசுத் தலைவர் நடந்து கொள்வார்.

7. ஒவ்வொரு அமைச்சரும் நடைமுறையில் மற்ற அமைச்சர்களின் குறைகளுக்கு பொறுப்புடையவர் ஆகிறார். ஒரு அமைச்சர் மீது கொண்டு வரப்படும் குற்றச்சாட்டு இதர அமைச்சர்கள் மீதும் கொண்டு வரப்படும் குற்றச்சாட்டாக கருதப்படவேண்டும்.

ஒரு அமைச்சர் மீது கொண்டு வரப்படும் நம்பிக்கையில்லாத் தீர்மானம் நிறைவேற்றப்படுமானால் அது இதர அமைச்சர்கள் மீதும் நம்பிக்கையில்லாததாக கருதப்பட்டு அமைச்சரவை முழுவதுமாகப் பதவி விலக வேண்டும்.

8. பதவியேற்கும் பொழுது ஒவ்வொரு அமைச்சரும் இரகசியக் காப்பு உறுதியொன்றை எடுத்துக் கொள்வார். அதன்படி அமைச்சர்கள் அமைச்சரவை இரகசியங்களைப் பாதுகாக்க வேண்டும்.

9. பிரதமர் அமைச்சரவையின் தலைவர் ஆவார். அதனால் மற்ற அமைச்சர்கள் அவர் தலைமையை ஏற்று நடக்க வேண்டும் அமைச்சரவைக்கூட்டங்களுக்குபிரதமர்தலைமைதாங்குகிறார்;. அவர் தான் அமைச்சர்களுக்குத் துறைப் பொறுப்புகளைப் பகிர்ந்தளிக்கிறார்.

அமைச்சரவையின் பணிகள்

1. அமைச்சரவையின் முக்கியமான பணிகளில் ஒன்று அரசாங்கத்தின் கொள்கைகளை உருவாக்குதல் ஆகும். நாட்டின் உள்நாட்டு மற்றும் வெளிநாட்டு கொள்கைகளை வகுத்து அதனை செயல்படுத்தும் வழிகளையும் தீட்டுகிறது. அமைச்சரவையின் கூட்டங்களில் தான் எல்லா முக்கிய முடிவுகளும் எடுக்கப்படுகின்றன.

2. அமைச்சரவை தான் அரசாங்கத்தின் அச்சாணி போன்றது. ஆட்சித்துறை அலுவல்கள் அனைத்தும் அதன் மேற்பார்வையிலும் கட்டுப்பாட்டிலும் நடைபெறுகிறது. நாட்டின் வரவு செலவு திட்டங்களை வகுத்தல். உள்நாட்டிலும் வெளிநாட்டிலும் முக்கியமான அதிகாரிகளை நியமிப்பதும் அதன் அலுவலாகும்.

3. பாராளுமன்றத்தின் முதல் கூட்டத் தொடரின் தொடக்கத்திலும் அதற்குப் பிறகு ஆண்டுதோறும் கூடும் முதல் கூட்டத் தொடரின் தொடக்கத்திலும் குடியரசு தலைவர் நிகழ்த்தும் உரையை உண்மையில் அமைச்சரவையால் தயாரிக்கப்படுகிறது.

4. அமைச்சர்கள் அனைவருக்கும் பாராளுமன்றத்தின் இரு சபைகளிலும் கலந்து கொள்ளும் உரிமை உண்டு. ஆனால் எந்த அவையின் உறுப்பினராக இருக்கிறரோ, அந்த அவையில் மட்டுமே வாக்களிக்க முடியும்.

5. பாராளுமன்றத்தில் தோற்றுவிக்கப்படும் பெரும்பாலான மசோதாக்கள் அமைச்சர்களால் தோற்றுவிக்கப்படுகின்றன. மசோதாக்களை வெற்றிகரமாக சட்டமாக்குவதும் அமைச்சரவையின் பொறுப்பாகும்.

கேபினட் கமிட்டிகள்

அமைச்சர்களின் வேலைப்பளுவைக் குறைப்பதற்கு அமைச்சர் குழுவில் சில துணைக் குழுக்கள் அல்லது உட்குழுக்கள் நிறுவப்படுகின்றன. இக்குழுக்கள் நிரந்தரக் குழுக்கள் என்றும் அழைக்கப்படுகிறது. இந்த நிரந்தரக் குழுக்களில் மூன்று அல்லது அதற்கு மேற்பட்ட அமைச்சர்கள் உறுப்பினர்களாயிருந்து குறிப்பிட்ட விசயங்களைப் பற்றி ஆராய்ந்து அறிக்கை சமர்ப்பிப்பார்கள். பெரும்பாலான உட்குழுக்களுக்கு பிரதமரே தலைமை வகிக்கிறார். கீழ்கண்ட முக்கிய உட்குழுக்கள் அமைச்சர் குழுவிற்குத் துணை புரிகின்றன.

1. பொருளாதாரக் குழு

2. பாதுகாப்புக் குழு

3. வெளியுறவுக் குழு

4. பாராளுமன்ற சட்ட நடவடிக்கைகள் குழு

5. நியமனங்கள் பற்றிய குழு

அட்டர்னி ஜெனரல்

இந்திய அரசியலமைப்பின் 76-வது பிரிவின்படி, இந்தியாவின் அட்டர்னி ஜெனரல் (ஏஜி) நாட்டின் மிக உயர்ந்த சட்ட அதிகாரி மற்றும் யூனியன் எக்ஸிகியூட்டிவ் உறுப்பினர் ஆவார். இந்தியாவின் அட்டர்னி ஜெனரல் நாட்டின் ஜனாதிபதியால் நியமிக்கப்படுகிறார். உச்ச நீதிமன்ற நீதிபதி பதவிக்கு அவர் உரிய தகுதி பெற்றிருக்க

வேண்டும். உச்ச நீதிமன்ற நீதிபதிக்குத் தேவையான தகுதிகள் இந்திய அரசியலமைப்புச் சட்டத்தின் 124 வது பிரிவில் கொடுக்கப்பட்டுள்ளன.

தகுதிகள்:

1. இந்தியக் குடிமகனாக இருக்க வேண்டும்.

2. அவர் குறைந்தபட்சம் ஐந்து ஆண்டுகள் அல்லது இரண்டு அல்லது அதற்கு மேற்பட்ட நீதிமன்றங்களில் தொடர்ச்சியாக உயர் நீதிமன்ற நீதிபதியாக இருக்க வேண்டும்; அல்லது

3. அந்த நபர் குறைந்தபட்சம் 10 ஆண்டுகள் அல்லது இரண்டு அல்லது அதற்கு மேற்பட்ட நீதிமன்றங்களில் தொடர்ச்சியாக உயர்நீதிமன்றத்தின் வழக்கறிஞராக இருக்க வேண்டும்; அல்லது ஜனாதிபதியின் கருத்துப்படி, அந்த நபர் ஒரு புகழ்பெற்ற நீதிபதியாக இருக்க வேண்டும்.

இந்தியாவின் அட்டர்னி ஜெனரலின் அதிகாரங்கள் மற்றும் சிறப்புரிமைகள்

நாட்டின் மிக உயர்ந்த சட்ட அதிகாரியாக இருப்பதால், இந்தியாவின் அட்டர்னி ஜெனரல் சில அதிகாரங்களையும் சலுகைகளையும் பெற்றுள்ளார்:

1. இந்திய அட்டர்னி ஜெனரலுக்கு நாடாளுமன்றத்தின் இரு அவைகளின் நடவடிக்கைகளிலும், அவற்றின் கூட்டுக் கூட்டத்திலும், இந்திய அட்டர்னி ஜெனரல் உறுப்பினராக நியமிக்கப்பட்டுள்ள நாடாளுமன்றத்தின் எந்தவொரு குழுவிலும் பங்கேற்க உரிமை உண்டு. இந்த நடவடிக்கைகளின் போது இந்திய அட்டர்னி ஜெனரலுக்கும் பேச உரிமை உண்டு. இது பிரிவு 88-ன் கீழ் வழங்கப்பட்டுள்ளது.

2. ஒரு நாடாளுமன்ற உறுப்பினருக்குக் கிடைக்கும் சலுகைகளை அவர் அனுபவிக்கிறார். அவர் அரசு ஊழியர் வகைக்குள் வராததால், தனியார் சட்டப் பயிற்சிக்குத் தடை இல்லை.

3. இந்தியாவின் ஜெனரல் வழக்கறிஞர் மற்றும் கூடுதல் ஜெனரல் வழக்கறிஞர்கள் இந்தியாவின் அட்டர்னி ஜெனரலுக்கு அவரது அதிகாரப்பூர்வ பொறுப்புகளை நிறைவேற்ற உதவுகிறார்கள்.

4.   இந்திய அட்டர்னி ஜெனரலால் பதிவு செய்யப்பட்ட மனுமீது கிரிமினல் அவமதிப்புக்காக உச்சநீதிமன்றம் நடவடிக்கை எடுக்கலாம்.

மத்தியச் சட்டமன்றம்

பாராளுமன்றம் என்பது மத்திய அரசாங்கத்தின் சட்டமியற்றும் அமைப்பாகும். இது 'வெஸ்ட்மின்ஸ்டர் மாடல் ஆஃப் கவர்ன்மென்ட் என்றும் அழைக்கப்படும் நாடாளுமன்ற அரசாங்க வடிவத்தை ஏற்றுக்கொண்டதன் காரணமாக இந்திய ஜனநாயக அரசியல் அமைப்பில் முதன்மையான மற்றும் மையமான இடத்தைப் பிடித்துள்ளது.

அரசியலமைப்பின் பகுதி *V* – ல் உள்ள பிரிவுகள் *79* முதல் *122* வரை பாராளுமன்றத்தின் அமைப்பு, காலம், அதிகாரிகள், அதிகாரங்கள், நடைமுறைகள் மற்றும் சிறப்புரிமைகள் ஆகியவற்றை உள்ளடக்கியுள்ளது.

பாராளுமன்றத்தின் அமைப்பு

அரசியலமைப்பின் கீழ் இந்திய நாடாளுமன்றமானது ஜனாதிபதி, மாநிலங்கள் அவை மற்றும் மக்கள் அவை ஆகிய மூன்று பகுதிகளைக் கொண்டுள்ளது. 1954 -ல், இந்தி பெயர்களான ராஜ்யசபா' மற்றும் 'லோக்சபா' முறையே மாநிலங்களவை மற்றும் மக்களவை என ஏற்றுக்கொள்ளப்பட்டது. ராஜ்யசபா மேல்சபை என்றும் லோக்சபா கீழ்சபை எனவும் அழைக்கப்படுகிறது.

இந்தியக் குடியரசுத் தலைவர் நாடாளுமன்றத்தின் இரு அவைகளிலும் உறுப்பினராக இல்லாவிட்டாலும், நாடாளுமன்றக் கூட்டங்களில் கலந்துகொள்ள நாடாளுமன்றத்தில் அமரவில்லை என்றாலும், அவர் நாடாளுமன்றத்தின் ஒருங்கிணைந்த பகுதியாவார். ஏனெனில், நாடாளுமன்றத்தின் இரு அவைகளிலும் நிறைவேற்றப்பட்ட மசோதா, குடியரசுத் தலைவரின் ஒப்புதலின்றி சட்டமாக முடியாது. அவர் பாராளுமன்றத்தின் நடவடிக்கைகள் தொடர்பான சில செயல்பாடுகளையும் செய்கிறார், உதாரணமாக, அவர் இரு அவைகளையும் வரவழைத்து ஆதரவாக பேசுகிறார், மக்களவையைக் கலைக்கிறார், உரையாற்றுகிறார்.

இரு அவைகளும் அவை அமர்வில் இல்லாதபோது அவசரச் சட்டங்களை வெளியிடுகின்றார். இந்திய பாராளுமன்ற முறையானது அமெரிக்க முறையை விட பிரிட்டிஷ் பாராளுமன்ற முறையைப் போன்றுள்ளது. பிரிட்டனில், பாராளுமன்றமானது கிரீடம் (ராஜா அல்லது ராணி), பிரபுக்கள் சபை (மேல்சபை) மற்றும் பொதுமக்கள் சபை (கீழ்சபை) ஆகியவற்றைக் கொண்டுள்ளது. ஆனால், அமெரிக்க ஜனாதிபதி சட்டமன்றத்தின் ஒருங்கிணைந்த பகுதியாக இல்லை. அமெரிக்காவில் காங்கிரஸ் என்று அழைக்கப்படும் சட்டமன்றம், செனட் (மேல் சபை) மற்றும் பிரதிநிதிகள் சபை (கீழ்சபை) ஆகியவற்றைக் கொண்டுள்ளது.

ராஜ்யசபா

இந்திய அரசியலமைப்பின் 80-வது விதிப்படி இச்சபையின் அதிகபட்ச உறுப்பினர்கள் 250 ஆக நிர்ணயிக்கப்பட்டுள்ளது, இதில் 238 பேர் மாநிலங்கள் மற்றும் யூனியன் பிரதேசங்களின் பிரதிநிதிகளாக இருக்க வேண்டும் (மறைமுகமாக தேர்ந்தெடுக்கப்பட்டவர்கள்) மற்றும் 12 பேர் ஜனாதிபதியால் பரிந்துரைக்கப்படுகிறார்கள்.

தற்போது ராஜ்யசபாவில் 245 உறுப்பினர்கள் உள்ளனர். இதில் 229 உறுப்பினர்கள் மாநிலங்களையும், 4 உறுப்பினர்கள் யூனியன் பிரதேசங்களையும், 12 உறுப்பினர்கள் குடியரசுத் தலைவரால் பரிந்துரைக்கப்படுகிறார்கள்.

அரசியலமைப்பின் நான்காவது அட்டவணை மாநிலங்கள் மற்றும் யூனியன் பிரதேசங்களுக்கு ராஜ்யசபாவில் இடங்களை ஒதுக்குவது பற்றிக் கூறுகிறது.

1. மாநிலங்களின் பிரதிநிதித்துவம் -

    ராஜ்யசபாவில் உள்ள மாநிலங்களின் தொகுதிகள், மாநில சட்டப் பேரவைகளின் தேர்ந்தெடுக்கப்பட்ட உறுப்பினர்களால் தேர்ந்தெடுக்கப்படுகின்றன. ஒற்றை மாற்றத்தக்க வாக்கு மூலம் விகிதாசார பிரதிநிதித்துவ முறையின்படி தேர்தல் நடத்தப்படுகிறது. ராஜ்யசபாவில் மக்கள் தொகை அடிப்படையில் மாநிலங்களுக்கு இடங்கள் ஒதுக்கப்படுகின்றன. எனவே, பிரதிநிதிகளின் எண்ணிக்கை

மாநிலத்திற்கு மாநிலம் மாறுபடும். எடுத்துக்காட்டாக, உத்தரப் பிரதேசத்தில் 31 உறுப்பினர்களும், திரிபுராவில் 1 உறுப்பினர் மட்டுமே உள்ளனர். இருப்பினும், அமெரிக்காவில், மக்கள் தொகையைப் பொருட்படுத்தாமல் அனைத்து மாநிலங்களுக்கும் செனட்டில் சமமான பிரதிநிதித்துவம் வழங்கப்படுகிறது. அமெரிக்காவில் 50 மாநிலங்கள் உள்ளன ஒவ்வொரு மாநிலத்திலிருந்தும் 2 உறுப்பினர்கள் என 100 உறுப்பினர்கள் உள்ளனர்.

2. **யூனியன் பிரதேசங்களின் பிரதிநிதித்துவம்**

ராஜ்யசபாவில் உள்ள ஒவ்வொரு யூனியன் பிரதேசத்தின் பிரதிநிதிகளும் அந்த நோக்கத்திற்காக பிரத்யேகமாக உருவாக்கப்பட்ட ஒரு வாக்காளர் குழாத்தின் உறுப்பினர்களால் மறைமுகமாகத் தேர்ந்தெடுக்கப்படுகிறார்கள். இந்த தேர்தலும் விகிதாசார பிரதிநிதித்துவ முறையின்படி ஒற்றை மாற்றத்தக்க வாக்கு மூலம் நடத்தப்படுகிறது. எட்டு யூனியன் பிரதேசங்களில், இரண்டு (டெல்லி மற்றும் புதுச்சேரி) மட்டுமே ராஜ்யசபாவில் பிரதிநிதித்துவம் பெற்றுள்ளது. மற்ற யூனியன் பிரதேசங்களின் மக்கள் தொகை மிகக் குறைவாக இருப்பதால் ராஜ்யசபாவில் எந்தப் பிரதிநிதியும் இல்லை.

3. **நியமன உறுப்பினர்கள் ஜனாதிபதி நியமனம்**

கலை, இலக்கியம், அறிவியல் மற்றும் சமூக சேவையில் சிறப்பு அறிவு அல்லது நடைமுறை அனுபவம் உள்ளவர்களிடமிருந்து ராஜ்யசபாவிற்கு 12 உறுப்பினர்களைப் பெறுகிறது. இந்த நியமனக் கோட்பாட்டின் பின்னணியில் உள்ள நியாயம் என்னவென்றால், தேர்தல் செயல்முறையின் மூலம் ராஜ்யசபாவில் முக்கிய நபர்களுக்கு இடம் வழங்குவதாகும். அமெரிக்க செனட்டில் பரிந்துரைக்கப்பட்ட உறுப்பினர்கள் இல்லை என்பதை இங்கே கவனிக்க வேண்டும்.

ராஜ்ய சபா உறுப்பினராவதற்கான தகுதிகள்

மாநிலங்களவை உறுப்பினராவதற்குச் சில தகுதிகள் இருக்க வேண்டும். அவர் இந்திய குடிமகனாகவும், முப்பது வயது நிரம்பியவராகவும் இருக்க வேண்டும். எந்த மாநிலத்தில் இருந்து தேர்ந்தெடுக்கப்பட விரும்புகிறாரோ அந்த மாநிலத்தின் வாக்காளர் பட்டியலில் பெயர் சேர்க்கப்பட்டு வாக்களிக்கும் தகுதியுடையவராகவும் இருக்க வேண்டும்

ராஜ்யசபா ஒரு நிரந்தர அமைப்பு மற்றும் கலைக்கப்படுவதற்கு உட்பட்டது அல்ல. இருப்பினும், உறுப்பினர்களில் மூன்றில் ஒரு பகுதியினர் ஒவ்வொரு இரண்டாவது வருடமும் ஓய்வு பெறுகிறார்கள், மேலும் புதிதாக தேர்ந்தெடுக்கப்பட்ட உறுப்பினர்களால் மாற்றப்படுகிறார்கள். ஒவ்வொரு உறுப்பினரும் ஆறு வருட காலத்திற்கு தேர்ந்தெடுக்கப்படுவார்கள்.

மாநிலங்களவையின் தலைவர்

அரசியலமைப்பின் 89-ம் விதிப்படி இந்தியா துணைக் குடியரசுத் தலைவர் ராஜ்யசபாவின் அதிகாரபூர்வத் தலைவராக (சபாநாயகர்) பணியாற்றுகிறார். இவர் சபையின் கூட்டங்களுக்கு தலைமை தாங்குகிறார். இவரைத் தவிர சபை உறுப்பினர்களில் இருந்து ஒரு துணைத் தலைவரும் தேர்ந்து எடுக்கப்படுகிறார். தலைவர் இல்லாத சமயங்களில் சபை கூட்டங்களுக்குத் தலைமை தாங்குகிறார். மாநிலங்களவையின் அலுவல்கள் சரியான படி நடைபெற உதவுதல், சபையில் ஒழுங்கையும், அமைதியையும் ஏற்படுத்தி உறுப்பினர்கள் விவாதங்களில் பங்கெடுத்துக் கொள்ள செய்வது, வாக்கெடுப்பு நடத்தி முடிவை அறிவிப்பதும் சபையின் தலைவர், துணைத்தலைவர் ஆகியோரின் அதிகாரங்களாகும். மக்களவை சபாநாயகருக்கும் துணை சபாநாயகருக்கும் உள்ள சலுகைகளும் சிறப்புகளும் மாநிலங்களவையின் தலைவர் மற்றும் துணை தலைவருக்கும் வழங்கப்படுகிறது.

மாநிலங்களவையின் அதிகாரங்கள்

1. சாதாரணச் சட்டங்களை இயற்றுவதில் மாநிலங்களவை, மக்களவையுடன் சம அதிகாரங்களைக் கொண்டுள்ளது.

மக்களவையில் நிறைவேறிய மசோதா மாநிலங்களவைக்கு அனுப்பப்படும். அம்மாசோதாவை நிறைவேற்றலாம் அல்லது எந்தவிதமான நடவடிக்கையும் எடுக்காமல் இருக்கலாம். ஆனால் அதிகபட்சம் ஆறுமாத காலத்திற்குத்தான் நடவடிக்கை எடுக்காமல் மசோதாவை நிறுத்தி வைக்கலாம். பிறகு இரு சபைகளின் இணைப்புக் கூட்டத்தில் இரு சபைகளின் உறுப்பினர்களும் பங்கு கொண்டு பிரச்சனைக்குரிய மசோதாவை பெரும்பான்மையுடன் நிறைவேற்றுகிறார்கள்.

2. பண மசோதாக்களை நிறைவேற்றுவதில் மாநிலங்களவைக்கு எந்தவிதமான அதிகாரமும் கிடையாது. வரவு செலவுத் திட்டம், ஒதுக்கீடு மசோதா போன்ற பண மசோதாக்கள் மக்களவையில் தான் சமர்ப்பிக்க முடியும். மக்களவையில் நிறைவேற்றிய பிறகு மாநிலங்களவைக்கு அனுப்பப்படும். பண மசோதா மாநிலங்களவையில் நிறைவேற வேண்டும் என்ற அவசியமில்லை. பண மசோதா வந்த இரண்டு வாரத்திற்குள் விவாதித்து பரிந்துரை மட்டும் செய்ய வேண்டும். மாநிலங்களவையின் பரிந்துரைகளை மக்களவை ஏற்கவோ அல்லது மறுக்கவோ செய்யலாம். பண மசோதவை பொறுத்தவரையில் மக்களவையை விட மாநிலங்களவையின் பலம் குறைவாகவே காணப்படுகிறது.

3. நிர்வாகத் துறையைக் கட்டுப்படுத்துவதில் மாநிலங்களவை ஓரளவு அதிகாரம் பெற்றுள்ளது. அமைச்சர்கள் விவாதங்களில் கலந்து கொள்ளும் போது கேள்விகள் மூலமாகவும், விவாதங்களின் வாயிலாகவும், ஒத்திவைப்பதன் மூலமாகவும் அரசாங்கத்தின் கொள்கைகளை ஓரளவு கட்டுப்படுத்துகிறது.

4. அரசியலமைப்புத் திருத்தங்களைச் செய்வதில் மாநிலங்களவையின் ஒப்புதல் அவசியம் தேவை. திருத்தங்களை மாநிலங்களவை ஏற்கவில்லையென்றால் இருசபைகளின் கூட்டுக் கூட்டத்தை குடியரசுத் தலைவர் கூட்டி பெரும்பான்மை ஆதரவுடன் திருத்தம் நிறைவேற்றப்படும்.

5. குடியரசுத் தலைவர், துணைத் தலைவர் தேர்தல்களில் மாநிலங்களவை உறுப்பினர்கள் பங்கு பெறுகிறார்கள்.

6. குடியரசுத் தலைவர், நீதிபதிகளை பதவியிலிருந்து நீக்குவதற்காக நடத்தப்படும் குற்ற விசாரணைத் தீர்ப்பை மாநிலங்களவையையும் அங்கீகரிக்க வேண்டும். குடியரசு தலைவரால் கொண்டு வரப்படும் நெருக்கடிநிலை பிரகடணங்கள் இரண்டு மாதங்களுக்கு மேல் நீடிக்க வேண்டுமானால் மாநிலங்களவையின் ஒப்புதலும் தேவை.

7. மாநிலங்களவை தலைவர், துணை தலைவர் ஆகிய இருவரையும் பதவி விலக்க மாநிலங்களவைக்கு அதிகாரமுண்டு. ஆனால் இதற்கு மக்களவையும் சம்மதிக்க வேண்டும்.

8. ஒரு புதிய அனைத்து இந்திய ஆட்சித் துறைப் பணியை ஏற்படுத்த வேண்டுமென்று மாநில சபை தான் தீர்மானம் நிறைவேற்ற வேண்டும்.

லோக் சபா (மக்கள் அவை)

அமைப்பு

பாராளுமன்றத்தின் கீழ் சபை மக்கள் மன்றம் அல்லது மக்களவை என அழைக்கப்படுகிறது. மக்களவையின் அதிகபட்ச உறுப்பினர்கள் எண்ணிக்கை 552 ஆக நிர்ணயிக்கப்பட்டுள்ளது. இதில், 530 உறுப்பினர்கள் மாநிலங்களின் பிரதிநிதிகளாகவும், 20 உறுப்பினர்கள் யூனியன் பிரதேசங்களின் பிரதிநிதிகளாகவும், ஆங்கிலோ-இந்திய சமூகத்தைச் சேர்ந்த 2 உறுப்பினர்கள் ஜனாதிபதியால் நியமனம் செய்யப்படுவார்கள்.

மக்களவை உறுப்பினராவதற்கான தகுதிகள்

மக்களவை உறுப்பினராவதற்கு 25 வயது நிரம்பியவராக இருக்க வேண்டும். இந்திய குடிமகனாகவும் இருக்க வேண்டும். உறுப்பினர் ஒரே சமயத்தில் இரு சபைகளிலும் உறுப்பினராக இருப்பதை அரசியலமைப்பு அனுமதிக்கவில்லை. ஒரு உறுப்பினர் மொத்தம் அறுபது நாள் சபையின் அனுமதி பெறாமல் சபைக்கு வராமலிருந்தால் அவரது பதவி போய்விடும்.

மக்களவை உறுப்பினரைத் தேர்ந்தெடுக்க ஒவ்வொரு மாநிலமும் ஒரே அளவிலான பல தேர்தல் தொகுதிகளாகப் பிரிக்கப்பட்டுள்ளன.

மக்கள்தொகைஅடிப்படையில்பிரதிநிதித்துவம்வழங்கப்படுவதால் மக்கள் தொகை அதிகமாக உள்ள மாநிலங்களிலிருந்து அதிகமான பிரதிநிதிகளும் குறைவாக உள்ள மாநிலங்களிலிருந்து குறைவான பிரதிநிதிகளும் தேர்ந்தெடுக்கப்படுகின்றனர். தற்போது உத்திரபிரதேசம் மாநிலத்தில் அதிகபட்சமாக 79 உறுப்பினர்களும், சிக்கிமில் குறைந்தபட்சமாக 1 உறுப்பினரும் தமிழ்நாட்டிலிருந்து 39 உறுப்பினர்களும் மக்களவைக்கு தேர்ந்தெடுக்கப்படுகின்றனர்.

பதவிக்காலம்

மக்களவை உறுப்பினர்களின் பதவிக்காலம் ஐந்து ஆண்டுகள் என்று நிர்ணயிக்கப்பட்டுள்ளது. பதவிக்காலம் முடிவடைவதற்கு முன்பாகவே குடியரசுத் தலைவர் மக்களவையைக் கலைக்கலாம். நெருக்கடி நிலை இருக்கின்ற காலங்களில் பாராளுமன்றம் ஐந்து ஆண்டுகளுக்கு மேலும் தன்னுடைய பதவிக்காலத்தை ஒரு தடவைக்கு ஒரு ஆண்டு வீதமாக நீடித்துக் கொள்ளலாம்.

மக்களவையின் அதிகாரங்கள்

1. சாதாரணச் சட்டங்களை இயற்றுவதில் மாநிலங்களவை, மக்களவையுடன் சம அதிகாரங்களைக் கொண்டுள்ளது. இருசபைகளிலுமே சாதாரண மசோதாக்களை முதலில் கொண்டு வரலாம். மக்களவையல் நிறைவேற்றப்பட்ட மசோதா மாநில சபைக்கு அனுப்பி வைக்கப்படும் மாநிலங்களவையும் அதனை நிறைவேற்றிய பின் குடியரசுத் தலைவரின் ஒப்புதலுடன் சட்டமாகும்.

2. அரசியலமைப்பின் 106-ம் விதிப்படி ஒரு சாதாரண மசோதா மக்களவையில் நிறைவேற்றப்பட்ட பிறகு மாநிலங்களவை எந்த வித நடவடிக்கையும் எடுக்காமல் ஆறு மாதம் காலம் தாழ்த்தினால் குடியரசு தலைவர் இருஅவைகளின் இணைப்பு கூட்டத்தை கூட்டுவார். இக்கூட்டத்திற்கு மக்களவை சபாநாயகரே தலைமை தாங்குவார். இக்கூட்டத்தில் மக்களவை உறுப்பினர்களின் எண்ணிக்கை அதிகமாக இருப்பதால் மக்களவையின் விருப்பமே நிறைவேறும் என்பது தெளிவாகிறது.

3. பணமசோதாக்கள் முதலில் மக்களவையில்தான் அறிமுகப்படுத்த வேண்டும். வரவு செலவு கணக்கு, ஒதுக்கீடு மசோதா ஆகியவை மக்களவையில் தான் முதலில் சமர்ப்பிக்கப்பட வேண்டும்.

4. மக்களவையில் நிறைவேற்றப்பட்ட பண மசோதா மாநிலங்களவையில் பதினான்கு நாட்களுக்குள் தனது பரிந்துரையுடன் திருப்பி அனுப்ப வேண்டும். மக்களவையில் அந்தப் பரிந்துரைகளை ஏற்றுக்கொண்டால் அத்திருத்தங்களுடன் அம்மசோதா நிறைவேறியதாகக் கருதப்படும். மக்களவை அந்த பரிந்துரைகளை ஏற்றுக்கொள்ளவில்லை என்றால் மக்களவை நிறைவேற்றிய வடிவிலேயே அந்த மசோதா இருசபைகளிலும் நிறைவேற்றப்பட்டதாகக் கருதப்படும். பண மாசோதாவை இயற்றுவதில் மக்களவை அதிக அதிகாரம் பெற்று உள்ளது.

5. அமைச்சரவையின் மீது கட்டுப்பாடு செலுத்துவது மக்களவை பணிகளில் மிக முக்கியமானதாகும். அமைச்சர்கள் கூட்டாக மக்களவைக்கு பொறுப்பானவர்கள் மாநிலங்களவையில் நம்பிக்கையில்லாத் தீர்மானம் நிறைவேற்றினால் அது அரசாங்கத்தின் நிலையை பாதிக்காது. ஆனால் மக்களவையின் நன்மதிப்பையும் பெரும்பான்மை ஆதரவையும் எவ்வளவு நாட்களுக்கு அமைச்சர்கள் பெறுகிறார்களோ அதுவரை அவர்கள் ஆட்சி செய்யலாம். அவர்களுடைய கொள்கைகளை மக்களவை ஏற்றுக் கொள்ளவில்லை என்றால் பதவியிலிருந்து விலக வேண்டும்.

6. அரசாங்கத்தின் நடவடிக்கைகளை கேள்வி கேட்பது, கொள்கைகளையும் நடவடிக்கைகளையும் கண்டிப்பது, மக்களவையில் நம்பிக்கையில்லா தீர்மானம் கொண்டுவருதல், அவை ஒத்திவைப்பு போன்ற நான்கு வழிகளில் மக்களவை அரசாங்கத்தை கட்டுப்படுத்துகிறது.

7. குடியரசுத் தலைவர், துணைத் தலைவர் தேர்தல்களில் மக்களவை உறுப்பினர்கள் பங்கு பெறுகிறார்கள்.

8. குடியரசு தலைவர் நீதிபதிகளை பதவியிலிருந்து நீக்குவதற்காக நடத்தப்படும் குற்ற விசாரணைத் தீர்ப்பை மக்களவையும் அங்கீகரிக்க வேண்டும். குடியரசு தலைவரால் கொண்டு

வரப்படும் நெருக்கடிநிலைப் பிரகடனங்கள் இரண்டு மாதங்களுக்கு மேல் நீடிக்க வேண்டுமானால் மக்களவையின் ஒப்புதலும் தேவை.

சபாநாயகர்

நாட்டின் மிக உயர்ந்த சட்டமன்ற அமைப்பான லோக்சபா, அதன் சபாநாயகரைத் தேர்ந்தெடுக்கிறது, அவர் சபையின் அன்றாட செயல்பாடுகளுக்குத் தலைமை தாங்குகிறார். சபாநாயகர் மற்றும் துணை சபாநாயகர் ஆகிய இருவரையும் தேர்ந்தெடுக்க அரசியல் சட்டத்தின் 93-வது பிரிவு வழங்குகிறது.

நாட்டின் உயர்ந்த இந்திய அரசியலமைப்புச் சட்டத்தின்படி சபாநாயகர் அவையில் உறுப்பினராக இருக்க வேண்டும். பொதுவாக, ஆளும் கட்சியைச் சேர்ந்த ஒருவர் சபாநாயகராகவும், துணை சபாநாயகராக எதிர்கட்சியை சேர்ந்தவரும் தேர்ந்தெடுக்கப்படுவார்கள். சபாநாயகராக தேர்ந்தெடுக்கப்படுவதற்கு குறிப்பிட்ட தகுதிகள் எதுவும் நிர்ணயிக்கப்பட வில்லை என்றாலும், அரசியலமைப்பு மற்றும் நாட்டின் சட்டங்கள் பற்றிய புரிதல் சபாநாயகர் பதவியை வைத்திருப்பவருக்கு முக்கிய சொத்தாகக் கருதப்படுகிறது.

பதவிக்காலம்:

சபாநாயகர் அவர்/அவள் தேர்ந்தெடுக்கப்பட்ட நாளிலிருந்து அடுத்த மக்களவையின் முதல் கூட்டம் வரை (5 ஆண்டுகள்) பதவியில் இருப்பார். ஒரு முறை தேர்ந்தெடுக்கப்பட்ட சபாநாயகர் மீண்டும் தேர்ந்தெடுக்கப்படத் தகுதியுடையவர்.

மக்களவை கலைக்கப்படும் போதெல்லாம், சபாநாயகர் தனது பதவியைக் காலி செய்யாமல், புதிதாக தேர்ந்தெடுக்கப்பட்ட மக்களவை கூடும் வரை தொடர்கிறார்.

சபாநாயகரின் அதிகாரங்கள்

1. மக்களவையின் தீர்மானங்களையும் உத்தரவுகளையும் நிறைவேற்றும் பொழுது சபையின் தனி உரிமைகளைப்

பாதுகாக்கிறார். சபையின் பிரதிநிதியாக பணியாற்றுகிறார். சபையை அவமதித்தவர்களை விசாரித்து அவர்களுக்கு சபை உரிமையை மீறிய குற்றத்திற்காகத் தண்டனை வழங்குவதும் அவரின் பணியாகும்.

2. சபாநாயகர் மக்களவை கூட்டங்களுக்குத் தலைமை தாங்கி அதன் நடவடிக்கைகளை விதிமுறைகளுக்கேற்ப நடத்தி வைக்கிறார். சபையின் அலுவல்கள் என்னென்ன, உறுப்பினர்கள் எவ்வளவு நேரம் பேச வேண்டும் என்பதையெல்லாம் அவரே முடிவு செய்கிறார். சபையின் அமைதியையும் ஒழுங்கையும் பராமரிப்பதும், உறுப்பினர்கள் கண்ணியமாகப் பேசும்படி பார்த்து கொள்வதும் அவரது பணிகளுள் ஒன்றாகும்.

3. சபையின் விவாதங்களில் பங்கு கொள்ள விரும்புகிறவர்களை அனுமதித்து விவாதங்களை சிறந்த முறையில் நடத்தி வைக்கிறார். ஒழுங்கீனமாக நடந்து கொள்ளும் உறுப்பினர்களை சபையின் நடவடிக்கைகளில் கலந்து கொள்வதிலிருந்து தற்காலிகமாக சஸ்பெண்ட் செய்து வைக்கலாம். சபை உறுப்பினர்கள் ஒழுங்கீனமாக நடந்துகொண்டால் சபையை ஒத்தி வைக்கும் உரிமை சபாநாயகருக்கு உண்டு.

4. ஒரு மசோதா பண மசோதாவா இல்லையா என்பதை சபாநாயகர் முடிவு செய்கிறார். மசோதா ஒன்று இறுதியாக நிறைவேற்றப்படுமானால் அதில் கையெழுத்திட்டு மாநிலங்களவைக்கு அனுப்புவதும் அவரது பணியாகும்.

5. சபாநாயகர் நாடாளுமன்றத்தின் இரு அவைகளின் கூட்டுக் கூட்டத்திற்குத் தலைமை தாங்குகிறார்.

இயல்: நான்கு
மாநில அரசாங்கம்

ஆளுநர்

இந்திய அரசியலமைப்புச் சட்டம் மத்திய அரசாங்கத்தைப் போன்றே மாநில அரசாங்கமும் பாராளுமன்ற அமைப்பாக கருதுகிறது. மாநில அரசாங்கத்தைப் பற்றி அரசியலமைப்பின் பகுதி VI-ல் குறிப்பிடப்பட்டுள்ளது. சிறப்பு அந்தஸ்தை அனுபவிக்கும் மற்றும் தனக்கென தனி அரசியலமைப்பைக் கொண்ட ஜம்மு மற்றும் காஷ்மீர் மாநிலத்திற்கு இது பொருந்தாது.

அரசியலமைப்பின் பகுதி VI ல் உள்ள 153 முதல் 167 வரையிலான பிரிவுகள் மாநில நிர்வாகத்தைப் பற்றிக் கூறுகின்றன. மாநில செயற்குழுவில் ஆளுநர், முதல்வர், அமைச்சர்கள் குழு மற்றும் மாநிலத்தின் அட்வகேட் ஜெனரல் ஆகியோர் உள்ளனர். எனவே, மத்தியில் துணைக் குடியரசுத் தலைவரைப் போன்று துணை நிலை ஆளுநர் (மாநிலத்தில்) அலுவலகம் இல்லை.

மாநிலத்தின் தலைமை நிர்வாகத் தலைவர் ஆளுநர் ஆவார். ஆனால், ஜனாதிபதியைப் போலவே, அவர் ஒரு பெயரளவு நிர்வாகத் தலைவர் (பெயரளவிளான தலைவர் அல்லது அரசியலமைப்புத் தலைவர்). ஆளுநர் மத்திய அரசின் ஏஜென்டாகவும் செயல்படுகிறார். வழக்கமாக, ஒவ்வொரு மாநிலத்திற்கும் ஒரு ஆளுநர் இருக்கிறார், ஆனால் 1956 -இன் 7-வது அரசியலமைப்புத் திருத்தச் சட்டம் ஒரே நபரை இரண்டு அல்லது அதற்கு மேற்பட்ட மாநிலங்களுக்கு ஆளுநராக நியமிக்க வழிவகை செய்தது.

ஆளுநர் நியமனம்

ஆளுநர் மக்களால் நேரடியாகவோ அல்லது குடியரசுத் தலைவரைப் போல மறைமுகமாக தேர்தல் வாக்காளர் குழாத்தாலோ தேர்ந்தெடுக்கப்படுவதில்லை. ஆளுநர் குடியரசுத் தலைவரால் நியமிக்கப்படுகிறார்.

ஒருவரை ஆளுநராக நியமிக்க அரசியல் சட்டம் இரண்டு தகுதிகளை மட்டுமே வகுத்துள்ளது.

1. அவர் இந்திய குடிமகனாக இருக்க வேண்டும்.

2. அவருக்கு 35 வயது நிறைவடைந்திருக்க வேண்டும்.

கூடுதலாக, பல ஆண்டுகளாக இது சம்பந்தமாக இரண்டு மரபுகளும் உருவாக்கப்பட்டுள்ளன. முதலில், அவர் வெளி மாநிலத்தவராக இருக்க வேண்டும். அதாவது, அவர் நியமிக்கப்பட்ட மாநிலத்தைச் சேர்ந்தவராக இருக்கக்கூடாது. ஏனெனில் அவர் உள்ளூர் அரசியலில் இருந்து விடுபட்டவராக இருக்க வேண்டும். இரண்டாவதாக, ஆளுநரை நியமிக்கும் போது குடியரசுத் தலைவர் சம்பந்தப்பட்ட மாநிலத்தின் முதலமைச்சரைக் கலந்தாலோசிக்க வேண்டும். இதனால் மாநிலத்தில் அரசியலமைப்பு இயந்திரம் சீராகச் செயல்படுவதை உறுதி செய்ய வேண்டும். இருப்பினும், சில வழக்குகளில் இரண்டு மரபுகளும் மீறப்பட்டுள்ளன.

கவர்னர் அலுவலகத்தின் நிபந்தனைகள்

அரசியலமைப்பு ஆளுநர் அலுவலகத்திற்கு பின்வரும் நிபந்தனைகளை வகுத்துள்ளது:

1. அவர் எந்த நாடாளுமன்றத்திலும் அல்லது மாநில சட்டமன்றத்தின் அவையிலும் உறுப்பினராக இருக்கக்கூடாது. அத்தகைய நபர் யாரேனும் ஆளுநராக நியமிக்கப்பட்டால், அவர் ஆளுநராக தனது அலுவலகத்தில் நுழைந்த தேதியில் தனது உறுப்பினர் பதவியை விட்டு விலக வேண்டும். அவர் வேறு எந்த லாபகரமானப் பதவியையும் வகிக்கக் கூடாது. அவர் தனது உத்தியோகபூர்வ இல்லத்தை (இராஜ் பவன்) பயன்படுத்துவதற்கு உரிமையுடையவர் ஆவார்.

2. பாராளுமன்றத்தால் தீர்மானிக்கப்படும் ஊதியங்கள் மற்றும் சலுகைகளுக்கு அவர் தகுதியானவர் ஆவார்.

3. ஒரே நபர் இரண்டு அல்லது அதற்கு மேற்பட்ட மாநிலங்களுக்கு ஆளுநராக நியமிக்கப்படும்போது, அவருக்கு வழங்கப்படும் ஊதியம் மற்றும் சலுகைகள் குடியரசுத் தலைவரால் நிர்ணயிக்கப்பட்ட விகிதத்தில் மாநிலங்களால் பகிர்ந்து கொள்ளப்படும்.

ஆளுநரின் அதிகாரங்கள் மற்றும் செயல்பாடுகள்

இந்தியக் குடியரசுத் தலைவருக்கு ஒப்பான நிர்வாக, சட்டமன்ற மற்றும் நீதித்துறை அதிகாரங்களை ஆளுநர் கொண்டிருக்கிறார். இருப்பினும், அவருக்கு ஜனாதிபதியைப் போல இராஜதந்திர, இராணுவ அதிகாரங்கள் எதுவும் இல்லை.

ஆளுநரின் அதிகாரங்கள் மற்றும் செயல்பாடுகளை பின்வரும் தலைப்புகளின் கீழ் ஆய்வு செய்யலாம்:

1. நிர்வாக அதிகாரங்கள்

2. சட்டமியற்றும் அதிகாரங்கள்

3. நீதித்துறை அதிகாரங்கள்

4. அவசரச் சட்டம் பிறப்பிக்கும் அதிகாரங்கள்

1. நிர்வாக அதிகாரங்கள்

a. ஒரு மாநில அரசின் அனைத்து நிர்வாக நடவடிக்கைகளும் அவரது பெயரில் முறையாக நடைபெறுகின்றன. அவர் முதலமைச்சரையும் மற்ற அமைச்சர்களையும் நியமிக்கிறார். ஒரு மாநிலத்தின் அட்வகேட் ஜெனரலை நியமித்து, அவருடைய ஊதியத்தை நிர்ணயிக்கிறார்.

b. அவர் மாநில தேர்தல் ஆணையரை நியமித்து, அவரது சேவை மற்றும் பதவிக் காலத்தை நிர்ணயிக்கிறார். அவர் மாநில பொது சேவை ஆணையத்தின் தலைவர் மற்றும் உறுப்பினர்களை நியமிக்கிறார். எனினும், அவர்களை குடியரசுத் தலைவர் மட்டுமே நீக்க முடியும், ஆளுநரால் அல்ல.

c. மாநில விவகாரங்களின் நிர்வாகம் மற்றும் சட்டத்திற்கான முன்மொழிவுகள் தொடர்பான எந்தவொரு தகவலையும் அவர் முதலமைச்சரிடமிருந்து பெறலாம்.

d. அமைச்சர் ஒருவரால் முடிவெடுக்கப்பட்ட ஆனால் சபையால் பரிசீலிக்கப்படாத எந்தவொரு விஷயத்தையும் அமைச்சர்கள் குழுவின் பரிசீலனைக்கு சமர்ப்பிக்குமாறு அவர் முதலமைச்சரைக் கோரலாம்.

e. ஒரு மாநிலத்தில் அரசியலமைப்பு அவசரநிலையை அமல்படுத்துவது குறித்துஜனாதிபதிக்குஅவர்பரிந்துரைக்கலாம். ஒரு மாநிலத்தில் குடியரசுத் தலைவர் ஆட்சியின் போது, குடியரசுத் தலைவரின் முகவராக ஆளுநர் விரிவான நிர்வாக அதிகாரங்களைப் பெறுவார்.

f. அவர் மாநிலத்தில் உள்ள பல்கலைக்கழகங்களின் வேந்தராக செயல்படுகிறார். மாநிலத்தில் உள்ள பல்கலைக்கழகங்களின் துணைவேந்தர்களையும் அவர் நியமிக்கிறார்.

2. சட்டமியற்றும் அதிகாரங்கள்

ஆளுநர் என்பவர் மாநில சட்டமன்றத்தின் ஒருங்கிணைந்த பகுதி ஆவார். அவருக்கு பின்வரும் சட்டமியற்றும் அதிகாரங்களும் செயல்பாடுகளும் உள்ளன:

I. அவர் மாநிலச் சட்டமன்றத்தைக் கூட்டலாம் அல்லது ஒத்திவைக்கலாம் மற்றும் மாநிலச் சட்டமன்றத்தை கலைக்கவும் அதிகாரமுண்டு.

II. ஒவ்வொரு பொதுத் தேர்தலுக்குப் பிறகும், ஒவ்வொரு ஆண்டும் முதல் கூட்டத் தொடரின் தொடக்கத்திலும் அவர் மாநில சட்டமன்றத்தில் உரையாற்றுகிறார்.

III. அவர் சட்டமன்றத்தில் நிலுவையில் உள்ள மசோதா அல்லது மாநில சட்டமன்றத்திற்குச் செய்திகளை அனுப்பலாம்.

IV. சபாநாயகர் மற்றும் துணை சபாநாயகர் ஆகிய இருவரின் அலுவலகங்களும் காலியாக இருக்கும் போது, மாநில

சட்டப் பேரவையின் எந்த ஒரு உறுப்பினரையும் அதன் நடவடிக்கைகளைத் தலைமையேற்று நடத்துவதற்கு அவர் நியமிக்கலாம்.

V. இலக்கியம், கலை, அறிவியல், கூட்டுறவு இயக்கம் மற்றும் சமூக சேவை ஆகியவற்றில் சிறப்பு அறிவு அல்லது நடைமுறை அனுபவம் உள்ளவர்களில் இருந்து மாநில சட்டமன்ற உறுப்பினர்களில் ஆறில் ஒரு பங்கை அவர் பரிந்துரைக்கிறார்.

VI. அவர் ஆங்கிலோ-இந்தியச் சமூகத்தில் இருந்து மாநில சட்டமன்றத்திற்கு ஒரு உறுப்பினரை நியமிக்கலாம்.

VII. தேர்தல் ஆணையத்துடன் கலந்தாலோசித்து மாநிலங்களவை உறுப்பினர்களின் தகுதி நீக்கம் குறித்த கேள்விக்கு அவர் முடிவு எடுக்கலாம்.

VIII. ஒரு மசோதா மாநில சட்டமன்றத்தில் நிறைவேற்றப்பட்ட பிறகு ஆளுநருக்கு அனுப்பப்படும் போது, அவர்:

a. மசோதாவுக்கு அவரது ஒப்புதலை வழங்கவும், அல்லது

b. மசோதாவிற்கு அவரது ஒப்புதலைத் தடுத்து நிறுத்தவும், அல்லது

c. மாநில சட்டமன்றத்தின் மறுபரிசீலனைக்காக மசோதாவை (அது பண மசோதாவாக இல்லாவிட்டால்) திருப்பி அனுப்பி வைக்கலாம். எவ்வாறாயினும், திருத்தங்களுடனேனோ அல்லது இல்லாமலேோ இந்த மசோதா மாநில சட்டமன்றத்தில் மீண்டும் நிறைவேற்றப்பட்டால், ஆளுநர் தனது ஒப்புதலை வழங்க வேண்டும்.

IX. மாநிலச் சட்டப் பேரவைக் கூட்டத்தொடர் இல்லாதபோது அவர் அவசரச் சட்டங்களை வெளியிடலாம். இந்த அவசரச் சட்டங்கள் மாநில சட்டமன்றத்தின் மறுசீரமைப்பிலிருந்து ஆறு வாரங்களுக்குள் அங்கீகரிக்கப்பட வேண்டும். அவர் எந்த நேரத்திலும் ஒரு அரசாணையை திரும்பப் பெறலாம்.

இது ஆளுநரின் மிக முக்கியமான சட்டமியற்றும் அதிகாரமாகும்.

X. ஆண்டுதோறும் மாநிலத்தின் வரவுசெலவுத்திட்டத்தையும் மற்ற மானியக் கோரிக்கைகளையும் சட்டமன்றத்தில் தாக்கல் செய்யும்படி செய்கிறார்.

3. நீதித்துறை அதிகாரங்கள்

I. அரசியலமைப்பின் பிரிவு 161-ன் படி ஒரு மாநிலத்தின் ஆளுநருக்கு அரசின் நிறைவேற்று அதிகாரம் நீட்டிக்கப்பட்ட ஒரு விஷயத்துடன் தொடர்புடைய எந்தவொரு சட்டத்திற்கும் எதிரான எந்தவொரு குற்றத்திற்காகவும் குற்றவாளி எனத் தீர்ப்பளிக்கப்பட்ட எந்தவொரு நபரின் தண்டனையை குறைக்கவோ, மன்னிப்பு வழங்கவோ, அவகாசம் அல்லது தண்டனையை நீக்கவோ அல்லது இடைநிறுத்துதல் செய்யவோ அதிகாரம் உள்ளது.

II. மாநில உயர்நீதிமன்ற தலைமை நீதிபதி மற்றும் பிற நீதிபதிகளை நியமிக்கும் போது குடியரசுத் தலைவர் மாநில ஆளுநரின் ஆலோசனைகளையும் கேட்டுக் கொள்கிறார்.

4. அவசரச் சட்டம் பிறப்பிக்கும் அதிகாரம்

மாநில சட்டமன்றம் நடைபெறாத காலத்தில் உடனடியாக நடவடிக்கை எடுக்க வேண்டிய சூழ்நிலை ஏற்பட்டுள்ளதென ஆளுநருக்கு தெரிந்தால் அதற்கான அவசரச் சட்டத்தைப் பிறப்பிக்க 213-வது விதியின் கீழ் அதிகாரம் உண்டு. ஆனால் அவசரச் சட்டத்தில் இடம்பெற்றவை அனைத்தும் குடியரசு தலைவரின் முன் சம்மதத்துடன் தான் சட்டமன்றத்தில் மசோதாவாக தாக்கல் செய்யப்பட வேண்டுமென்றிருந்தால் அல்லது அம்மசோதா குடியரசுத் தலைவரின் பரிசீலனைக்கு அனுப்பப்பட வேண்டுமென்றிருந்தால் அம்மாதிரியான பொருளடங்கிய அவசரச் சட்டத்தைக் குடியரசுத் தலைவருடைய அனுமதியின்றிப் பிரகடனப்படுத்துதல் கூடாது. சட்டத்திற்கு என்ன விளைவும் மதிப்பும் உண்டோ அத்தனையும் அவசரச் சட்டத்திற்கும் பொருந்தும். மாநில சட்டமன்றம் கூடிய உடனயே அதன் முன்பு

அவசரச் சட்டம் தாக்கல் செய்யப்பட வேண்டும். சட்டமன்றம் கூடிய நாளிலிருந்து ஆறு வாரத்திற்குப் பிறகு அவசரச் சட்டம் செயலிழந்து விடுகிறது அல்லது அதற்கு முன்னதாகவே சட்டமன்றத்தால் ஏற்றுக் கொள்ளவோ, நிராகரிக்கவோ அல்லது திரும்ப பெறவோ என ஏதாவதொரு நடவடிக்கை எடுக்கப்பட்டிருக்க வேண்டும். ஆனால் இந்த அவசர சட்டமியற்றும் அதிகாரம் மக்களாட்சித் தத்துவத்திற்கு முரணானதாகக் கருதப்படுகிறது.

முதலமைச்சர்

முதலமைச்சர் உண்மையான நிர்வாக அதிகாரம் உடையவராவார். வேறு விதமாக கூறுவதானால், கவர்னர் மாநிலத்தின் தலைவராக இருக்கிறார், முதல்வர் அரசாங்கத்தின் தலைவராக செயல்படுகிறார். இதனால் மாநில அளவில் முதலமைச்சரின் நிலையானது, மத்திய அரசின் பிரதமர் பதவிக்கு ஒப்பானதாகும்.

முதலமைச்சரின் நியமனம்

முதலமைச்சரை தேர்ந்தெடுப்பதற்கும் நியமனம் செய்வதற்கும் அரசியலமைப்பில் குறிப்பிட்ட நடைமுறை எதுவும் இல்லை. சட்டப்பிரிவு 164-ன் படி முதலமைச்சர் ஆளுநரால் நியமிக்க பட வேண்டும் என்று மட்டுமே கூறப்பட்டுள்ளது. இருப்பினும், யாரையும் முதலமைச்சராக நியமிக்க ஆளுநருக்கு சுதந்திரம் உள்ளது என்பதை இது குறிக்கவில்லை. நாடாளுமன்ற ஆட்சி முறையின் படி, மாநில சட்டப் பேரவையில் பெரும்பான்மை உள்ள கட்சியின் தலைவரை முதல்வராக ஆளுநர் நியமிக்க வேண்டும். ஆனால், சட்டசபையில் எந்தக் கட்சிக்கும் தனிப்பெரும்பான்மை இல்லாதபோது, முதல்வர் தேர்வு மற்றும் நியமனத்தில் ஆளுநர் தனது தனிப்பட்ட விருப்புரிமையைப் பயன்படுத்தலாம். இதுபோன்ற சூழ்நிலையில், சட்டசபையில் மிகப்பெரிய கட்சி அல்லது கூட்டணியின் தலைவரை முதல்வராக நியமித்து, ஒரு மாதத்திற்குள் நம்பிக்கை வாக்கெடுப்பு நடத்தும்படி கவர்னர் கேட்பது வழக்கம்.

முதலமைச்சரைத் தேர்ந்தெடுப்பதிலும் நியமனம் செய்வதிலும் ஆளுநர் தனது தனிப்பட்ட தீர்ப்பை நடைமுறைப்படுத்த வேண்டியிருக்கலாம். ஆனால், ஒரு முதலமைச்சர் இறந்தால்,

ஆளுங்கட்சி புதிய தலைவரைத் தேர்ந்தெடுப்பது வழக்கம், அவரை முதலமைச்சராக நியமிப்பதைத் தவிர ஆளுநருக்கு வேறு வழியில்லை.

மாநில சட்டப் பேரவையில் உறுப்பினராக இல்லாத ஒருவர், ஆறு மாதங்களுக்கு முதலமைச்சராக நியமிக்கப்படலாம், அதற்குள் அவர் மாநில சட்டப்பேரவைக்கு தேர்ந்தெடுக்கப்பட வேண்டும், தவறினால் அவர் முதலமைச்சராக பதவியேற்பதலிருந்து நீக்கப்படுவார்.

அரசியலமைப்புச் சட்டத்தின்படி, முதலமைச்சர் ஒரு மாநில சட்டமன்றத்தின் இரு அவைகளில் ஏதேனும் ஒன்றில் உறுப்பினராக இருக்கலாம். பொதுவாக முதல்வர்கள் கீழ்சபையிலிருந்து (சட்டமன்றப் பேரவை) தேர்ந்தெடுக்கப்படுவார்கள், ஆனால், சில சந்தர்ப்பங்களில், மேல்சபை உறுப்பினர் (சட்டமன்றக் குழு) முதலமைச்சராகவும் நியமிக்கப்பட்டுள்ளனர்.

உறுதிமொழி, விதிமுறை மற்றும் சம்பளம்

முதல்வர் அலுவலகத்திற்குள் நுழையும் முன், அவருக்கு பதவிப் பிரமாணமும், ரகசிய காப்பு பிரமாணமும் கவர்னர் செய்து வைக்கிறார்.

தனது பதவிப் பிரமாணத்தில், முதலமைச்சர் சத்தியம் செய்கிறார்:

1. இந்திய அரசியலமைப்பின் மீது உண்மையான நம்பிக்கை மற்றும் விசுவாசம், இந்தியாவின் இறையாண்மை மற்றும் ஒருமைப்பாட்டை நிலைநிறுத்த, அவரது அலுவலகத்தின் கடமைகளை உண்மையாகவும் மனசாட்சியுடனும் நிறைவேற்றுவதற்கு மற்றும் அச்சம் அல்லது தயவு, பாசம் அல்லது தீமையின்றி, அரசியலமைப்பு மற்றும் சட்டத்தின்படி அனைத்து வகையான மக்களுக்கும் உரிமைகளை வழங்குதல்.

2. முதலமைச்சர் தனது இரகசியக் காப்புப் பிரமாணத்தில், தனது பரிசீலனைக்குக் கொண்டுவரப்பட்ட அல்லது மாநில அமைச்சராகத் தனக்குத் தெரிந்த எந்தவொரு விஷயத்தையும் நேரடியாகவோ அல்லது மறைமுகமாகவோ யாரிடமும்

தெரிவிக்கவோ அல்லது வெளிப்படுத்தவோ மாட்டேன் என்று சத்தியம் செய்கிறார்.

3. முதலமைச்சரின் பதவிக்காலம் நிர்ணயிக்கப்படவில்லை, கவர்னரின் விருப்பத்தின் போது அவர் பதவி வகிக்கிறார். இருப்பினும், ஆளுநர் அவரை எந்த நேரத்திலும் பதவி நீக்கம் செய்யலாம் என்று அர்த்தமல்ல. சட்டப் பேரவையில் அவருக்கு பெரும்பான்மை ஆதரவு இருக்கும் வரை அவரை ஆளுநரால் பதவி நீக்கம் செய்ய முடியாது. ஆனால், அவர் சட்டசபையின் நம்பிக்கையை இழந்தால், அவர் ராஜினாமா செய்ய வேண்டும் அல்லது கவர்னர் அவரை பதவி நீக்கம் செய்யலாம்.

4. முதலமைச்சரின் சம்பளம் மற்றும் படிகள் மாநில சட்டமன்றத்தால் தீர்மானிக்கப்படுகின்றன. மாநில சட்டப் பேரவை உறுப்பினருக்கு வழங்கப்படும் சம்பளம் மற்றும் படிகள் கூடுதலாக, இலவச தங்குமிடம், பயண உதவித்தொகை, மருத்துவ வசதிகள் போன்றவற்றைப் பெறுகிறார். தமிழ்நாட்டில் முதலமைச்சருக்கு மாத சம்பளமாக 2,05,000 ரூபாயும் சட்டமன்ற உறுப்பினர்களுக்கு 1,23,000 ரூபாயும் வழங்கப்படுகிறது

முதலமைச்சரின் அதிகாரங்கள் மற்றும் செயல்பாடுகள்

1. முதலமைச்சரால் பரிந்துரைக்கப்படும் நபர்களை மட்டுமே கவர்னர் அமைச்சர்களாக நியமிக்கிறார். அவர் அமைச்சர்கள் மத்தியில் இலாகாக்களை ஒதுக்கி, மாற்றியமைக்கிறார். அவர் ஒரு அமைச்சரை ராஜினாமா செய்யச் சொல்லலாம் அல்லது கருத்து வேறுபாடு ஏற்பட்டால் அவரை பதவி நீக்கம் செய்ய ஆளுநருக்கு ஆலோசனை கூறலாம்.

2. அவர் மந்திரி சபையின் கூட்டங்களுக்கு தலைமை தாங்குகிறார் மற்றும் அதன் முடிவுகளை எடுக்கிறார். அவர் அனைத்து அமைச்சர்களின் செயல்பாடுகளையும் வழிநடத்துகிறார், கட்டுப்படுத்துகிறார் மற்றும் ஒருங்கிணைக்கிறார்.

3. அரசாங்கத்தின் பொதுவான கொள்கைகளுக்குச் சட்டமன்றத்திடம் பொறுப்பேற்கிறார். சட்ட மன்றத்தில் கேட்கப்படும் கேள்விகள், துணைக் கேள்விகள் ஆகியவற்றிற்கு அமைச்சர்களுக்கு துணையாக நின்று பதிலளிக்கும் பொறுப்பு முதல்வருக்குண்டு.

4. அரசாங்கத்திலுள்ள பல்வேறு இலாக்காக்களின் நடவடிக்கைகளை ஒருங்கிணைத்து மேற்பார்வை செய்கிறார்.

5. முதல்வர் அரசாங்கத்தின் பேச்சாளராவர் அவருடைய அறிக்கைகளும், வாக்குறுதிகளும், அறிவிப்புகளும் அதிகாரப்பூர்வமானவையாகும். மாநில அரசாங்கத்திலுள்ள உயர் பதவிகளுக்கு நியமனம் செய்வதில் தன்னுடைய செல்வாக்கைப் பயன்படுத்த முடியும்.

6. மாநில நிர்வாகம் மற்றும் சட்டப்பூர்வ முன்மொழிவுகள் தொடர்பான மந்திரி சபையின் அனைத்து முடிவுகளையும் ஆளுநரிடம் தெரிவித்தல்.

7. அட்வகேட் ஜெனரல், மாநில பொதுப்பணி ஆணையத்தின் தலைவர் மற்றும் உறுப்பினர்கள், மாநில தேர்தல் ஆணையர் மற்றும் பல முக்கிய அதிகாரிகளின் கருத்துக்கள் குறித்து அவர் ஆளுநருக்கு ஆலோசனை கூறுகிறார்.

8. முதலமைச்சர் மாநில சட்டமன்றம் அமர்வுகளை நிச்சயப்படுத்துவது மற்றும் ஒத்திவைப்பது குறித்து ஆளுநருக்கு ஆலோசனை வழங்குகிறார். மாநில சட்டசபையை கலைக்க அவர் எந்த நேரத்திலும் கவர்னருக்கு பரிந்துரைக்கலாம்.

9. மாநில திட்டக் குழுமத்தின் தலைவராக உள்ளார். பிரதம மந்திரி தலைமையிலான மாநிலங்களுக்கு இடையேயான கவுன்சில் மற்றும் தேசிய வளர்ச்சி கவுன்சிலின் உறுப்பினராக உள்ளார்.

10. மாநிலத் தலைவர் என்ற முறையில், பல்வேறு தரப்பு மக்களைச் சந்தித்து, அவர்களின் பிரச்னைகள் குறித்து, அவர்களிடமிருந்து மனுக்களைப் பெறுகிறார். அவர் மாநிலத்தின் தலைமை செய்தி தொடர்பாளராக உள்ளார்.

மாநில அமைச்சரவை

முதலமைச்சரைத் தலைவராகக் கொண்ட அமைச்சரவை ஆளுநருக்கு உதவியளிக்கவும், அறிவுரை கூறவும் அரசியலமைப்பின் 163-ம் பிரிவின் படி அமைக்கப்படுகிறது. முதலமைச்சரை ஆளுநர் நியமிக்கிறார். முதல்வரின் அறிவுரையின் படி மற்ற அமைச்சர்கள் நியமிக்கப்படுகிறார்கள். அமைச்சர்கள் ஆளுநர் விரும்பும் காலம் வரைக்கும் பதவியில் நீடித்திருக்கலாம். அமைச்சர்கள் கூட்டாகத் தங்களுடைய கொள்கைகளுக்கும், அன்றாட நடவடிக்கைகளுக்கும் சட்டசபைக்குப் பொறுப்பேற்கிறார்கள். அமைச்சர்கள் பதவியேற்கும் முன்பாக ஆளுநர் முன்னிலையில் உறுதிமொழி எடுத்துக் கொள்ள வேண்டும். அமைச்சர்கள் மாநில சட்டமன்ற உறுப்பினர்களாயிருக்க வேண்டும். உறுப்பினராயில்லதாவர் தொடர்ந்து ஆறுமாத காலத்திற்கு அமைச்சராகப் பணியாற்றலாம். அதற்குப் பிறகு அமைச்சர் பதவியை இழக்க நேரிடும் அல்லது அதற்கு முன்னதாகவே இடைத்தேர்தலில் போட்டியிட்டு உறுப்பினராகத் தேர்ந்தெடுக்கப்பட வேண்டும். மாநில சட்டமன்றத்தால் நிர்ணயிக்கப்படும் ஊதியத்தையும் மற்றச் செலவுப் படிகளையும் அமைச்சர்கள் பெறுகின்றார்கள்.

ஒரு அமைச்சருக்கு ஆளுநர் பதவிப் பிரமாணமும், இரகசிய காப்புப் பிரமாணமும் செய்து வைப்பார். மாநில நிர்வாகம் மற்றும் சட்டத்திற்கான முன்மொழிவுகள் தொடர்பான அமைச்சர்கள் குழுவின் அனைத்து முடிவுகளையும் மாநில ஆளுநருக்குத் தெரிவிப்பது மாநில முதலமைச்சரின் கடமையாகும். ஆளுநர் கோரினால், எந்த ஒரு முடிவு எடுக்கப்பட்டதோ அந்த விவகாரத்தை அமைச்சர்கள் குழுவின் பரிசீலனைக்கு சமர்ப்பிக்க வேண்டும்.

மத்தியிலும், மாநிலங்களிலும், அமைச்சர்கள் குழுவில், கேபினட் அமைச்சர்கள், மாநில அமைச்சர்கள் மற்றும் துணை அமைச்சர்கள் என மூன்று வகை அமைச்சர்கள் உள்ளனர். அவர்களுக்கிடையேயான வேறுபாடு அந்தந்தப் பதவிகள், ஊதியங்கள் மற்றும் அரசியல் முக்கியத்துவம் ஆகியவற்றில் உள்ளது. இந்த அமைச்சர்கள் அனைவரின் மத்தியிலும் முதல்வருக்கு அதிக அதிகாரம் உள்ளது. உள்துறை, கல்வி, நிதி, விவசாயம் போன்ற மாநில அரசின் முக்கியத் துறைகளுக்கு கேபினட் அமைச்சர்கள் தலைமை தாங்குகிறார்கள்.

அமைச்சரவையில் அங்கம் வகிக்கும் அவர்கள், அதன் கூட்டங்களில் கலந்து கொள்கிறார்கள்.

மாநில அமைச்சர்கள் துறைகளின் நிலுவையில் உள்ள பொறுப்பை ஒப்படைக்கலாம் அல்லது இணைக்கப்படலாம், அமைச்சரவை மற்றும் அவர்களின் துறைகள் ஏதாவது அமைச்சரவையால் பரிசீலிக்கப்படும் போது விசேஷமாக அழைக்கப்படும் வரை அமைச்சரவை கூட்டத்தில் கலந்து கொள்ள வேண்டாம். தேவைப்படும்போது அமைச்சரவைக் கூட்டங்களுக்கு அவர்கள் பிரத்யேகமாக அழைக்கப்படுகிறார்கள்.

அடுத்த நிலையில் துணை அமைச்சர்கள் உள்ளனர். அவர்களுக்கு தனித்துறைகளின் பொறுப்பு வழங்கப்படவில்லை. அவர்கள் கேபினட் அமைச்சர்களுடன் இணைக்கப்பட்டு அவர்களின் நிர்வாக, அரசியல் மற்றும் பாராளுமன்றத்தில் அவர்களுக்கு உதவுகிறார்கள். சில சமயங்களில் அமைச்சர்கள் குழுவில் துணை முதலமைச்சரும் இருக்கலாம். துணை முதல்வர்கள் பெரும்பாலும் உள்ளூர் அரசியலுக்காக நியமிக்கப்படுகின்றனர்

அமைச்சரவை என்று அழைக்கப்படும் ஒரு சிறிய அமைப்பு அமைச்சர்கள் குழுவின் கருவாகும். இதில் கேபினட் அமைச்சர்கள் மட்டுமே உள்ளனர். இது மாநில அரசாங்கத்தின் உண்மையான அதிகார மையம் ஆகும். அமைச்சரவை என்பது ஒரு மாநிலத்தின் அரசியல் நிர்வாக அமைப்பில் மிக உயர்ந்த முடிவெடுக்கும் அதிகாரம் மற்றும் தலைமைக் கொள்கையை உருவாக்கும் அமைப்பாகும்.

மாநில சட்டமன்றங்கள்

அரசியலமைப்பில் உள்ள 168-வது விதி மாநிலங்கள் ஒரு சபை கொண்ட சட்டமன்றத்தையோ அல்லது இரண்டு சபைகள் கொண்ட சட்டமன்றத்தையோ அமைத்துக் கொள்ளலாம் என்று கூறுகிறது. மாநில சட்டமன்றங்களின் அமைப்பில் ஒரே சீரான தன்மையைக் கொண்டிருக்கவில்லை. பெரும்பாலான மாநிலங்கள் ஒரு சபை அமைப்பைக் கொண்டுள்ளன, ஆந்திரா, தெலுங்கானா, உத்தரபிரதேசம், பீகார், மகாராஷ்டிரா, கர்நாடகாபோன்ற மாநிலங்கள் இருசபை அமைப்பைக் கொண்டுள்ளன. கீழ்சபை சட்டப்பேரவை என்றும் மேல்சபை சட்ட மேலவை என்றும் அழைக்கப்படுகிறது.

ஆந்திரப் பிரதேசச் சட்ட மேலவைச் சட்டம், 2005-ம் ஆண்டு இயற்றப்பட்டது. தமிழ்நாடு சட்டமன்றம் 1986 ம் ஆண்டும், பஞ்சாப் மற்றும் மேற்கு வங்காளத்தில் 1969 – ஆம் ஆண்டும் நீக்கப்பட்டது. 2010 – ஆம் ஆண்டில், தமிழ்நாடு சட்டமன்றம் மாநிலத்தில் சட்ட மேலவையை புதுப்பிக்க ஒரு தீர்மானத்தை நிறைவேற்றியது. அதன்படி, தமிழ்நாடு சட்டமன்றக் குழு சட்டம், 2010-யை நாடாளுமன்றம் இயற்றியது, இது மாநிலத்தில் சட்ட மேலவையை உருவாக்க வழிவகை செய்தது. ஆனால், இந்தச் சட்டம் அமலுக்கு வருவதற்கு முன்பே, தமிழ்நாடு சட்டமன்றம் 2011 ல் உத்தேச சட்ட மேலவையை ஒழிக்கக் கோரி மற்றொரு தீர்மானத்தை நிறைவேற்றியது.

சட்டப்பேரவை

சட்டமன்றம் என்பது உலகளாவிய வயது வந்தோருக்கான உரிமையின் அடிப்படையில் மக்களால் நேரடியாக தேர்ந்தெடுக்கப்பட்ட பிரதிநிதிகளைக் கொண்டுள்ளது. அதன் அதிகபட்ச உறுப்பினர் எண்ணிக்கை 500 ஆகவும், குறைந்தபட்ச உறுப்பினர் எண்ணிக்கை 60 எனவும் நிர்ணயிக்கப்பட்டுள்ளது

மாநிலத்தின் மக்கள்தொகை அளவைப் பொறுத்து அதன் உறுப்பினர் எண்ணிக்கை 60 முதல் 500 வரை மாறுபடும். இருப்பினும், அருணாச்சல பிரதேசம், சிக்கிம் மற்றும் கோவாவில் குறைந்தபட்ச எண்ணிக்கை 30 ஆகவும், மிசோரம் மற்றும் நாகாலாந்தில் முறையே 40 மற்றும் 46 ஆகவும் நிர்ணயிக்கப்பட்டுள்ளது. மேலும், சிக்கிம் மற்றும் நாகாலாந்தில் உள்ள சில சட்டமன்ற உறுப்பினர்களும் மறைமுகமாகத் தேர்ந்தெடுக்கப்பட்டுள்ளனர். நியமன உறுப்பினர் ஆங்கிலோ-இந்தியன் சமூகத்திற்கு போதுமான பிரதிநிதித்துவம் இல்லாவிட்டால், கவர்னர் ஒரு உறுப்பினரை நியமிக்கலாம். முதலில், இந்த விதிமுறை பத்து ஆண்டுகளுக்கு (அதாவது 1960 வரை) செயல்படும். ஆனால் இந்த கால அவகாசம் ஒவ்வொரு முறையும் 10 ஆண்டுகள் தொடர்ந்து நீட்டிக்கப்படுகிறது.

பிராந்தியத் தொகுதிகள் சட்டமன்றத்திற்கு நேரடித் தேர்தல் நடத்தும் நோக்கத்திற்காக, ஒவ்வொரு மாநிலமும் பிராந்தியத் தொகுதிகளாகப் பிரிக்கப்பட்டுள்ளன. ஒவ்வொரு தொகுதியின்

மக்கள்தொகைக்கும் அதற்கு ஒதுக்கப்பட்ட இடங்களின் எண்ணிக்கைக்கும் இடையிலான விகிதம் மாநிலம் முழுவதும் ஒரே மாதிரியாக இருக்கும் வகையில் இந்தத் தொகுதிகளின் எல்லை நிர்ணயம் செய்யப்படுகிறது. வேறு வார்த்தைகளில் கூறுவதானால், மாநிலத்தில் வெவ்வேறு தொகுதிகளுக்கு இடையே ஒரேமாதிரியான பிரதிநிதித்துவம் இருப்பதை அரசியலமைப்பு உறுதி செய்கிறது.

சட்டப்பேரவை உறுப்பினர் ஆவதற்கான தகுதிகள் அவர் இந்திய குடிமகனாக இருக்க வேண்டும். 24 மற்றும் அதற்கு மேற்பட்ட வயதுடையவராக இருக்க வேண்டும். சட்டப்பேரவை ஐந்தாண்டுப் பதவிக் காலம் முடிந்ததும் சபை தானாகவே கலைக்கப்படுகிறது. பதவிக்காலம் முடியும் முன்பே முதல்வரின் பரிந்துரையின் படி ஆளுநரால் சபை கலைக்கப்படலாம்.

சபாநாயகர்

கீழ்சபை தன்னுடைய சபாநாயகரையும் துணை சபாநாயகரையும் தேர்ந்தெடுத்துக் கொள்ளுகிறது. அவர்கள் சபையின் உறுப்பினர்களாகயிருக்க வேண்டும். உறுப்பினர் பதவியை இழந்தால் அவர்கள் பதவியிலிருந்து விலகிக் கொள்ளவேண்டும். சபாநாயகரை விலக்க வேண்டுமாயின் தீர்மானம் கொண்டுவர 14 நாட்கள் முன்னறிவிப்பு வேண்டும். பேரவையின் மொத்த உறுப்பினர்களில் பெரும்பான்மை ஆதரவோடு நிறைவேற்றப்படும் தீர்மானத்தின் அடிப்படையில் பதவியிலிருந்து விலக்கப்படுவார். பேரவைக் கலைக்கப்பட்டாலும் அதன் சபாநாயகர் பதவியிலிருந்து விலக வேண்டியதில்லை. புதிய பேரவையின் முதல் கூட்டத் தொடரின் முதல் அமர்வு வரையில் அவர் பதவியில் நீடிக்கலாம். சபாநாயகர் பதவி காலியாக இருக்கும் பொழுது துணை சபாநாயகர் கூட்டங்களுக்குத் தலைமை தாங்கி நடத்துவார். சபாநாயகரையோ அல்லது துணை சபாநாயகரையோ பதவியிலிருந்து விலக்க வேண்டுமென்பதற்காக கொண்டு வரப்படும் தீர்மானங்கள் சபையில் விவாதிக்கப்படும் பொழுது அவர்கள் சபைக் கூட்டங்களுக்குத் தலைமை தாங்கக் கூடாது. ஆனால் சபையின் நடவடிக்கைகளில் பங்கெடுத்துக் கொள்ளலாம்.

பண மசோதாக்கள் கீழ்சபையில் தான் முதலில் தாக்கல் செய்யப்பட வேண்டும். கீழ்சபை நிறைவேற்றிய பண மசோதாக்கள் மேலவைக்கு அனுப்பி வைக்கப்படும். மேல் சபையில் நிறைவேற்றப்பட வேண்டுமென்ற அவசியமில்லை. பண மசோதா வந்த இரண்டு வாரத்திற்குள் விவாதித்து அதன் மேல் பரிந்துரைகள் மட்டும் தான் செய்ய வேண்டும். மேல்சபை செய்துள்ள பரிந்துரைகள் கீழ்சபை ஏற்கவோ, மறுக்கவோ செய்யலாம். 14 நாட்களுக்குப் பிறகு பண மசோதாவை இரண்டு சபைகளும் நிறைவேற்றியதாகக் கருதி ஆளுநரின் ஒப்புதலுக்கு அனுப்பி வைக்கப்படும்.

ஒரு மசோதா பண மசோதாவா இல்லையா என்ற கேள்வி எழுந்தால் அதைப் பற்றிய பேரவை சபாநாயகரின் முடிவு இறுதியானதாகும். சாதாரண மசோதாக்கள் இரண்டு சபைகளில் எந்த சபையில் வேண்டுமானாலும் சமர்ப்பிக்கலாம். சட்ட பேரவையில் நிறைவேற்றப்பட்ட மசோதாவானது மேல்சபைக்கு அனுப்பி வைக்கப்படும். மேல் சபையானது அம்மசோதாவை திருத்தங்களின்றி நிறைவேற்றலாம் அல்லது சில திருத்தங்களுடன் நிறைவேற்றலாம் அல்லது நிராகரிக்கலாம். மசோதாவை நிறைவேற்றாமல் மூன்று மாதம் காலம் தாழ்த்தலாம். மூன்று மாதம் கழித்த பிறகு மசோதா பேரவைக்குத் திரும்பி அனுப்பப்பலாம். மேல்சபையால் செய்யப்பட்ட திருத்தங்களுடனோ அல்லது அத்திருத்தங்களை ஏற்காமலோ மீண்டும் மேல் சபைக்கு அனுப்பி வைக்கலாம். இரண்டாவது தடவையாக வந்துள்ள மசோதாவின் மீது மேல் சபை எந்த விதமான நடவடிக்கை எடுத்தாலும் பேரவையால் மசோதா எந்த வடிவத்தில் நிறைவேற்றியுள்ளதோ அதே வடிவத்தில் இரு சபைகளாலும் நிறைவேற்றப்பட்டதாகக் கருதப்படும்.

சட்டமன்ற கவுன்சில் (சட்ட மேலவை)

சட்டமன்ற கவுன்சில் உறுப்பினர்கள் மறைமுகமாக தேர்ந்தெடுக்கப்படுகிறார்கள். சபையின் அதிகபட்ச உறுப்பினர் எண்ணிக்கை சட்டசபையின் (கீழ்சபை) மொத்த உறுப்பினர் எண்ணிக்கையில் மூன்றில் ஒரு பங்காக நிர்ணயிக்கப்பட்டுள்ளது. குறைந்தபட்ச எண்ணிக்கை 40 ஆக நிர்ணயிக்கப்பட்டுள்ளது. மேல் சபை நிரந்தரமானது அதை கலைக்க ஆளுநருக்கு அதிகாரம்

கிடையாது. இந்தியாவில் ஆந்திரா, தெலுங்கானா, உத்தரபிரதேசம், பீகார், மகாராஷ்டிரா, கர்நாடகா போன்ற மாநிலங்களில் மட்டுமே மேல் சபை உள்ளது

உறுப்பினர்களின் தேர்தல் முறை:

1. மூன்றில் ஒரு பங்கு (1/3) உறுப்பினர்கள் பேரூராட்சிகள், மாவட்ட வாரியங்கள் போன்ற மாநிலத்தில் உள்ள உள்ளாட்சி அமைப்புகளின் உறுப்பினர்களால் தேர்ந்தெடுக்கப்படுகின்றனர்.

2. பன்னிரண்டில் ஒரு பங்கு (1/12) உறுப்பினர்கள் மூன்று வருட பட்டதாரிகள் மற்றும் மாநிலத்தில் வசிக்கும் பட்டதாரிகளால் தேர்ந்தெடுக்கப்படுகிறார்கள்,

3. பன்னிரண்டில் ஒரு பங்கு (1/12) உறுப்பினர்கள் மாநிலத்தில் உள்ள பல்வேறு கல்வி நிலையங்களில் மூன்று வருடங்களுக்கு அதிகமாக பணிபுரிந்து வரும் ஆசிரியர்கள் அடங்கிய தேர்தல் குழுவால் தேர்ந்தெடுக்கப்படுகிறார்கள்,

4. மூன்றில் ஒரு பங்கு (1/3) பேர் மாநிலத்தின் சட்டமன்ற பேரவையின் உறுப்பினர்களால் தேர்ந்தெடுக்கப்படுகிறார்கள், சட்டமன்றத்தில் உறுப்பினர்களாக இல்லாதவர்களில் இருந்து தேர்ந்தெடுக்கப்படுகிறார்கள்.

5. மீதமுள்ள உறுப்பினர்கள் ஆளுநரால் நியமிக்கப்படுகின்றார்கள். இலக்கியம், அறிவியல், கலை, கூட்டுறவு இயக்கம் மற்றும் சமூகம் ஆகியவற்றில் சிறப்பு அறிவு அல்லது நடைமுறை அனுபவம் உள்ளவர்கள். மற்றும் சேவை செய்தவர்களாகவும் இருக்க வேண்டும். ஆறில் ஐந்து பங்கு உறுப்பினர்கள் மறைமுகத் தேர்தல் மூலமும் ஆறில் ஒரு பங்கு உறுப்பினர்கள் கவர்னர் நியமனம் மூலமும் உறுப்பினர்களாக உள்ளனர். விகிதாச்சார பிரதிநிதித்துவ முறையின்படி, ஒரே ஒரு மாற்றத்தக்க வாக்கு மூலம் உறுப்பினர்கள் தேர்ந்தெடுக்கப்படுகிறார்கள்.

உறுப்பினர்களின் தகுதி மற்றும் கவுன்சிலின் காலம்

மேல் சபை உறுப்பினராவதற்கு இந்திய குடிமகனாகவும், முப்பது மற்றும் அதற்கு மேற்பட்ட வயதினராகவும் இருக்க

வேண்டும். உறுப்பினர்கள் ஆறாண்டுப் பதவிக் காலத்திற்கு தேர்ந்தெடுக்கப்படுகிறார்கள். மூன்றில் ஒரு பங்கு உறுப்பினர்கள் இரண்டாண்டிற்கு ஒருமுறை ஓய்வு பெறுகின்றார்கள். ஓய்வுபெறும் உறுப்பினர்கள் எத்தனை முறை வேண்டுமானாலும் மறுதேர்தல் மற்றும் மறு நியமனம் செய்ய தகுதியுடையவர்கள். சட்டப் பேரவைக்குத் தேர்ந்தெடுக்கப்படும் ஒருவர், சம்பந்தப்பட்ட மாநிலத்தில் உள்ள ஒரு சட்டமன்றத் தொகுதிக்கு வாக்காளராக இருக்க வேண்டும்.

மேல் சபையின் உறுப்பினர்களிலிருந்து இரண்டு பேர் தலைவராகவும், துணைத் தலைவராகவும் உறுப்பினர்களாலேயே தேர்ந்தெடுக்கப்படுகின்றார்கள். இவர்களைப் பதவியிலிருந்து நீக்க 14 நாட்கள் முன் அறிவிப்பு கொடுக்க வேண்டும். விலக்கல் தீர்மானம் சபையின் பெரும்பான்மை ஆதரவோடு இயற்றப்பட வேண்டும். விலக்கல் தீர்மானம் விவாதிக்கப்படும் பொழுது அவர்கள் சபைக் கூட்டங்களுக்கு தலைமை தாங்கக் கூடாது.

மாநில சட்டமன்றத்தின் அதிகாரங்கள்

மாநில அதிகாரப்பட்டியலிலுள்ள எந்தவொரு பொருளைப் பற்றியும் மாநில சட்டமன்றம் சட்டமியற்றலாம். பொது அதிகாரப் பட்டியலில் கூறப்பட்டுள்ள ஒரு பொருளைப் பற்றிய சட்டமும் நிறைவேற்றலாம். ஆனால் பாராளுமன்றமும் அப்பொருளைப் பற்றி சட்டமியற்றியிருந்து இரண்டிற்குமிடையே முரண்பாடு இருந்தால் பாராளுமன்றச் சட்டம் தான் அமுலுக்கு வரும். மாநிலச் சட்டமன்றத்தின் மீது கீழ்க்கண்ட கட்டுப்பாடுகள் போடப்பட்டுள்ளன.

1. தனியார் சொத்தை அரசாங்க உடைமையாக்குதல் பற்றிய மாநிலச் சட்டத்தைக் குடியரசுத் தலைவருடைய பரிசீலனைக்கு அனுப்பி அவருடைய ஒப்புதலைப் பெற வேண்டும்.

2. மாநில அரசு தோல்வி பற்றிய நெருக்கடிப் பிரகடனம் செய்து மாநிலத்தில் குடியரசுத் தலைவராட்சி நடைமுறைக்கு வந்தால் மாநிலச் சட்டமன்றம் கலைக்கப்பட்டு

பாராளுமன்றம் அல்லது அதன் சார்பில் குடியரசுத் தலைவரே மாநிலத்திற்கான சட்டமியற்றும் அதிகாரத்தைப் பெறுகிறார்.

3. நாட்டின் நலனைக் கருத்தில் கொண்டு மாநில அதிகாரப் பட்டியலிலுள்ள ஒரு பொருளைப் பற்றிப் பாராளுமன்றமும் சட்டமியற்றலாமென்று மாநில மேல்சபை மூன்றில் இரண்டு பங்கு பெரும்பான்மை ஆதரவுடன் தீர்மானம் நிறைவேற்றினால் குறிப்பிட்ட பொருளைப் பற்றி பாராளுமன்றம் ஓராண்டு காலத்திற்கு சட்டமியற்றலாம்.

4. தேசிய நெருக்கடி அமுலில் இருக்கும் பொழுது மாநில அதிகாரப் பட்டியலிலுள்ள எந்தவொரு பொருளைப் பற்றியும் பாராளுமன்றம் சட்டமியற்றலாம்.

5. மாநிலத்திற்குள் நடைபெறும் வர்த்தகம், வியாபாரத்தின்மீது அல்லது வெளிநாட்டினருடன் நடைபெறும் வர்த்தகத்தின் மீது மாநில அரசாங்கம் பொது நலனைக் கருத்தில் கொண்டு சில தடைகள் விதிக்க விரும்பினால் அதற்கான மசோதாவை சட்டமன்றத்தில் தாக்கல் செய்வதற்கு முன்னதாக குடியரசுத் தலைவரின் சம்மதத்தைப் பெற்றாக வேண்டும்.

இயல்: ஐந்து
நீதித்துறை

முன்னுரை

நீதித்துறை என்பது சட்டத்தை விளக்கியும், சச்சரவுகளைத் தீர்த்து, அனைத்து குடிமக்களுக்கும் நீதி வழங்கும் அரசாங்கத்தின் கிளை ஆகும். நீதித்துறை ஜனநாயகத்தின் கண்காணிப்பாளராகவும், அரசியலமைப்பின் பாதுகாவலராகவும் கருதப்படுகிறது. ஜனநாயகம் திறம்பட செயல்பட, பாரபட்சமற்ற மற்றும் சுதந்திரமான நீதித்துறை இருப்பது அவசியம். இந்திய நிர்வாகம் மூன்று தூண்களால் வழிநடத்தப்படுகிறது. அவையே சட்டமன்றம், நிர்வாகிகள் மற்றும் நீதித்துறை ஆகும். இந்திய நீதித்துறை இந்தியாவில் சுதந்திரமான நீதித்துறையாக உள்ளது. நீதித்துறையின் செயல்பாட்டில் அரசின் மற்ற அமைப்புகள் தலையிட முடியாது.

சுதந்திர நீதித்துறை

அரசாங்கத்தின் பிரிவுகளான நிர்வாகிகள், சட்டமன்றம் ஆகியவை நீதித்துறையின் செயல்பாட்டில் தலையிடாது. நீதித்துறையின் முடிவு மதிக்கப்படுகிறது. நீதிபதிகள் தங்கள் கடமைகளை பயம் அல்லது தயவு இல்லாமல் செய்ய முடியும் என்பதும் இதன் பொருள். நீதித்துறையின் சுதந்திரம் என்பது நீதித்துறை தன்னிச்சையாக எந்த பொறுப்பும் இல்லாமல் செயல்படுகிறது என்று அர்த்தமல்ல. இது நாட்டின் அரசியலமைப்பிற்கு மட்டும் பொறுப்பாகும். நீதித்துறையின் சுதந்திரம் பேணப்படுவதையும் பாதுகாக்கப்படுவதையும் உறுதிசெய்யும் வகையில் அரசியலமைப்புச் சட்டம் பல விதிகளை வழங்குகிறது.

கட்டமைப்பு

இந்தியாவில் ஒரே ஒரு ஒருங்கிணைந்த நீதி அமைப்பு உள்ளது. இந்தியாவில் உள்ள நீதித்துறையானது உச்ச நீதிமன்றத்துடன் (SC) ஒரு பிரமிடு அமைப்பைக் கொண்டுள்ளது. உயர் நீதிமன்றங்கள் உச்ச நீதிமன்றத்துக்குக் கீழே உள்ளன, அவற்றுக்குக் கீழே மாவட்ட மற்றும் துணை நீதிமன்றங்கள் உள்ளன. கீழ் நீதிமன்றங்கள், உயர் நீதிமன்றங்களின் நேரடி கண்காணிப்பின் கீழ் செயல்படுகின்றன.

இந்திய அரசியலமைப்பு, சட்டத்தின் பாதுகாவலராகச் செயல்பட நீதித்துறைக்கு அதிகாரம் அளிக்கிறது. இந்திய அரசியலமைப்பின் பல விதிகள் நீதித்துறையின் பங்கு, அதிகாரம், செயல்பாடு மற்றும் அதிகாரி நியமனங்கள் ஆகியவற்றைக் கையாள்கின்றன. முக்கிய விதிகள்:

பகுதி V - அத்தியாயம் IV - யூனியன் நீதித்துறை அதாவது, உச்ச நீதிமன்றம் - நியமனம் மற்றும் நீக்கம், பங்கு மற்றும் செயல்பாடு

பகுதி VI - அத்தியாயம் V - உயர் நீதிமன்றம் - நியமனம் மற்றும் நீக்கம், பங்கு மற்றும் செயல்பாடு

பகுதி VI - அத்தியாயம் VI- துணை நீதிமன்றங்கள் - நியமனம் மற்றும் நீக்கம், பங்கு மற்றும் செயல்பாடு.

பிரிவு 50 - நீதித்துறையின் சுதந்திரம் - நிர்வாகக் கிளையிலிருந்து நீதித்துறையைப் பிரிக்கிறது

இந்தியாவில் நீதித்துறையின் செயல்பாடுகள், பங்கு

நீதி நிர்வாகம்: நீதித்துறையின் முக்கிய செயல்பாடு, குறிப்பிட்ட வழக்குகளுக்கு அல்லது சர்ச்சைகளைத் தீர்ப்பதில் சட்டத்தைப் பயன்படுத்துவதாகும். ஒரு தகராறு நீதிமன்றத்தின் முன் கொண்டு வரப்படும் போது அது போட்டியாளர்களால் முன்வைக்கப்படும் ஆதாரங்கள் மூலம் சம்பந்தப்பட்ட 'உண்மைகளைத் தீர்மானிக்கிறது'. சட்டமானது வழக்குக்கு என்ன சட்டம் பொருந்தும் என்பதை முடிவு செய்து அதைச் செயல்படுத்துகிறது. விசாரணையின் போது யாராவது சட்டத்தை மீறியதாகக் கண்டறியப்பட்டால், குற்றவாளிக்கு நீதிமன்றம் அபராதம் விதிக்கும்.

நீதிபதி வழக்குச் சட்டத்தை உருவாக்குதல்: பல வழக்குகளில், நீதிபதிகளால் புகாருக்குப் பொருத்தமான சட்டத்தைத் தேர்ந்தெடுக்கக் கடினமாக உள்ளது. இதுபோன்ற வழக்குகளில், நீதிபதிகள் தங்கள் ஞானம் மற்றும் பொது அறிவு ஆகியவற்றின் அடிப்படையில் பொருத்தமான சட்டம் என்ன என்பதை தீர்மானிக்கிறார்கள். அவ்வாறு செய்வதன் மூலம், நீதிபதிகள் 'நீதிபதிகளால் உருவாக்கப்பட்ட சட்டம்' அல்லது 'வழக்குச் சட்டம்' என்ற ஒரு பெரிய அமைப்பை உருவாக்கியுள்ளனர். 'பார்த்து முடிவெடுக்கும்' கோட்பாட்டின்படி, நீதிபதிகளின் முந்தைய முடிவுகள் பொதுவாக இதே போன்ற வழக்குகளில் பிற்கால நீதிபதிகளுக்குக் கட்டுப்படும் என்று கருதப்படுகிறது.

அரசியலமைப்பின் பாதுகாவலர்: இந்தியாவின் உச்ச நீதிமன்றம் அரசியலமைப்பின் பாதுகாவலராகச் செயல்படுகிறது. மத்திய அரசுக்கும் மாநில அரசுகளுக்கும் இடையே அல்லது சட்டமன்றம் நிறைவேற்று அதிகாரங்களுக்கு இடையேயான அதிகார வரம்புகளின் மோதல்கள் நீதிமன்றத்தால் தீர்மானிக்கப்படுகின்றன. அரசியலமைப்பின் எந்தவொரு விதியையும் மீறும் எந்தவொரு சட்டம் அல்லது நிறைவேற்று ஆணையும் நீதித்துறையால் அரசியலமைப்பிற்கு முரணானது அல்லது செல்லாது என்று அறிவிக்கப்படுகிறது. இது 'நீதிமன்ற மறுஆய்வு' என்று அழைக்கப்படுகிறது. நீதித்துறை மறுஆய்வு என்பது தனிநபர்களின் அடிப்படை உரிமைகளுக்கு உத்தரவாதம் அளிப்பது மற்றும் கூட்டாட்சி மாநிலத்தில் உள்ள யூனியன் மற்றும் பூனிட்டுகளுக்கு இடையே சமநிலையை உறுதிப்படுத்துவது.

அடிப்படை உரிமைகளின் பாதுகாவலர்: மக்களின் உரிமைகளை அரசு அல்லது வேறு எந்த நிறுவனமும் மதிக்காமல் இருப்பதை நீதித்துறை உறுதி செய்கிறது. உயர் நீதிமன்றங்கள் ரிட்களை வழங்குவதன்மூலம் அடிப்படை உரிமைகளை அமல்படுத்துகின்றன.

மேற்பார்வை செயல்பாடுகள்: உயர் நீதிமன்றங்கள் இந்தியாவில் உள்ள கீழ்நிலை நீதிமன்றங்களை மேற்பார்வை செய்யும் செயல்பாட்டையும் செய்கின்றன.

ஆலோசனை செயல்பாடுகள்: இந்தியாவில் உள்ள உச்சநீதிமன்றம் ஆலோசனைப் பணியையும் செய்கிறது. இது அரசியலமைப்பு

கேள்விகளில் அதன் ஆலோசனை கருத்துக்களை வழங்க முடியும். இது தகராறுகள் இல்லாத நிலையில் மற்றும் நிர்வாகி விரும்பும் போது செய்யப்படுகிறது.

நிர்வாக செயல்பாடுகள்: நீதிமன்றங்களின் சில செயல்பாடுகள் நீதித்துறை அல்லாத என்றும், நிர்வாக இயல்புடையவை என்றும் அழைக்கப்படுகின்றன. நீதிமன்றங்கள் சில உரிமங்களை வழங்கலாம், இறந்த நபர்களின் சொத்துக்களை (சொத்து) நிர்வகிக்கலாம், பெறுநர்களை நியமிக்கலாம் என்பன போன்ற செயல்பாடுகளையும் செய்கின்றது. நீதிமன்றங்கள் திருமணங்களை பதிவு செய்கிறது. மைனர் குழந்தைகள் மற்றும் பைத்தியம் பிடித்தவர்களின் பாதுகாவலர்களை நியமிக்கிறது.

ஒரு கூட்டமைப்பில் சிறப்புப் பங்கு: இந்தியா போன்ற ஒரு கூட்டாட்சி அமைப்பில், மத்திய மற்றும் மாநிலங்களுக்கு இடையே உள்ள சர்ச்சைகளைத் தீர்ப்பதற்கான முக்கியமான பணியை நீதித்துறை செய்கிறது. இது மாநிலங்களுக்கு இடையிலான மோதல்களின் நடுவராகவும் செயல்படுகிறது.

நீதி விசாரணைகளை நடத்துதல்: நீதிபதிகள் பொதுவாக பொது ஊழியர்களின் தவறுகள், தவறுகள் தொடர்பான வழக்குகளை விசாரிக்கும் தலைமை ஆணையங்களுக்கு அழைக்கப்படுவார்கள்.

சிவில் நீதிமன்றங்கள் நான்கு வகையான அதிகார வரம்பைக் கொண்டுள்ளன:

பொருள் அதிகார வரம்பு: இது ஒரு குறிப்பிட்ட வகை வழக்குகளை முயற்சி செய்யலாம் மற்றும் ஒரு குறிப்பிட்ட விஷயத்துடன் தொடர்புடையது.

பிராந்திய அதிகார வரம்பு: இது அதன் புவியியல் வரம்பிற்குள் வழக்குகளை முயற்சி செய்யலாம், பிரதேசத்திற்கு அப்பால் அல்ல.

பணவியல் அதிகார வரம்பு: பண விவகாரங்கள், பண மதிப்பு வழக்குகள் தொடர்பான வழக்குகள்.

மேல்முறையீட்டு அதிகார வரம்பு: இது மேல்முறையீடுகளை விசாரிக்க, கீழ் நீதிமன்றத்தால் ஏற்கனவே தீர்ப்பளிக்கப்பட்ட வழக்கை மறுஆய்வு செய்ய அதிகாரம் கொண்டுள்ளது. கீழ்

நீதிமன்றத்தால் தீர்ப்பளிக்கப்பட்ட வழக்குகளை விசாரிக்க உச்சநீதிமன்றம் மற்றும் உயர் நீதிமன்றங்கள் மேல்முறையீட்டு அதிகார வரம்பைக் கொண்டுள்ளன.

நியமனம்

அரசியலமைப்பின் *V* மற்றும் *VI* பகுதிகளின் கீழ், உச்ச நீதிமன்றம் மற்றும் உயர் நீதிமன்றத்தின் நீதிபதிகளை இந்தியக் குடியரசுத் தலைவர் தலைமை நீதிபதியின் ஒப்புதலுடன் நியமிக்கிறார். நடைமுறையில் உச்ச நீதிமன்றம் மற்றும் உயர் நீதிமன்றங்களுக்கு நீதிபதிகள் நியமனத்தில் கலாச்சார விதிமுறைகள் பின்பற்றப்படுகின்றன. மூன்று நீதிபதிகள் வழக்குகளில் குறிப்பிடப்பட்டுள்ள கொள்கைகளுக்கு இணங்க, கொலீஜியம் என்னும் நியமன ஆணையம் பரிந்துரைத்த பட்டியலிலிருந்து ஜனாதிபதி தேர்ந்தெடுக்கிறார்.

உச்ச நீதிமன்றம்

சுப்ரீம் கோர்ட் என்பது அரசியலமைப்புச் சட்டத்தால் நிறுவப்பட்ட உச்ச நீதிமன்றமாகும். உச்ச நீதிமன்றம் ஒரு கூட்டாட்சி நீதிமன்றம் ஆகும். அரசியலமைப்பின் பாதுகாவலர் மற்றும் மேல்முறையீட்டு நீதிமன்றம் என்று அரசியலமைப்பு கூறுகிறது. அரசியலமைப்பின் 124 முதல் 147 வரையிலான பிரிவுகள் நீதிமன்றத்தின் அமைப்பு மற்றும் அதிகார வரம்பைக் குறிப்பிடுகின்றன. இது மாநிலங்கள், பிரதேசங்களின் உயர் நீதிமன்றங்களின் தீர்ப்புகளுக்கு எதிரான மேல்முறையீட்டு நீதிமன்றமாகும். இது கடுமையான மனித உரிமை மீறல் வழக்குகள் அல்லது அரசியலமைப்பு ரீதியான தீர்வுக்கான உரிமையான பிரிவு 32 இன் கீழ் தாக்கல் செய்யப்பட்ட எந்தவொரு மனுவையும் எடுத்துக்கொள்கிறது. உச்ச நீதிமன்றத்தில் தலைமை நீதிபதி மற்றும் 33 நீதிபதிகள் உள்ளனர்.

இது முதன்முதலில் 26 ஜனவரி 1950 அன்று, இந்திய அரசியலமைப்பு நடைமுறைக்கு வந்த நாளில் அமர்ந்தது. இன்றுவரையில் 24,000 க்கும் அதிகமான தீர்ப்புகள் வழங்கப்பட்டன. நடைமுறைகள் ஆங்கிலத்தில் மட்டுமே நடத்தப்படுகின்றன. 1966 ன் உச்ச நீதிமன்ற விதிகள் அரசியலமைப்பின் 145 வது பிரிவின்

கீழ் உருவாக்கப்பட்டன. பிரிவு 145 திருத்தப்பட்டு 2013 ன் உச்ச நீதிமன்ற விதிகளால் நிர்வகிக்கப்படுகிறது. இந்தியாவின் உச்ச நீதிமன்றம் நாட்டின் மிக உயர்ந்த நீதித்துறை நீதிமன்றமாகும். இது நாட்டின் இறுதி மேல்முறையீட்டு நீதிமன்றமாகும். 2019 – ல் டெல்லியின் ஷாஹீன் பாக்கில் நடைபெற்ற குடியுரிமைச் சட்டத்துக்கு எதிரான போராட்டங்கள் மீதான மறுஆய்வு மனுவை தள்ளுபடி செய்யும்போது உச்ச நீதிமன்றத்தின் "எப்போதும், எல்லா இடங்களிலும் எதிர்ப்பு தெரிவிக்கும் உரிமை இருக்க முடியாது" என அறிக்கையை வெளியிட்டது.

உச்ச நீதிமன்ற வரலாறு

இந்திய அரசுச் சட்டம் 1935ன் படி ஃபெடரல் கோர்ட் ஆஃப் இந்தியா உருவாக்கப்பட்டது. இந்த நீதிமன்றம் மாகாணங்கள் மற்றும் கூட்டாட்சி மாநிலங்களுக்கு இடையிலான மோதல்களைத் தீர்த்ததும், உயர் நீதிமன்றங்களின் தீர்ப்புகளுக்கு எதிரான மேல்முறையீடுகளை விசாரித்தது. சுதந்திரத்திற்குப் பிறகு, ஃபெடரல் கோர்ட், பிரைவி கவுன்சிலின் நீதித்துறைக் குழு ஆகியவை இந்திய உச்ச நீதிமன்றமாக மாற்றப்பட்டன, இது ஜனவரி 1950 ல் நடைமுறைக்கு வந்தது. 1950 ன் அரசியலமைப்பு ஒரு உச்ச நீதிமன்றத்தை ஒரு தலைமை நீதிபதி மற்றும் 7 புஸ்னே நீதிபதிகள் என்னும் துணை நீதிபதிகளைக் கொண்டதாகக் கருதியது. நீதிபதிகளின் எண்ணிக்கை நாடாளுமன்றத்தால் அதிகரிக்கப்பட்டு தற்போது, இந்திய தலைமை நீதிபதி (CJI) உட்பட 34 நீதிபதிகள் உள்ளனர்.

இந்திய உச்ச நீதிமன்றம் - செயல்பாடுகள்

உயர் நீதிமன்றங்கள், பிற நீதிமன்றங்கள் தீர்ப்பாயங்களின் தீர்ப்புகளுக்கு எதிராக மேல்முறையீடுகளை மேற்கொள்கிறது.

இது பல்வேறு அரசு அதிகாரிகளுக்கு இடையே, மாநில அரசுகளுக்கு இடையே, மத்திய மற்றும் மாநில அரசுகளுக்கு இடையே உள்ள சச்சரவுகளை தீர்த்து வைக்கிறது.

ஜனாதிபதி தனது ஆலோசனையை குறிப்பிடும் விஷயங்களையும் இது கேட்கிறது.

உச்ச நீதிமன்றம் தானாக வழக்குகளையும் எடுத்துக்கொள்ளலாம்.

உச்ச நீதிமன்றம் அறிவிக்கும் சட்டம் இந்தியாவில் உள்ள அனைத்து நீதிமன்றங்களும் மத்திய அரசு மற்றும் மாநில அரசுகளும் கட்டுப்படும்.

1. உச்ச நீதிமன்ற அதிகார வரம்பு

உச்ச நீதிமன்ற அதிகார வரம்பு மூன்று வகைகளாகும். அவையே,

அசல்

ஆலோசனை

மேல்முறையீடு

உச்ச நீதிமன்றத்தில் தலைமை நீதிபதி உட்பட 34 நீதிபதிகள் உள்ளனர். நீதிபதிகள் 2 அல்லது 3 பேர் கொண்ட பெஞ்ச்களில் இதனை டிவிஷன் பெஞ்ச் என்று அழைப்பார்கள். 5 அல்லது அதற்கு மேற்பட்ட பெஞ்ச்களில் இருந்தால் அதனை அரசியலமைப்பு பெஞ்ச் என்று அழைப்பார்கள்.

உச்ச நீதிமன்றத்தின் இருக்கை

இந்திய அரசியலமைப்புச் சட்டத்தின்படி, டெல்லி இந்திய உச்ச நீதிமன்றத்தின் இடமாக அறிவிக்கப்பட்டுள்ளது. இருப்பினும், உச்ச நீதிமன்றத்தின் இடமாக வேறொரு இடத்தை ஒதுக்க இந்திய தலைமை நீதிபதிக்கு அதிகாரம் உள்ளது. இது ஒரு விருப்ப ஏற்பாடு மட்டுமே தவிர கட்டாயமில்லை.

உச்ச நீதிமன்ற நீதிபதி தகுதி

பிரிவு 124 – ன் படி, 65 வயதிற்குட்பட்ட இந்தியக் குடிமகன் பின்வரும் பட்சத்தில் உச்ச நீதிமன்ற நீதிபதியாக நியமனம் செய்ய பரிந்துரைக்கப்படுவதற்கு தகுதியுடையவர் ஆவார்.

அவர்/அவள் ஒரு புகழ்பெற்ற நீதிபதி இருக்க வேண்டும்.

அவர்/அவள் ஒன்று அல்லது அதற்கு மேற்பட்ட உயர் நீதிமன்றங்களின் நீதிபதியாக, குறைந்தது 5 ஆண்டுகள் பணியாற்றிருக்க வேண்டும்.

அவர்/அவள் ஒன்று அல்லது அதற்கு மேற்பட்ட உயர் நீதிமன்றங்களில் குறைந்தபட்சம் 10 ஆண்டுகள் வழக்கறிஞராகப் பணியாற்றிருக்க வேண்டும்.

நீதித்துறையின் சுதந்திரம்

நீதித்துறையின் சுதந்திரத்தை உறுதிப்படுத்த அரசியலமைப்புச் சட்டத்தில் பல விதிகள் உள்ளன. அவை கீழே கொடுக்கப்பட்டுள்ளன.

பதவிக்காலப் பாதுகாப்பு: உச்ச நீதிமன்ற நீதிபதிகளுக்கு பதவிக்கால பாதுகாப்பு வழங்கப்படுகிறது. ஒருமுறை நியமிக்கப்பட்டால், அவர்கள் 65 வயது வரை பதவியில் இருப்பார்கள். நிரூபிக்கப்பட்ட தவறான நடத்தை அல்லது இயலாமை ஆகியவற்றின் அடிப்படையில் ஜனாதிபதியின் உத்தரவின் மூலம் மட்டுமே அவர்கள் அகற்றப்பட முடியும். இதற்குப் பிரிவு 368ன் படி சிறப்புப் பெரும்பான்மை தேவை

சம்பளம் மற்றும் கொடுப்பனவுகள்: உச்ச நீதிமன்ற நீதிபதிகள் INR 2,50,000/ ஒரு மாத சம்பளமாகவும் மற்றும் கொடுப்பனவுகளை அனுபவிக்கிறார்கள். நிதி அவசரநிலையின் போது தவிர, மற்ற நேரங்களில் இதைக் குறைக்க முடியாது. உயர் நீதிமன்றத்தின் செலவுகள் மாநில சட்டமன்றத்தில் வாக்களிக்காத மாநிலத்தின் ஒருங்கிணைந்த நிதியில் வசூலிக்கப்படுகிறது.

அதிகாரங்கள் மற்றும் அதிகார வரம்பு: உச்ச நீதிமன்றத்தின் அதிகாரங்கள் மற்றும் அதிகார வரம்புகள் பாராளுமன்றத்தால் மட்டுமே சேர்க்க முடியும். உச்சநீதிமன்றத்தின் எந்த ஒரு நீதிபதியும் தனது கடமைகளை நிறைவேற்றும் விதம் குறித்து சட்டமன்றத்தில் விவாதிக்க முடியாது. பிரிவு 129ன் படி, எந்த ஒரு நபரையும் அவமதித்ததற்காக தண்டிக்க உச்ச நீதிமன்றத்திற்கு அதிகாரம் உள்ளது.

நிர்வாகத்திலிருந்து நீதித்துறையைப் பிரித்தல்: மாநிலத்தின் பொதுச் சேவைகளில் உள்ள நிர்வாகத்திலிருந்து நீதித்துறையைப் பிரிக்க அரசு நடவடிக்கை எடுக்க வேண்டும் என்று மாநிலக் கொள்கையின் வழிகாட்டுதல் கோட்பாடு கூறுகிறது. பிரிவு 50-ன் படி, நிர்வாகக் கட்டுப்பாட்டில் இருந்து விடுபட்ட தனி நீதித்துறையாகவே செயல்படும்.

2. உயர் நீதிமன்றங்கள்

இந்தியாவில் 27 உயர் நீதிமன்றங்கள் உள்ளன. 1858 – ஆம் ஆண்டில் சட்ட ஆணையத்தின் பரிந்துரையின் பேரில், பாராளுமன்றம் இந்திய உயர் நீதிமன்றங்கள் சட்டம் 1861 – ஐ நிறைவேற்றியது. இது கல்கத்தா, மெட்ராஸ் மற்றும் பம்பாய் ஆகிய மூன்று மாநிலங்களில் உச்ச நீதிமன்றத்திற்கு பதிலாக உயர் நீதிமன்றங்களை நிறுவப் பரிந்துரைத்தது. கொல்கத்தா உயர் நீதிமன்றத்தின் சாசனம் மே 1862 இல் உத்தரவிடப்பட்டது, சென்னை மற்றும் பம்பாய் ஜூன் 1862 ல் உத்தரவிடப்பட்டது. இதன் மூலம் கல்கத்தா உயர் நீதிமன்றத்தை நாட்டின் முதல் உயர் நீதிமன்றமாக மாற்றியது. இந்தச் சட்டம் நடைமுறைப்படுத்தப்படுவதற்குக் காரணம், வெவ்வேறு மாநிலங்களுக்குத் தனி நீதித்துறை தேவை என்பதனால். எனவே, அப்போதைய உச்ச நீதிமன்றத்தையும், சதர் அதாலத்தையும் ரத்து செய்ய பிரிட்டிஷ் அரசு முடிவு செய்து, அதற்குப் பதிலாக உயர் நீதிமன்றத்தைக் கொண்டு வந்தது. எந்தவொரு உயர்நீதிமன்றத்திலும் ஒரு நீதிபதியை நியமிக்க சில விதிகள் மற்றும் தகுதி அளவுகோல்கள் அமைக்கப்பட்டன, பின்னர் இந்திய அரசியலமைப்பின் 214 வது பிரிவின்படி சுதந்திரத்திற்குப் பிறகு, ஒவ்வொரு இந்திய மாநிலத்திற்கும் அதன் சொந்த உயர்நீதிமன்றம் இருக்க வேண்டும் என்று அறிவிக்கப்பட்டது. பிரிட்டிஷாரால் உருவாக்கப்பட்ட சட்டங்கள் இந்திய தண்டனைச் சட்டத்தில் கூறப்பட்ட சட்டங்களில் இருந்து வேறுபட்டவை. நாடு சுதந்திரம் அடைந்த பிறகு நாட்டின் ஒட்டுமொத்த சட்ட அமைப்பும் மாறியது.

27 உயர் நீதிமன்றங்கள் மாநில அளவில் செயல்படுகின்றன. இந்திய உச்ச நீதிமன்றத்தின் தீர்ப்புகள் மற்றும் உத்தரவுகளுக்கு முன்னுரிமை அடிப்படையில் அவர்கள் கட்டுப்படுவதை அரசியலமைப்பின் 141வது பிரிவு ஆணையிடுகிறது. இந்த நீதிமன்றங்கள் ஒரு மாநிலம், யூனியன் பிரதேசங்களின் குழுவின் அதிகார வரம்பைக் கொண்டுள்ளன. உயர் நீதிமன்றங்கள் அரசியலமைப்பின் பகுதி VI, பிரிவு 214 இன் கீழ் அரசியலமைப்பு நீதிமன்றங்களாக நிறுவப்பட்டன.

உயர் நீதிமன்றங்கள் மாநிலத்தின் அசல் அதிகார வரம்பின் முதன்மை சிவில் நீதிமன்றங்களாகும். எவ்வாறாயினும், உயர் நீதிமன்றங்களின் சிவில் மற்றும் குற்றவியல் அதிகார வரம்பு பண அல்லது பிராந்திய அதிகார வரம்பு இல்லாத காரணங்களை விசாரிக்கத் துணை நீதிமன்றங்களுக்கு அதிகாரம் இல்லை என்றால் மட்டுமே பொருந்தும். மாநில அல்லது கூட்டாட்சி சட்டத்தில் குறிப்பிட்ட சில விஷயங்களில் அசல் அதிகார வரம்பை உயர் நீதிமன்றங்கள் அனுபவிக்கலாம். எடுத்துக்காட்டாக, நிறுவனத்தின் சட்ட வழக்குகள் உயர் நீதிமன்றத்தில் மட்டுமே நிறுவப்படுகின்றன.

பெரும்பாலான உயர் நீதிமன்றங்களின் முதன்மைப் பணியானது, கீழ் நீதிமன்றங்களில் இருந்து மேல்முறையீடுகளைத் தீர்ப்பது என அரசியலமைப்பின் 226 வது பிரிவின் அடிப்படையில் இயங்கப்படுகிறது. ரிட் அதிகார வரம்பு என்பது உயர் நீதிமன்றங்களின் அசல் அதிகார வரம்பாகும். ஒவ்வொரு உயர் நீதிமன்றத்தின் துல்லியமான பிராந்திய அதிகாரவரம்பு மாகாணத்தின் அடிப்படையில் மாறுபடும்.

இந்த நீதிமன்றங்களில் நீதிபதிகள் இந்தியத் தலைமை நீதிபதி, உயர் நீதிமன்றத் தலைமை நீதிபதி மற்றும் மாநில ஆளுநர் ஆகியோரின் ஆலோசனைக்குப் பிறகு குடியரசுத் தலைவரால் நியமிக்கப்படுகிறார்கள். ஒரு நீதிமன்றத்தில் உள்ள நீதிபதிகளின் எண்ணிக்கை, கடந்த ஐந்தாண்டுகளில் முக்கிய வழக்குகளின் சராசரி நிறுவனத்தைத் தேசிய சராசரியால் வகுப்பதன் மூலம் தீர்மானிக்கப்படுகிறது. உயர் நீதிமன்றத்தில் ஒரு நீதிபதிக்கு ஆண்டு ஒன்றுக்கு முக்கிய வழக்குகளின் சராசரி தீர்ப்பின் விகிதம், எது அதிகமாக இருக்கிறதோ அதுவாகும். 1862 ஆம் ஆண்டு ஜூலை 2 ஆம் தேதி நிறுவப்பட்ட கல்கத்தா உயர்நீதிமன்றம் நாட்டின் மிகப் பழமையானது. அதே சமயம் அலகாபாத் உயர்நீதிமன்றம் 160 நீதிபதிகளை உள்ளடக்கிய மிகப்பெரியது. அதிகஎண்ணிக்கையிலான வழக்குகளைக் கையாளும் உயர் நீதிமன்றங்களில் நிரந்தர பெஞ்சுகள் அல்லது நீதிமன்றத்தின் கிளை உள்ளன. தொலைதூரப் பகுதிகளில் உள்ள வழக்குரைஞர்களுக்கு, நீதிபதிகள் வருகை தரும் நாட்களில் 'சர்க்யூட் பெஞ்சுகள்' வேலை செய்யும்.

உயர் நீதிமன்ற அதிகார வரம்பு

உயர் நீதிமன்றம் என்பது அரசமைப்புச் சட்டத்தை விளக்கும் அதிகாரம் கொண்ட மாநிலத்தின் மேல்முறையீட்டு நீதிமன்றமாகும். இது குடிமக்களின் அடிப்படை உரிமைகளைப் பாதுகாப்பதாகும். கூடுதலாக, இது மேற்பார்வை மற்றும் ஆலோசனைப் பாத்திரங்களைக் கொண்டுள்ளது. எவ்வாறாயினும், உயர் நீதிமன்றத்தின் அதிகார வரம்பு, அதிகாரங்கள் தொடர்பான விரிவான விதிகள் அரசியலமைப்பில் இல்லை. தற்போது, பின்வரும் அதிகார வரம்புகள் உயர் நீதிமன்றத்தால் அனுபவிக்கப்படுகின்றன. அவையே,

அசல் அதிகார வரம்பு

ரிட் அதிகார வரம்பு

மேல்முறையீட்டு அதிகார வரம்பு

மேற்பார்வை அதிகார வரம்பு

துணை நீதிமன்றங்கள் மீதான கட்டுப்பாடு

ஒரு பதிவு நீதிமன்றம்

நீதித்துறை மறுஆய்வு அதிகாரம்

உயர்நீதிமன்றத்தின் அதிகார வரம்பைப் பற்றிக் கீழே குறிப்பிடப்பட்டுள்ளது.

அசல் அதிகாரவரம்பு: இதுபோன்றவழக்குகளில்விண்ணப்பதாரர் நேரடியாக உயர் நீதிமன்றத்திற்குச் செல்லலாம் மற்றும் மேல்முறையீடு செய்யத் தேவையில்லை. மாநில சட்டமன்றம், திருமணங்கள், அடிப்படை உரிமைகளை அமல்படுத்துதல், பிற நீதிமன்றங்களில் இருந்து வழக்குகளை மாற்றுதல் தொடர்பான வழக்குகளுக்கு இது பெரும்பாலும் பொருந்தும்.

கண்காணிப்பு அதிகாரம்: இது உயர் நீதிமன்றத்தால் மட்டுமே அனுபவிக்கப்படும் ஒரு சிறப்பு அதிகாரம் மற்றும் வேறு எந்த துணை நீதிமன்றத்திற்கும் இந்தக் கண்காணிப்பு அதிகாரம் இல்லை. இதன் கீழ், உயர் நீதிமன்றம் தனது கீழ்நிலை அலுவலகங்கள்

மற்றும் நீதிமன்றங்களுக்கு பதிவேடுகளை பராமரிக்கும் வழியை உத்தரவிடவும், நீதிமன்றத்தில் வழக்குகளை நடத்துவதற்கான விதிகளை வகுக்கவும், ஷெரிப் எழுத்தர்கள், அதிகாரிகள் மற்றும் சட்டப் பயிற்சியாளர்களுக்கு செலுத்தப்படும் கட்டணங்களைத் தீர்ப்பதற்கும் உரிமை பெற்றுள்ளது.

கோர்ட் ஆஃப் ரெக்கார்ட்: இது உயர் நீதிமன்றங்களின் தீர்ப்புகள், நடவடிக்கைகள், செயல்களைநிரந்தரநினைவிற்காகபதிவுசெய்வதை உள்ளடக்கியது. இந்த பதிவுகளை மேலும் எந்த நீதிமன்றத்திலும் கேள்வி கேட்க முடியாது. தன்னை அவமதித்ததற்காக தண்டிக்கும் அதிகாரம் அதற்கு உண்டு.

துணை நீதிமன்றங்கள் மீதான கட்டுப்பாடு: இது மேற்பார்வை, மேல்முறையீட்டு அதிகார வரம்பின் நீட்டிப்பாகும். எந்தவொரு துணை நீதிமன்றத்திலும் நிலுவையில் உள்ள வழக்கை, சட்டத்தின் கணிசமான கேள்வியை உள்ளடக்கியிருந்தால், உயர் நீதிமன்றம் திரும்பப் பெற முடியும் என்று அது கூறுகிறது. வழக்கைத் தீர்த்துக்கொள்ளலாம் அல்லது சட்டப் பிரச்சினையைத் தீர்த்துவிட்டு மீண்டும் அதே நீதிமன்றத்திற்குத் திரும்பலாம்.

மேல்முறையீட்டு அதிகார வரம்பு:இது அந்த பிராந்தியத்தின் மாவட்ட அளவில் அல்லது கீழ்நிலை நீதிமன்றத்தால் வழங்கப்பட்ட தீர்ப்பை மறுஆய்வு செய்வது குறித்து மக்கள் புகார் எழுப்பிய வழக்குகளுக்கானது. இந்த சக்தி மேலும் இரண்டு வகைகளாக பிரிக்கப்பட்டுள்ளது.

சிவில் அதிகார வரம்பு:இதில் மாவட்ட நீதிமன்றம், சிவில் மாவட்ட நீதிமன்றம் மற்றும் துணை நீதிமன்றத்தின் உத்தரவுகள், தீர்ப்புகள் அடங்கும்.

குற்றவியல் அதிகார வரம்பு: இதில் அமர்வு நீதிமன்றம் மற்றும் கூடுதல் அமர்வு நீதிமன்றத்தின் தீர்ப்புகள், உத்தரவுகள் அடங்கும்.

நீதித்துறை மறுஆய்வு அதிகாரம்: உயர் நீதிமன்றத்தின் இந்த அதிகாரத்தில் மத்திய மற்றும் மாநில அரசுகளின் சட்டமன்ற, நிர்வாக உத்தரவுகளின் அரசியலமைப்புத் தன்மையை ஆராயும் அதிகாரம் அடங்கும். நீதித்துறை மறுஆய்வு என்ற வார்த்தை நமது அரசியலமைப்பில் எங்கும் குறிப்பிடப்படவில்லை.

உயர்நீதிமன்றத்தின்ரிட்அதிகாரவரம்பு:அரசியலமைப்பின்பிரிவு 226வது குடிமக்களின் அடிப்படை உரிமைகளை அமலாக்குவதற்கும் வேறு எந்த நோக்கத்திற்காகவும் ஹேபியஸ் கார்பஸ், மாண்டமஸ், சர்டியோராரி, தடை மற்றும் குவோ வாரன்டோ உள்ளிட்ட ரிட்களை வெளியிட உயர் நீதிமன்றத்திற்கு அதிகாரம் அளிக்கிறது. கீழ் மன்றங்களுக்கு உயர் நீதி மன்றம் இடும் ஆணையில் (மாண்டமஸின்) . வேறு எந்த நோக்கத்திற்காகவும்' என்ற சொற்றொடர் ஒரு சாதாரண சட்ட உரிமையை அமல்படுத்துவதைக் குறிக்கிறது. உயர் நீதிமன்றம் எந்தவொரு நபருக்கும், அதிகாரத்திற்கும், அரசாங்கத்திற்கும் அதன் பிராந்திய அதிகார வரம்பிற்குள் மட்டுமல்லாமல், அதன் பிராந்திய அதிகாரவரம்பிற்கு வெளியேயும், நடவடிக்கைக்கான காரணம் அதன் பிராந்திய அதிகார வரம்பிற்குள் எழுந்தால் 15வது அரசியலமைப்பு திருத்தச் சட்டம் 1963படி ரிட்களை வழங்க முடியும்.

உயர் நீதிமன்றத்தின் அமைப்பு

ஆந்திரப் பிரதேசம் சமீபத்தில் உயர் நீதிமன்றத்தைக் கொண்ட ஒரு மாநிலமாகும். ஆந்திரப் பிரதேசத்தில் 2019 ஆம் ஆண்டு ஜனவரி 1 ம் தேதி உயர்நீதிமன்றம் நிறுவப்பட்டது. உயர்நீதிமன்றத்தின் பிரிட்டிஷ் ஆட்சியின் கீழ்இருந்த போது, ஒவ்வொரு உயர்நீதிமன்றத்திலும் ஒரு தலைமை நீதிபதி மற்றும் அதிகபட்சமாக 15 பிற நீதிபதிகள் உள்ளனர். ஆனால் பின்னர் இந்தியாவில் உயர் நீதிமன்றத்தின் அமைப்பில் சில மாற்றங்கள் கொண்டுவரப்பட்டன. அவையே, ஒவ்வொரு உயர்நீதிமன்றத்திலும் குடியரசுத் தலைவரால் நியமிக்கப்படும் தலைமை நீதிபதி இருப்பார்

முன்பைப் போலன்றி, ஒவ்வொரு உயர் நீதிமன்றத்துக்கும் நிர்ணயிக்கப்பட்ட எண்ணிக்கையில் நீதிபதிகள் நியமிக்கப்படவில்லை

நீதிமன்றத்தில் நிலுவையில் உள்ள வழக்குகளை தீர்ப்பதற்கும் கூடுதல் நீதிபதிகளை நியமிக்கலாம். ஆனால் அவர்களின் பதவிக்காலம் இரண்டு ஆண்டுகளுக்கு மேல் இருக்கக்கூடாது

இதில்கவனிக்க வேண்டியஒன்று, 62 வயதுக்குமேற்பட்டவர்களை உயர்நீதிமன்ற நீதிபதியாக நியமிக்க முடியாது.

உயர் நீதிமன்றங்களில் எத்தனை நீதிபதிகள் இருப்பார்கள் என்பதில் ஒற்றுமை இல்லை. பெரிய மாநிலத்துடன் ஒப்பிடும்போது சிறிய மாநிலம் குறைவான நீதிபதிகளைக் கொண்டிருக்க வேண்டும்.

உயர் நீதிமன்ற நீதிபதி நியமனம்

இந்தியக் குடியரசுத் தலைவரால் உயர் நீதிமன்ற நீதிபதி நியமிக்கப்படுகிறார். உயர்நீதிமன்றத்தில் நீதிபதிகள் நியமிக்கப்படுவதற்கு அவர் மட்டுமே பொறுப்பு. இருப்பினும், அவர் மாநில ஆளுநர், இந்தியாவின் செயல் தலைமை நீதிபதி மற்றும் அந்த குறிப்பிட்ட மாநிலத்தின் உயர் நீதிமன்றத்தின் தலைமை நீதிபதி ஆகியோரைக் கலந்தாலோசிக்கலாம். ஒரு உயர் நீதிமன்ற நீதிபதி மற்ற உயர் நீதிமன்றங்களுக்கு மாற்றப்படுவதற்கும் பொறுப்பாவார். இந்த முடிவு முழுக்க முழுக்க இந்திய தலைமை நீதிபதியை சார்ந்தது. நீதிமன்றத்தில் போராடும் ஒவ்வொரு வழக்குக்கும் முறையான, நியாயமான விசாரணையை உறுதி செய்யும் நோக்கத்துடன் நீதிபதிகள் இடமாற்றம் செய்யப்படுகின்றனர்.

உயர் நீதிமன்ற நீதிபதிக்கான தகுதி அளவுகோல்கள்:

இந்தியாவில் உள்ள எந்தவொரு உயர் நீதிமன்றத்திலும் நீதிபதியாக நியமிக்கப்படுவதற்குச் சில தகுதிகள் பூர்த்தி செய்யப்பட வேண்டும். உயர் நீதிமன்ற நீதிபதிகள் நியமனத்திற்கான கட்டாயத் தகுதிகளின் தொகுப்பு கீழே கொடுக்கப்பட்டுள்ளது. கொடுக்கப்பட்ட தகுதிகளில் ஏதேனும் ஒன்று பூர்த்தி செய்யப்பட வேண்டும்:

அந்த நபர் ஐந்து ஆண்டுகளுக்கு மேல் பாரிஸ்டராக இருந்திருக்க வேண்டும்.

10 ஆண்டுகளுக்கும் மேலாக அரசு ஊழியராக இருந்து, ஜில்லா நீதிமன்றத்தில் குறைந்தது 3 ஆண்டுகள் பணியாற்றி இருந்திருக்க வேண்டும்.

எந்தவொரு உயர் நீதிமன்றத்திலும் *10 ஆண்டுகளுக்கும் மேலாக* வழக்கறிஞராக இருந்திருக்க வேண்டும்.

அந்த நபருக்கு *62 வயதுக்கு மேல்* இருக்கக்கூடாது

ஒவ்வொரு மாநிலத்திற்கும் தனி உயர்நீதிமன்றம் இருக்க வேண்டும் என்று சட்டம் கூறுகிறது, இருப்பினும், தனிப்பட்ட உயர்நீதிமன்றம் இல்லாத சில மாநிலங்கள் இன்னும் உள்ளன. உதாரணமாக, பஞ்சாப் மற்றும் ஹரியானா இரண்டும் சண்டிகரில் உள்ள பஞ்சாப் உயர் நீதிமன்றத்தின் அதிகார வரம்பிற்கு உட்பட்டது. அஸ்ஸாம், நாகாலாந்து, மணிப்பூர், திரிபுரா, மேகாலயா, அருணாச்சல பிரதேசம் மற்றும் மிசோரம் ஆகிய ஏழு மாநிலங்களுக்கும் பொதுவான ஒரு உயர்நீதிமன்றம் உள்ளது.

உயர் நீதிமன்ற நீதிபதிகளின் சம்பளம் மற்றும் சலுகைகள்

உயர் நீதிமன்ற நீதிபதிக்கு வழங்கப்படும் சம்பளத்தில் பெரிய அதிகரிப்பு ஏற்பட்டுள்ளது. உயர் நீதிமன்ற நீதிபதியின் சம்பளமானது உயர்நீதிமன்ற தலைமை நீதிபதி 90,000 முதல் 2,50,000 வரையும், உயர் நீதிமன்றத்தின் மற்ற நீதிபதிகள் 80,000 முதல் 2,25,000 வரையும்

சம்பளம், பல்வேறு சலுகைகள் மற்றும் படிகள் வழங்கப்படுகின்றன.

3. மாவட்ட / துணை நீதிமன்றங்கள்

இந்தியாவின் மாவட்ட நீதிமன்றங்கள், வழக்குகளின் எண்ணிக்கை, மக்கள்தொகைப் பரவலைக் கருத்தில் கொண்டு, ஒவ்வொரு மாவட்டம் அல்லது மாவட்டங்களின் குழுவிற்கும் மாநில அரசுகளால் நிறுவப்படுகின்றன. இந்த நீதிமன்றங்கள் மாநில உயர் நீதிமன்றத்தின் நிர்வாகக் கட்டுப்பாட்டில் உள்ளன. முடிவுகள் உயர் நீதிமன்றத்தில் மேல்முறையீடு செய்ய வேண்டும்.

உயர் நீதிமன்றத்தின் ஆலோசனையுடன் ஆளுநரால் நியமிக்கப்பட்ட மாவட்ட நீதிபதி ஒருவர் மாவட்ட நீதிமன்றத்திற்குத் தலைமை தாங்குகிறார். கூடுதல் மாவட்ட நீதிபதிகள் மற்றும் உதவி மாவட்ட நீதிபதிகள் பணிச்சுமையைப் பொறுத்து நியமிக்கப்படலாம். கூடுதல் மாவட்ட நீதிபதிக்கு மாவட்ட நீதிபதிக்கு இணையான அதிகார வரம்பு உள்ளது. மாவட்ட நீதிபதி "மெட்ரோபாலிட்டன் அமர்வு நீதிபதி" என்று அழைக்கப்படுகிறார். அவர் ஒரு நகரத்தில் ஒரு மாவட்ட நீதிமன்றத்திற்கு தலைமை

தாங்குகிறார். இது மாநில அரசாங்கத்தால் "மெட்ரோபாலிட்டன் ஏரியா" என்று குறிப்பிடப்பட்டுள்ளது.

மாவட்ட நீதிமன்றம் அனைத்து விஷயங்களிலும் துணை நீதிமன்றங்கள் மீது மேல்முறையீட்டு அதிகார வரம்பைக் கொண்டுள்ளது. துணை நீதிமன்றங்கள், ஜூனியர் சிவில் நீதிபதி நீதிமன்றம், முதன்மை ஜூனியர் சிவில் நீதிபதி நீதிமன்றம், மூத்த சிவில் நீதிபதி நீதிமன்றம், சப்-கோர்ட் என்றும் அழைக்கப்படுகிறது. துணை நீதிமன்றங்கள், குற்றவியல் வழக்கில், இரண்டாம் வகுப்பு ஜூடிசியல் மாஜிஸ்திரேட் நீதிமன்றம், முதல் வகுப்பு ஜூடிசியல் மாஜிஸ்திரேட் நீதிமன்றம், தலைமை நீதித்துறை மாஜிஸ்திரேட் நீதிமன்றம் என்று வகைப்படுத்தப்படுகின்றன. குடும்ப நீதிமன்றங்களில் திருமண தகராறுகள் தீர்க்கப்படுகின்றன.

குடும்ப நீதிமன்றம் மற்றும் மகிளா நீதிமன்ற வழக்குகள் முதன்மை நீதிபதியால் கையாளப்படுகின்றன. இந்தப் பதவிக்கு நியமிக்கப்பட்ட நீதிபதிகள் மாவட்ட நீதிபதிகள் குழுவைச் சேர்ந்தவர்கள். மகாராஷ்டிரா, ஆந்திரா மற்றும் சில மாநிலங்களில், நீதிபதிகள் நேரடியாகவோ அல்லது தேர்வு மூலமாகவோ ஓய்வுபெற்ற நீதித்துறை அதிகாரிகளின் தொகுப்பிலிருந்து நியமிக்கப்படுகிறார்கள்.

4. நிர்வாக மற்றும் வருவாய் நீதிமன்றம்

நீதித்துறை வரிசைக்குக் கீழே நிர்வாகப் படிநிலை உள்ளது. சி.ஆர். பி.சி. சிறிய குற்றங்களைக் கையாள்வதற்கு நிர்வாக நீதிமன்றத்திற்கு அதிகாரம் அளிக்கிறது. ஆனால் அதிகாரம் அவர்கள் நீதித்துறை அதிகாரத்தை வைத்திருப்பதைக் குறிக்கவில்லை. குற்றவியல் நடைமுறைச் சட்டம்(CrPC) பிரிவு 3 இன் படி, இரு நீதிபதிகளும் கையாள வேண்டிய விஷயத்தை தெளிவாகப் பிரிக்கிறது. (CrPC) பிரிவு 20இன் படி, ஒவ்வொரு பெருநகரப் பகுதியிலும் ஒவ்வொரு மாவட்டத்திலும் நிர்வாக நீதிபதிகளை(EM) நியமிக்க மாநில அரசுக்கு அதிகாரம் அளிக்கிறது. ஒரு எக்ஸிகியூட்டிவ் மாஜிஸ்திரேட்டை மாவட்ட மாஜிஸ்திரேட்டாக நியமிக்கவும் அதிகாரம் உள்ளது. அத்தகைய மாஜிஸ்திரேட்டுக்கு மாவட்ட மாஜிஸ்திரேட் (DM) அனுபவிக்கும் அதே அதிகாரம் உள்ளது.

ஒரு மாவட்ட மாஜிஸ்திரேட் அலுவலகம் காலியாக இருந்தால், மாவட்ட நிர்வாக நிர்வாகத்தில் தற்காலிகமாக வெற்றிபெறும் எந்த அதிகாரியும் **மாவட்ட நீதிபதி** அனுபவிக்கும் அதே அதிகாரத்தைப் பயன்படுத்துகிறார். துணைப்பிரிவு மாஜிஸ்திரேட் என்று அழைக்கப்படும் *EM* க்கு துணைப்பிரிவின் பொறுப்பை வழங்க மாநில அரசுக்கு அதிகாரம் உள்ளது. சிஆர்பிசி குற்றவியல் நடைமுறைச் சட்டம்(*CrPC*)யின் பிரிவு *107–110, 133, 144, 145,* மற்றும் *147* உரிமங்களை ரத்து செய்தல் அல்லது வழங்குதல், நிலம் கையகப்படுத்துதல் விவகாரங்களைக் கையாளுதல், மாநில அரசாங்கத்தால் எழுப்பப்படும் பிற விஷயங்களின் கீழ் சட்டம் ஒழுங்கைப் பராமரிப்பது போன்றவை பொதுவாக *EM* பணியாகும்.

5. கிராம நீதிமன்றங்கள் / பஞ்சாயத்து

கிராம நீதிமன்றங்கள், லோக் அதாலத் (மக்கள் நீதிமன்றம்) அல்லது நியாயா பஞ்சாயத்து (கிராமங்களின் நீதி) தகராறு தீர்வை வழங்குகின்றன. அவர்கள் *1888* மெட்ராஸ் கிராம நீதிமன்றச் சட்டத்தின் மூலம் அங்கீகரிக்கப்பட்டனர். பின்னர் *1935*க்குப் பிறகு பல்வேறு மாகாணங்களிலும் சுதந்திரத்திற்குப் பிறகு இந்திய மாநிலங்களிலும் உருவாக்கப்பட்டது. குஜராத் மாநிலம் ஒரு நீதிபதி மற்றும் இரண்டு மதிப்பீட்டாளர்களுடன் *1970*களில் இருந்து கிராம நீதிமன்றங்கள் பயன்படுத்தப்பட்டன. *1984* ல் சட்டக் கமிஷன் கிராமப்புறங்களில் சாமானியர்களைக் கொண்ட பஞ்சாயத்துகளை உருவாக்க பரிந்துரைத்தது. *2008* கிராம நியாயாலயாச்சட்டம் நாட்டில் *5,000* நடமாடும் நீதிமன்றங்கள் சிவில் போன்ற சொத்து வழக்குகள் மற்றும் கிரிமினல் வழக்குகளை தீர்ப்பதற்காக முன்வைக்கப்பட்டது. இருப்பினும், சட்டம் அமல்படுத்தப்படவில்லை ஏனென்றால் நிதி நெருக்கடிகள், வழக்கறிஞர்கள், காவல்துறை மற்றும் பிற அரசு அதிகாரிகளின் தயக்கம் ஆகியவை முக்கிய காரணங்களாகும்.

உச்ச நீதிமன்றம் மற்றும் உயர் நீதிமன்ற நீதிபதிகள் இழப்பீடு

இந்திய குடியரசுத் தலைவர், துணைத் தலைவர், உச்ச நீதிமன்றம் மற்றும் உயர் நீதிமன்ற நீதிபதிகள் பிற அரசியலமைப்பு

அதிகாரிகளுக்கு ஒருங்கிணைந்த நிதியிலிருந்து ஊதியம் வழங்கப்படுகிறது. உச்ச நீதிமன்ற நீதிபதிகள் சம்பளங்கள் மற்றும் நிபந்தனைகள் சட்டம் உச்ச நீதிமன்ற நீதிபதிகளுக்கான இழப்பீட்டைக் கையாள்கிறது. உயர் நீதிமன்ற நீதிபதிகள் சம்பளம் மற்றும் நிபந்தனை சட்டம் 1954 உயர் நீதிமன்ற நீதிபதிகளின் இழப்பீட்டை ஒழுங்குபடுத்துகிறது. இழப்பீட்டுத் தொகையில் திருத்தம் செய்யப்படும் போதெல்லாம், மத்திய அரசு அதை சாதாரண மசோதாவாக நாடாளுமன்றத்தில் தாக்கல் செய்ய வேண்டும்.

கீழ்நிலை நீதித்துறை

தேசிய நீதிபதிகள் நியமன ஆணையம் (NJPC) நாடு முழுவதும் உள்ள கீழ்நிலை நீதித்துறையினருக்கான ஊதிய அளவு, கொடுப்பனவுகள், வசதிகள் போன்றவற்றை தீர்மானிக்கிறது. சுப்ரீம் கோர்ட் உத்தரவுக்கு இணங்க அரசு இந்த ஆணையத்தை அமைத்தது. NJPC இன் பரிந்துரைகள், உச்ச நீதிமன்றத்தால் ஏற்றுக்கொள்ளப்படும் போது மத்திய அல்லது மாநில அரசின் எந்தவொரு ஆட்சேபனையையும் கேட்டபின், கட்டுப்பாடாக மாறும் இந்த ஆணையம் அனைத்து இந்திய நீதிபதிகள் சங்கத்தின் பரிந்துரைகளின் அடிப்படையில் அமைக்கப்பட்டது. தேவையற்ற காலதாமதத்தைத் தவிர்க்க மத்திய அரசுக்கு நிரந்தர அமைப்பு அமைக்க வேண்டும் என இந்தியத் தலைமை நீதிபதி பரிந்துரை செய்தார்.

முதல் NJPC ஆனது 21 மார்ச் 1996 அன்று உச்ச நீதிமன்ற உத்தரவின் பேரில் அகில இந்திய நீதிபதிகள் சங்கம் என்ற முக்கிய தீர்ப்பில் உருவாக்கப்பட்டது. உச்ச நீதிமன்ற நீதிபதி கே.ஜே. ஷெட்டி தலைமையிலான ஆணையம் அமைந்தது. ஆணையம் 1999 ல் தனது அறிக்கையை சமர்ப்பித்தது. கீழ்நிலை நீதித்துறையினரின் சம்பளத்தை உயர்த்தவும், அவர்களின் ஒட்டுமொத்த இழப்பீட்டை நிர்ணயம் செய்யவும் பரிந்துரைத்தது. பத்து ஆண்டுகளுக்குப் பிறகு, இரண்டாவது NJPC முன்னாள் நீதிபதி பி.வி. ரெட்டி தலைமையிலான ஆணையம் அமைந்தது.

சிவில் நீதிமன்றங்களின் கட்டமைப்பு

இந்திய உச்ச நீதிமன்றம் (மேல்முறையீட்டு நீதிமன்றம்)

உயர் நீதிமன்றங்கள் (மாநிலங்களில் உள்ள மிக உயர்ந்த மேல்முறையீட்டு நீதிமன்றம்)

பெருநகரப் பகுதி:

மாவட்ட நீதிமன்றங்கள்(கூடுதல் மாவட்ட நீதிமன்றங்கள்)

மூத்த சிவில் நீதிபதிகளின் நீதிமன்றங்கள்

ஜூனியர் சிவில் நீதிபதிகளின் நீதிமன்றங்கள்

மாவட்ட நிலை:

மாவட்ட அளவிலான சிவில் நீதிமன்றங்கள் ஏறுவரிசையில் கீழே கொடுக்கப்பட்டுள்ளன. அவையே,

மாவட்ட நீதிமன்றங்கள்

கூடுதல் மாவட்ட நீதிமன்றம்

துணை நீதிமன்றங்கள் (துணை நீதிபதிகளின் நீதிமன்றங்கள்)

கூடுதல் துணை நீதிமன்றங்கள் (கூடுதல் துணை நீதிபதிகளின் நீதிமன்றங்கள்)

முன்சிஃப் நீதிமன்றம்/ ஜூனியர் சிவில் நீதிபதியின் நீதிமன்றம்

குற்றவியல் நீதித்துறையின் அமைப்பு

இந்திய உச்ச நீதிமன்றம் (மேல்முறையீட்டு நீதிமன்றம்)

உயர் நீதிமன்றங்கள் (மாநிலங்களில் மேல்முறையீட்டு நீதிமன்றம்)

பெருநகரப் பகுதி

தலைமை பெருநகர மாஜிஸ்திரேட் நீதிமன்றங்கள் (CMM)

பெருநகர மாஜிஸ்திரேட்டுகளின் நீதிமன்றங்கள் (MM)

மாவட்ட அளவில்

மாவட்ட அளவிலான குற்றவியல் நீதிமன்றங்கள் ஏறுவரிசையில் கீழே கொடுக்கப்பட்டுள்ளன. மாவட்ட மற்றும் அமர்வு நீதிமன்றம்(கூடுதல் அமர்வு நீதிமன்றம்)

உதவி அமர்வு நீதிமன்றம்

தலைமை நீதித்துறை மாஜிஸ்திரேட் நீதிமன்றம் (CJM நீதிமன்றம்) (கூடுதல் தலைமை ஜூடிசியல் மாஜிஸ்திரேட் நீதிமன்றம்)

முதல் வகுப்பு நீதித்துறை மாஜிஸ்திரேட் நீதிமன்றங்கள் (JFCM நீதிமன்றம்)

இரண்டாம் வகுப்பு நீதித்துறை மாஜிஸ்திரேட்டின் நீதிமன்றங்கள்

இயல்: ஆறு
மத்திய-மாநில உறவுகள்

மத்திய-மாநில உறவுகள் இந்தியாவில் கூட்டாட்சி மையத்தை உருவாக்குகின்றன. மேலும் அவை அரசியலமைப்பின் விதிகளால் கட்டுப்படுத்தப்படுகின்றன. மத்திய அரசுக்கும் ஒவ்வொரு மாநிலத்துக்கும் இடையே நல்லிணக்கம் மற்றும் ஒத்துழைப்புடன் கூட்டாட்சி அமைப்பு செயல்படுகிறது. இந்தியாவில். இந்திய அரசியலமைப்பின் பகுதி XI-ல் மத்திய-மாநில உறவுகளை வெளிப்படையாகக் குறிப்பிட்டு சட்டமன்ற மற்றும் நிர்வாக உறவுகள் பிரிக்கப்பட்டுள்ளன. பகுதி XII நிதி உறவுகள் பற்றிய விதிகளையும் கொண்டுள்ளது.

இந்திய அரசியலமைப்பின் கூட்டாட்சி அமைப்பு அதாவது சட்டமன்றம், நிர்வாகம் மற்றும் நிதி ஆகிய அனைத்து அதிகாரங்களையும் மத்திய மற்றும் மாநிலங்களுக்கு இடையே பிரிக்கிறது. இவை நீதித்துறை அதிகாரத்தைப் பிரிப்பது பொருள் இல்லை, ஏனெனில் அரசியலமைப்பு கூட்டாட்சி மாநில சட்டங்களைச் செயல்படுத்த ஒரு ஒருங்கிணைந்த நீதித்துறை அமைப்பை நிறுவியது. மத்திய மற்றும் மாநிலங்கள் அந்தந்தத் துறைகளில் முதன்மை பெற்றிருந்தாலும், கூட்டாட்சி அமைப்புத் திறம்படச் செயல்பட அவர்களுக்கு இடையே அதிகபட்ச நல்லிணக்கமும் ஒத்துழைப்பும் தேவை. இந்திய அரசியலமைப்பு அனைத்து சட்டமன்ற, நிர்வாக மற்றும் நிதி அதிகாரிகளை மத்திய மற்றும் மாநிலங்களுக்கு இடையில் பிரிக்கிறது.

கூட்டாட்சி அமைப்பு திறம்பட செயல்பட, மத்திய மற்றும் மாநிலங்களுக்கு இடையே அதிகபட்ச இணக்கமும்,

ஒருங்கிணைப்பும் இருக்க வேண்டும். இதன் விளைவாக, அரசியலமைப்பு இதை உறுதிப்படுத்த பல சரத்துக்களை உருவாக்கியது. மத்திய மற்றும் மாநிலங்களுக்கு இடையிலான உறவுகளை மூன்று வகைகளாகப் பிரிக்கலாம். அவையே

சட்டமன்ற உறவுகள்

நிர்வாக உறவுகள்

நிதி உறவுகள்

சட்டமன்ற உறவுகள்

யூனியன் மற்றும் மாநிலங்களுக்கு இடையிலான சட்டமன்ற உறவுகள் நான்கு வகைகளாக பிரிக்கப்பட்டுள்ளன:

மத்திய மற்றும் மாநில சட்டங்களின் பிராந்திய அளவு

சட்டமன்ற பாடங்களின் விநியோகம்

மாநிலத் துறையில் நாடாளுமன்றச் சட்டம்

மாநில சட்டத்தின் மீது மையத்தின் கட்டுப்பாடு

மத்திய மற்றும் மாநில சட்டத்தின் பிராந்திய எல்லை

இந்தியாவின் அனைத்து பகுதிக்கும் பொருந்தும் சட்டங்களை இயற்றும் அதிகாரம் பாராளுமன்றத்திற்கு உள்ளது. அதாவது பிரதேச இந்தியாவில் யூனியன், மாநிலம், யூனியன் பிரதேசம் ஆகியவை அடங்கும். மாநில சட்டமன்றம் முழு மாநிலத்திற்கும் அல்லது அதன் ஒரு பகுதிக்கும் பொருந்தும் சட்டங்களை இயற்றலாம். வெளிநாட்டு சம்மதப்பட்ட சட்டத்தை இயற்றும் அதிகாரம் பாராளுமன்றத்திற்கு மட்டுமே உள்ளது. அந்தமான் நிக்கோபார் தீவுகள், டாமன்-டையூ தாத்ரா-நாகர் ஹவேலி மற்றும் லட்சத்தீவுகளுக்குப் பாராளுமன்ற சட்டங்கள் பொருந்தாத சூழ்நிலையில் குடியரசுத் தலைவர் பாராளுமன்றத்தால் நிறைவேற்றப்பட்ட சட்டங்களின் அதே விளைவைக் கொண்ட விதிமுறைகளை வெளியிடலாம்.

நாடாளுமன்றத்தின் சட்டம் மாநிலத்தில் உள்ள ஒரு குறிப்பிட்ட பிரதேசத்திற்குப் பொருந்தாது அல்லது வரையறுக்கப்பட்ட

மாற்றங்கள் விதிவிலக்குகளுடன் அது பொருந்தும் என்று உத்தரவிட ஆளுநருக்கு அதிகாரம் உள்ளது. மேகாலயா, திரிபுரா, மிசோரம் ஆகிய மாநிலங்களிலும் குடியரசுத் தலைவருக்கு அதிகாரம் உள்ளது.

இந்திய அரசியலமைப்பை உருவாக்கியவர்கள் ஒரு வலுவான மைய அரசை நிறுவினர். கூட்டாட்சி முறையை ஒரு இந்திய தேசம் வலுவான ஒருங்கிணைந்த அரசை உருவாக்குவதற்கான செயல்பாட்டு கருவியாகக் காட்சிப்படுத்தியது. கடந்த ஆண்டுகளில் கூட்டமைப்பின் உண்மையான பணிகளால் இது மேலும் வலுப்படுத்தப்பட்டுள்ளது. இந்த காலகட்டத்தின் ஆய்வை பின்வரும் நான்கு கட்டங்களாக வெவ்வேறு காலகட்டங்களில் வகைப்படுத்தலாம்

முதல் கட்டம் (1950-67)

மையம் – மாநில உறவுகளில் முதல் கட்டமாக 1950-67 வரையில் மையத்தின் ஆதிக்கம் இருந்தது. கட்சி அமைப்பு என்பது ஒரு கூட்டாட்சி அரசியல் அமைப்பின் செயல்பாட்டில் குறிப்பிடத்தக்க தாக்கத்தை ஏற்படுத்தும் மிக முக்கியமான தலையீட்டாக இருக்கும். இந்தக்கால கட்டத்தில் மத்தியிலும் மாநிலங்களிலும் காங்கிரஸ் கட்சியின் ஆதிக்கம் செலுத்தியிருந்தது. நேருவின் கவர்ச்சியான தலைமையுடன் காங்கிரஸ் கட்சி மையத்தை மேலும் வலுப்படுத்தியது. மத்திய-மாநில உறவுகளில் உள்ள சிக்கல்கள் கட்சியின்உள்பிரச்சினையாகக்கட்சியின்மட்டத்தில்தீர்க்கப்பட்டன. திட்டக் கமிஷன் மற்றும் தேசிய வளர்ச்சிக் கவுன்சில் (NDC) ஆகிய இரண்டும் நிர்வாகத் தீர்மானங்கள் மூலம் உருவாக்கப்பட்டன. இவை இரண்டும் மாநிலங்கள் மீது ஆதிக்கம் செலுத்துவதற்காக மையத்தின் கருவிகளாக மாறின. திட்டக் கமிஷன் சமூக சேவை-கல்வி, மருத்துவம், சுகாதாரம், விவசாயம், ஒத்துழைப்பு, சமூக நலன் மற்றும் தொழில்துறை வீட்டுவசதி அனைத்தையும் கவனிக்க வேண்டும். தேசிய வளர்ச்சிக் கவுன்சில் கூட்டுறவுக் கூட்டமைப்பில் ஒரு பரிசோதனையாகக் காணப்பட்டது. ஆனால் சிறிது காலங்களில் மாநிலங்களின் ஜவுளி, சர்க்கரை மற்றும் புகையிலை மீதான தங்கள் விற்பனை வரியை மையத்திடம் ஒப்படைத்தன. இந்த காலகட்டத்தில் 1959 இல் கேரளாவில் கம்யூனிஸ்ட் அரசாங்கத்திற்கு எதிராக 356 வது பிரிவு தவறாக பயன்படுத்தப்பட்டது.

நேரு ஜனநாயகத்தைப் போதுமான அளவு தீவிரமாக எடுத்துக் கொண்டார், இது மாநில முதல்வர்களுக்கு அவர் எழுதிய மாதாந்திர கடிதங்களில் பிரதிபலித்தது. இந்திய தேசிய காங்கிரஸ் காங்கிரஸ் அமைப்பில் உள்ள பிரிவுகளின் நுட்பமான சமநிலையின் மூலம் ஆலோசனை, ஒருமித்த கொள்கையை நிறுவனமயமாக்கியது. இது தேசிய அதிகார கட்டமைப்பில் உள்ளூர் மற்றும் பிராந்திய தலைவர்களின் ஒத்துழைப்பை நடைமுறைப்படுத்தியது. மாகாணங்களில் சண்டையிடும் பிரிவுகளுக்கு இடையில் சமரசம் செய்ய மத்தியிலிருந்து காங்கிரஸின் 'பார்வையாளர்களை' அனுப்பும் முறையையும் நடைமுறைப்படுத்தியது.

இவ்வாறு, இந்தியக் கூட்டாட்சியின் முதல் கட்டம் மாநிலங்களின் மீதான மத்திய மேலாதிக்கத்தால் குறிக்கப்பட்டது. அது அவற்றின் சில அதிகாரங்களை மையத்திற்குக் கூட விட்டுக் கொடுத்தது. சமூக-பொருளாதார விஷயங்களில் ஒரே மாதிரியான கொள்கைகளை உருவாக்குவதில் கூட்டுறவு கூட்டாட்சியை வளர்ப்பதற்கான ஆலோசனை அமைப்புகளாக மாநில மறுசீரமைப்புச் சட்டத்தின் கீழ் மண்டல கவுன்சில்கள் உருவாக்கப்பட்டன. இருப்பினும், அவை மாநிலங்களின் மீதான மத்திய மேலாதிக்க அமைப்பிற்குள் உருவாக்கப்பட்டன.

இரண்டாம் கட்டம் (1967-77)

நான்காவது பொதுத் தேர்தல் நாட்டின் கூட்டாட்சி இயக்கவியலில் ஒரு முக்கியமான நிகழ்வாகும். இது காங்கிரஸ் கட்சியின் பெரும்பான்மையை அதாவது மையத்தில் தனிப் பெரும்பான்மையைக் கடுமையாகக் குறைத்தது. அதே நேரத்தில் அது கிட்டத்தட்ட இந்திய மாநிலங்களில் பாதியை எதிர்க்கட்சி அல்லது கூட்டணிகளிடம் இழந்தது. இது மத்திய-மாநில உறவுகளின் தன்மையில் தீவிரமான மாற்றத்திற்கு வழிவகுத்தது. இந்த கட்டத்தில் மாநிலங்கள் மையத்தின் தரப்பில் வலியுறுத்தல் வெளிப்படுவதைக் கண்டது. அதன் பயனுள்ள கோரிக்கைகள் வெளிப்படுத்துவதன் மூலம் அத்தகைய வலியுறுத்தல்களுக்கு எதிர்வினையாற்றுகிறது.

காங்கிரஸ் கட்சி, 356 வது பிரிவின் வசம் உள்ள அனைத்து வழிகளிலும் அரசியல் அதிகாரத்தை மீண்டும் பெற முயற்சித்தது.

எடுத்துக்காட்டாக ராஜஸ்தான் வழக்கு ஒரு சிறந்த உதாரணம். இதில் எதிர்க்கட்சிகளின் கூட்டணியால் ஆட்சி அமைப்பதைத் தடுக்க குடியரசுத் தலைவர் ஆட்சியை விதிக்க ஆளுநர் பரிந்துரைத்தார். சட்டசபை தற்காலிகமாக நிறுத்தப்பட்டது. இதற்கிடையில், காங்கிரஸ் கட்சி விலகல்களை உருவாக்கி, இறுதியாக ஆட்சியை அமைத்தது.

1967-71 காலகட்டத்தில் யூனியன்-மாநில மோதல் உச்சத்தில் இருந்தது. காங்கிரஸ் அல்லாத மாநில அரசுகளின் உரிமைகளை வலியுறுத்துவதை மத்திய அரசு ஏற்க மறுத்தது. ஆனால் இந்த காலகட்டத்தில் காங்கிரஸ் கட்சி பலவீனமடைந்ததால் ஏற்பட்ட வெற்றிடத்தை நிரப்ப பிராந்திய சக்திகளின் தோற்றம் மிக முக்கியமான காரணியாக இருந்தது. காங்கிரஸ்காரர்கள் காங்கிரஸின் மேலாதிக்கத்தைப் பயன்படுத்தி மையத்தை வலுப்படுத்தினார் மற்றும் சர்ச்சைக்குரிய அரசியலமைப்பின் 42 வது திருத்தம் மாநிலங்களின் இழப்பில் மையத்தை மேலும் சக்திவாய்ந்ததாக மாற்றியது. இந்த மையமயமாக்கல் செயல்முறை 1975-77 – ன் அவசரநிலையில் உச்சக்கட்டத்தை அடைந்தது.

மூன்றாம் கட்டம் (1977-89)

1977 தேர்தலில் காங்கிரஸ் சுதந்திரத்திற்குப் பிறகு முதல் முறையாக மத்தியில் ஆட்சியை இழந்தது. பொருளாதார மற்றும் அரசியல் அதிகாரப் பரவலாக்கத்தில் நம்பிக்கை கொண்ட ஜனதா கட்சியை ஆட்சிக்கு கொண்டு வந்தது. இருப்பினும், இந்த அரசாங்கத்தின் முதல் செயல் 10-வது மக்களவைத் தேர்தலில் அவர்களின் செயல்திறனில் பிரதிபலித்தது போல், மக்களின் நம்பிக்கையை இழந்துவிட்டன என்ற வாதத்தின் பேரில் காங்கிரஸ் ஆட்சி செய்த ஒன்பது மாநில அரசுகளை டிஸ்மிஸ் செய்தது. 44-வது திருத்தச் சட்டத்தின் மூலம் 357(A) பிரிவையும் அது நீக்கியது. இது மாநிலங்களில் எந்தவொரு கடுமையான சட்டம் மற்றும் ஒழுங்கு சூழ்நிலையையும் கையாள்வதற்காக இராணுவம், துணை ராணுவப் படைகளை நிலைநிறுத்துவதற்கு மையத்திற்கு அதிகாரம் அளித்தது. 1980 ம் ஆண்டு இடைக்காலத் தேர்தலில் காங்கிரஸ் மீண்டும் ஆட்சிக்கு வந்தது. அதன் முன்னோடியாக இருந்த அதே அபத்தமான வாதத்தைப் பயன்படுத்தி ஒன்பது மாநிலங்களில் ஜனதா கட்சி

அரசாங்கங்களை நிராகரித்தது. ஆந்திரா, தமிழ்நாடு, கர்நாடகா, மேற்கு வங்கம் போன்ற பல மாநிலங்களில், அதிக சுயாட்சி கோரும் பிராந்திய கட்சிகளால் ஆட்சி அமைக்கப்பட்டது. பஞ்சாபில் உள்ள அகாலி தளமும் இந்தக் கோரிக்கைகளை ஆதரித்தது. நான்கு தென் மாநிலங்களும் கூடுதலான சுயாட்சிக்கான கோரிக்கையை வலியுறுத்த ஒரு பிராந்திய கவுன்சில் அமைப்பதாக அறிவித்தன. இவை அனைத்தும் மத்திய-மாநில உறவுகளை ஆராய சர்க்காரியா கமிஷனை நியமிக்க வழிவகுத்தது.

ராஜீவ்-லோங்வால் ஒப்பந்தம் மற்றும் அசாம் ஒப்பந்தம் போன்ற அரசியல் நிர்ப்பந்தங்கள் காரணமாகப் பிராந்தியக் கட்சிகளுடன் கூட்டணி அமைக்க ராஜீவ் காந்தி அரசு முயற்சித்தது. இருப்பினும், அவர் மாவட்ட நீதிபதிகளின் மாநாட்டை நேரடியாகக் கையாள்வதன் மூலம் அதிகாரங்களை மையப்படுத்த முயன்றார். அதன் மூலம் மாநில அரசாங்கங்களைத் தவிர்த்துவிட்டார். பஞ்சாயத்து ராஜ் மசோதா மற்றும் ஜவஹர் ரோஜ்கர் யோஜனா ஆகியவற்றை அறிமுகப்படுத்தியதன் மூலம் அவர் இதை மீண்டும் வலியுறுத்தினார்.

நான்காவது கட்டம்

நான்காவது கட்டம் 1989 முதல் தொடங்குகிறது. அவசர காலங்களில் மத்திய மாநில உறவுகள் எப்படி செயல் படுகின்றன என்பதை விளக்குகிறது.

1. குடியரசுத் தலைவர் ஆட்சியின் கீழ்: மத்திய அரசின் வழிகாட்டுதல்களை மாநில அரசுகள் புறக்கணிக்க முடியாது, இல்லையெனில் அரசமைப்புச் சட்ட விதிகளின்படி நிர்வாகத்தை மேற்கொள்ள முடியாது என்று குடியரசுத் தலைவர் மாநில அரசுக்கு எதிராக நடவடிக்கை எடுக்கலாம். மாநிலத்தில் ஜனாதிபதி ஆட்சியை அமல்படுத்த வேண்டும். அத்தகைய நிகழ்வில், குடியரசுத் தலைவர் மாநில அரசின் அனைத்து அல்லது எந்தப் பணிகளையும் தானே ஏற்றுக்கொள்வார்.

2. தேசிய அவசரநிலைப் பிரகடனத்தின் கீழ்: தேசிய அவசரநிலைப் பிரகடனத்தின் போது, மாநிலத்தின் நிறைவேற்று அதிகாரம் எந்த விஷயத்திலும் எவ்வாறு

செயல்படுத்தப்பட வேண்டும் என்பதற்கான வழிகாட்டுதல்களை வழங்குவதற்கு ஒன்றியத்தின் அதிகாரம் நீட்டிக்கப்படுகிறது.

3. **நிதி அவசரநிலை பிரகடனத்தின் கீழ்:** நிதி அவசரநிலை பிரகடனத்தின் போது, யூனியன் மாநில அரசுகளுக்கு நிதி உரிமையின் சில நியதிகளை கடைப்பிடிக்குமாறும், அனைத்து அல்லது எந்தவொரு வகுப்பினரின் சம்பளம் மற்றும்கொடுப்பனவுகளைக்குறைக்கவும்அறிவுறுத்தலாம். உச்ச நீதிமன்றம் மற்றும் உயர் நீதிமன்றங்களின் நீதிபதிகள் உட்பட ஒன்றியம். யூனியன் அனைத்து பண மசோதாக்கள் அல்லது நிதி மசோதாக்கள் மாநிலத்தின் சட்டமன்றத்தால் நிறைவேற்றப்பட்ட பிறகு குடியரசுத் தலைவரின் பரிசீலனைக்காக ஒதுக்கப்பட வேண்டும். எனவே, நிர்வாகத் துறையில் மாநிலங்கள் முற்றிலும் தனிமையில் செயல்பட முடியாது என்பதும், வழிகாட்டுதலின் கீழ் மற்றும் மையத்தின் ஒத்துழைப்புடன் செயல்படுவதும் தெளிவாகிறது.

இந்தியஅரசியலமைப்புவரிகள்வரிஅல்லாதவருவாய்கள்மற்றும் கடன் வாங்கும் அதிகாரம் ஆகியவற்றின் விநியோகம் தொடர்பான விரிவான விதிகளை உருவாக்கியுள்ளது. மாநிலங்களுக்கு யூனியன் வழங்கும் மானியங்களுக்கான ஏற்பாடுகள் மூலம் கூடுதலாக வழங்கப்பட்டுள்ளது. பிரிவு 268 முதல் 293 வரை மத்திய மற்றும் மாநிலங்களுக்கு இடையேயான நிதி உறவுகளின் விதிகள் பற்றி கூறுகிறது. அரசியலமைப்புச்சட்டம் மத்திய மற்றும் மாநிலங்களுக்கு இடையே வரிவிதிப்பு அதிகாரங்களை பின்வருமாறு பிரிக்கிறது,

யூனியன் பட்டியலில் குறிப்பிடப்பட்டுள்ள துறைகளுக்கு வரி விதிக்க பாராளுமன்றத்திற்கு பிரத்யேக அதிகாரம் உள்ளது,

மாநிலப் பட்டியலில் குறிப்பிடப்பட்டுள்ள துறைகளுக்கு வரி விதிக்க மாநில சட்டமன்றத்திற்கு பிரத்யேக அதிகாரம் உள்ளது,

இருவரும் ஒரே நேரத்தில் பட்டியலிடப்பட்ட துறைகளுக்கு வரி விதிக்கலாம்,

அதே சமயம் வரிவிதிப்புக்கான எஞ்சிய அதிகாரம். பாராளுமன்றத்துடன் மட்டுமே உள்ளது.

வரி வருவாயின் விநியோகம்

1. பொதுவாக ஒதுக்கப்பட்ட வரிகள் யூனியனால் விதிக்கப்படும் ஆனால் மாநிலங்களால் வசூலிக்கப்படும். இதில் பரிவர்த்தனை பில்களின் முத்திரை வரிகள், ஆல்கஹால் கொண்ட மருந்துகள், கழிப்பறை தயாரிப்புகளுக்கான கலால் வரி அடங்கும். இந்த வரிகள் இந்தியாவின் ஒருங்கிணைந்த நிதியின் பகுதியாக இல்லை என்பதால் அந்தந்த மாநிலத்திற்கு மட்டுமே ஒதுக்கப்படுகின்றன.

2. சேவை வரியானது மையத்தால் விதிக்கப்படுகிறது, ஆனால் மையம் மற்றும் மாநிலங்களால் சேகரிக்கப்பட்டு ஒதுக்கப்படுகிறது.

3. யூனியனால் வசூலிக்கப்படும், மாநிலங்களுக்கு இடையேயான வர்த்தகம் அல்லது வர்த்தகத்தின் போது பொருட்களின் விற்பனை, சரக்குகளின் மீதான வரிகள் ஆகியவை மாநிலங்களுக்கு இடையேயான வர்த்தகம் ஆக இருந்தாலும், இவைகள் மாநிலங்களுக்கு ஒதுக்கப்பட்ட வரிகள் என வரையறுக்கப்படுகின்றன.

4. யூனியன் மற்றும் மாநிலங்களுக்கு இடையே விநியோகிக்கப்படும் சில வரிகள் அவற்றின் வருவாய் யூனியன் மற்றும் மாநிலங்களுக்கு இடையே ஒரு குறிப்பிட்ட விகிதத்தில் பிரிக்கப்படும். நிதி ஆதாரங்கள் பிரிவின் மீதான விளைவு பிரிவு 268, 268-A மற்றும் 269 இல் குறிப்பிடப்பட்டுள்ள கடமைகள் வரிகளைத் தவிர யூனியன் பட்டியலில் குறிப்பிடப்பட்டுள்ள அனைத்து வரிகளும் இந்தப் பிரிவில் அடங்கும் என விவரிக்கிறது. பிரிவு 271 ல் குறிப்பிடப்பட்டுள்ள வரிகள் கூடுதல் கட்டணம் அல்லது குறிப்பிட்ட நோக்கங்களுக்காக விதிக்கப்படும் வரிகள் என குறிப்பிடப்பட்டுள்ளது.

5. யூனியனின் நோக்கங்களுக்காக சில வரிகள் மீது கூடுதல் கட்டணம் வசூலிக்கப்படும். பாராளுமன்றம் எந்த நேரத்திலும் யூனியனின் நோக்கங்களுக்காக கூடுதல் கட்டணம் மூலம் அந்தக் பிரிவுகளில் குறிப்பிடப்பட்டுள்ள வரிகளில் ஏதேனும்

ஒன்றை அதிகரிக்கலாம், அத்தகைய கூடுதல் கட்டணத்தின் முழு வருமானமும் இந்தியாவின் ஒருங்கிணைந்த நிதியின் ஒரு பகுதியாக இருக்கும்.

உதவித்தொகை

மத்திய அரசுக்கும் மாநிலங்களுக்கும் இடையே வரிகளைப் பகிர்ந்து கொள்வதோடு மட்டுமல்லாமல், மத்திய வளங்களிலிருந்து மாநிலங்களுக்கு மானியம் வழங்க அரசியலமைப்பு வழங்குகிறது.

இரண்டு வகையான மானியங்கள் உள்ளன:-

1. சட்டப்பூர்வ மானியங்கள்: இந்த மானியங்கள், உதவி தேவைப்படும் மாநிலங்களுக்கு இந்தியாவின் ஒருங்கிணைந்த நிதியிலிருந்து பாராளுமன்றத்தால் வழங்கப்படுகின்றன. வெவ்வேறு மாநிலங்களுக்கு வெவ்வேறு தொகைகள் வழங்கப்படலாம். ஒரு மாநிலத்தில் பட்டியலிடப்பட்ட பழங்குடியினரின் நலனை மேம்படுத்துவதற்கும் அல்லது அதில் உள்ள அட்டவணைப்படுத்தப்பட்ட பகுதிகளின் நிர்வாகத்தின் அளவை உயர்த்துவதற்கும் குறிப்பிட்ட மானியங்கள் வழங்கப்படுகின்றன (Art. 275).

2. விருப்பமான மானியங்கள்: மத்திய அரசின் விருப்பப்படி திட்டக் கமிஷனின் பரிந்துரைகளின் அடிப்படையில் சில மானியங்களை மத்திய அரசு மாநிலங்களுக்கு வழங்குகிறது. திட்ட இலக்குகளை நிறைவேற்ற நிதி ரீதியாக உதவுவதற்காக இவை வழங்கப்படுகின்றன (Art. 282).

மத்திய-மாநில நிதி உறவுகளில் அவசரநிலையின் விளைவுகள்:-

தேசிய அவசரநிலையின் போது யூனியன் மற்றும் மாநிலங்களுக்கு இடையேயான வரிப்பிரிப்பும் மற்றும் உதவித்தொகைகள் தொடர்பான அனைத்து விதிகளும் இடைநிறுத்தப்படும்படி குடியரசுத் தலைவர் உத்தரவின்படி உத்தரவிடலாம். எவ்வாறாயினும், அத்தகைய இடைநீக்கம் பிரகடனம் செயல்படுவதை நிறுத்தும் நிதியாண்டின் காலாவதியைத் தாண்டி செல்லாது.

நிதி நெருக்கடியின் போதும் யூனியன் மாநிலங்களுக்கு வழிகாட்டுதல்களை வழங்கலாம். அவையே,

உயர் நீதிமன்ற நீதிபதிகள் உட்பட மாநில விவகாரங்கள் தொடர்பாக பணியாற்றும் அனைத்து நபர்களின் சம்பளம் மற்றும் கொடுப்பனவுகளை குறைக்க வேண்டும்.

மாநிலத்தின் சட்டமன்றத்தால் நிறைவேற்றப்பட்ட பிறகு, அனைத்து பணம் மற்றும் நிதி மசோதாக்களையும் குடியரசுத் தலைவரின் பரிசீலனைக்கு ஒதுக்குதல்.

நிதி ஆணையம்

அரசியலமைப்புச் சட்டம் யூனியன் அல்லது மாநிலங்களுக்கு சாத்தியமான ஒவ்வொரு வருவாய் ஆதாரத்தையும் ஒதுக்க முயற்சி செய்திருந்தாலும், இந்த ஒதுக்கீடு மிகவும் பரந்த அடிப்படையிலானது. யூனியன் மற்றும் மாநில அரசுகளுக்கு இடையே சில வருவாய் ஆதாரங்களை ஒதுக்கும் நோக்கத்திற்காக, அரசியலமைப்பு சட்டப்பிரிவு 280 இன் கீழ் நிதி ஆணையத்தை நிறுவுவதற்கு வழங்குகிறது. அரசியலமைப்பின் படி, இந்திய ஜனாதிபதி ஒரு நிதி ஆணையத்தை அமைக்க அதிகாரம் பெற்றவர் ஐந்தாண்டுகளுக்கு ஒருமுறை யூனியன் மற்றும் மாநிலங்களுக்கு இடையே நிதி ஆதாரங்களை பகிர்ந்தளிக்கும் வகையில் பரிந்துரை செய்ய வேண்டும். 5 ஆண்டுகளுக்கு ஒருமுறை குடியரசுத் தலைவரால் நிதி ஆணையம் அமைக்கப்படும். தலைவர் 'பொது விவகாரங்களில் அனுபவம்' பெற்றவராக இருக்க வேண்டும். மற்ற நான்கு உறுப்பினர்கள் பின்வருவனவற்றில் இருந்து நியமிக்கப்பட வேண்டும்.

உயர் நீதிமன்ற நீதிபதி அல்லது உயர் நீதிமன்ற நீதிபதியாக நியமிக்கத் தகுதி பெற்ற ஒருவர்;

அரசாங்கத்தின் நிதி மற்றும் கணக்குகள் பற்றிய அறிவு கொண்ட நபர்;

நிதி விவகாரங்கள் மற்றும் நிர்வாகத்தில் பணி அனுபவம் உள்ள ஒருவர்;

பொருளாதாரத்தில் சிறப்பு அறிவு பெற்றவர்.

ஆணையத்தின் செயல்பாடுகள்

யூனியன் மற்றும் மாநிலங்களுக்கு இடையே பிரிக்கப்பட வேண்டிய வரிகளின் நிகர வருவாயின் விநியோகம் அத்தகைய வருமானத்தின் அந்தந்த பங்குகளின் மாநிலங்களுக்கு இடையே ஒதுக்கீடு செய்ய வேண்டும்.

இந்தியாவின் ஒருங்கிணைந்த நிதியிலிருந்து மாநிலங்களின் வருவாயின் மானியங்களை நிர்வகிக்க வேண்டிய கொள்கைகளை கையாளுதல்.

மாநிலத்தில் உள்ள பஞ்சாயத்துகள் மற்றும் நகராட்சிகளின் வளங்களுக்கு துணையாக ஒரு மாநிலத்தின் ஒருங்கிணைந்த நிதியை அதிகரிக்க தேவையான நடவடிக்கைகள் எடுக்க வேண்டும்.

உறுதியான நிதி நலன் கருதி ஜனாதிபதியால் ஆணைக்குழுவிற்கு பரிந்துரைக்கப்படும் வேறு எந்த விடயமும்.

மத்திய - மாநில உறவுகள் பற்றிய முக்கியமான பரிந்துரைகள்

நிர்வாக சீர்திருத்த ஆணையம்:

அரசியலமைப்பின் 263 வது பிரிவு மாநிலங்களுக்கு இடையேயான கவுன்சிலை உருவாக்குவதை கட்டாயப்படுத்துகிறது. விரிவான பொது சேவை அனுபவம், பாரபட்சமற்ற மனப்பான்மை கொண்ட ஆளுநர்களின் நியமனம் மாநிலங்களுக்கு அதிக அதிகாரம் வழங்கப்பட்டுள்ளது. மத்திய அரசின் மீதான நம்பிக்கையை குறைக்க மாநிலங்களுக்கு அதிக நிதி ஆதாரங்கள் மாற்றப்பட வேண்டும். மாநிலங்களில் அவர்களின் வேண்டுகோளின் பேரில் அல்லது அவர்களின் முன்முயற்சியின் பேரில் மத்திய ஆயுதப் படைகளை அனுப்புதல். தமிழக அரசால் அமைக்கப்பட்ட ராஜமன்னார் கமிட்டி, மத்திய அரசுக்கும், மாநிலத்துக்கும் இடையே நிலவும் ஏற்றத்தாழ்வை போக்க பல பரிந்துரைகளை வழங்கியது. ஆனந்த்பூர் சாஹிப் தீர்மானத்தில் இந்த ஏற்றத்தாழ்வுகளைத் தீர்க்க பஞ்சாப் இதே போன்ற திட்டங்களை முன்வைத்தது, அதே நேரத்தில் மேற்கு வங்கம் ஒரு குறிப்பானையில் இதே போன்ற பரிந்துரைகளைச்

செய்தது. *1983 ல், அரசாங்கம் சர்க்காரியா கமிஷனையும், 2007 ல், மத்திய-மாநில உறவுகளின் நிலைமையை மதிப்பிடுவதற்காக புஞ்சி கமிஷனையும் நிறுவியது.*

சர்க்காரியா கமிஷன் பரிந்துரை

நிரந்தர மாநிலங்களுக்கு இடையேயான கவுன்சிலை அமைத்தல். சட்டப்பிரிவு 356 தேவைப்படும்போது மட்டுமே பயன்படுத்தப்பட வேண்டும். அகில இந்திய சேவை நிறுவனத்தை வலுப்படுத்துவது அவசியம். எஞ்சிய அதிகாரத்தை நாடாளுமன்றம் தக்க வைத்துக் கொள்ள வேண்டும். மாநில மசோதாக்களை குடியரசுத் தலைவர் வீட்டோ செய்யும்போது அதற்கான காரணங்களை மாநிலங்களுக்குத் தெரிவிக்க வேண்டும் என சில பரிந்துரைகளை வழங்கியது. மாநிலங்களின் அனுமதியின்றி தனது ஆயுதப் படைகளை அனுப்பும் உரிமை மத்திய அரசுக்கு இருக்க வேண்டும். இருப்பினும் மாநிலங்களின் ஆலோசனை பெறுவது விரும்பத்தக்கது. மாநில அரசை நியமிக்கும் போது முதலமைச்சரை கலந்தாலோசிப்பதற்கான நடைமுறை அரசியல் சட்டத்தில் குறிப்பிடப்பட வேண்டும். ஆளுநர்கள் ஐந்தாண்டு பதவிக் காலத்தை முடிக்க அனுமதிக்க வேண்டும். மொழிவாரி சிறுபான்மையினர் ஆணையர் பதவியை நிரப்ப வேண்டும் என மேலும் சில பரிந்துரைகளை வழங்கியது.

புஞ்சி கமிஷன்

கவர்னர்களுக்கு ஐந்தாண்டு பதவிக்காலம் வழங்கப்பட்டு, பதவி நீக்க நடவடிக்கை மூலம் நீக்கப்படுகிறார்கள். மாநிலங்களுக்கு ஒப்படைக்கப்பட்ட பட்டியலில், யூனியன் பாராளுமன்ற முதன்மையை நிறுவுவதில் மிகுந்த எச்சரிக்கையுடன் பயன்படுத்த வேண்டும். நியமிக்கும் போது அவர் சில துறைகளில் நன்கு அறியப்பட்டவராக இருக்க வேண்டும், அவர் மாநிலத்தில் வசிக்காதவராக இருக்க வேண்டும் என கருத்தில் கொள்ள வேண்டிய பல தேவைகளை அது விதித்தது. உள்ளூர் அரசியலில் ஈடுபடாத அரசியல் சார்பற்றவராக இருக்க வேண்டும். கடந்த காலங்களில் அவர் அரசியலில் ஈடுபட்டிருக்கக் கூடாது. அரசுக்கு ஐந்தாண்டு கால அவகாசம் வழங்க வேண்டும். ஜனாதிபதியை பதவி நீக்கம்

செய்வதற்கான நடைமுறை ஆளுநர்களுக்கும் நீட்டிக்கப்படலாம். முதல்வர் சட்டசபையில் பெரும்பான்மையை நிருபிக்க ஆளுநர் வலியுறுத்த வேண்டும், இதற்கு நேரக் கட்டுப்பாடு விதிக்க வேண்டும். குடியரசுத் தலைவர் ஆட்சி தொடர்பான சூழ்நிலைகளைத் தீர்மானிக்கும்போது, S.R. பொம்மை வழக்கு விதிகளை மனதில் கொள்ள வேண்டும்.

நிதி உறவுகள்

யூனியன் பட்டியலில் பட்டியலிடப்பட்டுள்ள துறைகளுக்கு வரி வசூலிக்கும் அதிகாரம் பாராளுமன்றத்திற்கு மட்டுமே உள்ளது. மாநிலப் பட்டியலில் பட்டியலிடப்பட்டுள்ள துறைகளுக்கு வரி விதிக்க மாநில சட்டமன்றத்திற்கு மட்டுமே அதிகாரம் உள்ளது. ஒருங்கிணைந்த பட்டியலில் சேர்க்கப்பட்டுள்ள பொருட்களுக்கு வரி வசூலிக்க ஒன்றியம் மற்றும் மாநிலம் ஆகிய இரண்டுக்கும் அதிகாரம் உள்ளது. வரி விதிக்கும் எஞ்சிய அதிகாரம் பாராளுமன்றத்திற்கு உள்ளது.

மாநிலத்தின் வரிவிதிப்பு அதிகாரத்தின் மீது அரசியலமைப்பு விதித்துள்ள கட்டுப்பாடு

ஒரு மாநில சட்டமன்றத்திற்குத் தொழில்கள், வர்த்தகங்கள், அழைப்புகள் மற்றும் தொழில்களுக்கு வரி விதிக்கும் அதிகாரம் உள்ளது. எவ்வாறாயினும், எந்த ஒரு நபரின் மொத்த வருடாந்திர கொடுப்பனவு ரூ 2500 ஐ தாண்டக்கூடாது.

விற்பனை அல்லது கொள்முதல் மீதான வரிகளை ஒரு மாநிலம் விதிக்கலாம். இருப்பினும், விற்பனை வரியை விதிக்கும் மாநிலத்தின் திறன் நான்கு காரணிகளால் வரையறுக்கப்பட்டுள்ளது:

மாநிலங்களுக்கு வெளியே செய்யப்படும் விற்பனை அல்லது கொள்முதல் மீது வரி விதிக்க முடியாது.

இறக்குமதி அல்லது ஏற்றுமதி செயல்பாட்டின் போது செய்யப்படும் விற்பனை அல்லது கொள்முதல் மீது எந்த வரியும் விதிக்கப்படாது.

மாநிலங்களுக்கு இடையேயான வர்த்தகத்தில், விற்பனை அல்லது கொள்முதல் மீது எந்த வரியும் விதிக்க முடியாது.

மாநிலங்களுக்கு இடையேயான வர்த்தகம் சிறப்பு முக்கியத்துவம் வாய்ந்ததாக பாராளுமன்றத்தால் அங்கீகரிக்கப்பட்ட பொருட்களின் விற்பனை அல்லது கொள்முதல் மீது விதிக்கப்படும் வரியானது பாராளுமன்றத்தின் வரம்புகள், தேவைகளுக்கு உட்பட்டது.

மின்சாரத்தை விற்பனை செய்தாலோ அல்லது எந்த இரயில்வேயின் கட்டுமானம், பராமரிப்பு, இயக்கத்திலோ மின்சாரம் பயன்படுத்தப்பட்டால் அதே நோக்கத்திற்காக இரயில்வே நிறுவனத்திற்கு விற்கப்பட்டாலோ அதன் மீது மாநிலம் வரி விதிக்க முடியாது.

ஒரு மாநிலம் நதியை அபிவிருத்தி செய்வதற்காக பாராளுமன்றத்தால் அமைக்கப்பட்ட மாநிலங்களுக்கு இடையேயான நதி ஆணையத்திற்கு விற்கப்படும் நீர் அல்லது மின்சாரத்திற்கு கட்டணம் விதிக்கலாம். மறுபுறம், அத்தகைய திணிப்பு, ஜனாதிபதியின் ஒப்புதலைப் பெற்ற ஒரு சட்டத்தின் மூலம் செயல்படுத்தப்படலாம்.

வரி வருவாய் விநியோகம்

மத்திய அரசு வரிகளை விதிக்கிறது, ஆனால் மாநிலம் வசூலித்து அவற்றைப் பெறுகிறது . இதன் மூலம் கிடைக்கும் வருமானம் மாநிலத்தின் ஒருங்கிணைந்த நிதியில் டெபாசிட் செய்யப்படுகிறது. எடுத்துக்காட்டாக முத்திரை வரி மற்றும் கலால் வரி. கூட்டாட்சி அரசாங்கம் வரிகளை வசூலிக்கிறது அதே நேரத்தில் அவற்றை வசூலிக்க மாநிலங்கள் பொறுப்பும் உள்ளது. மாநிலங்களுக்கு இடையேயான வர்த்தகத்தில் பொருட்களின் விற்பனை அல்லது வாங்குதல் மீதான வரிகள் ஒரு உதாரணம். இதன் மூலம் கிடைக்கும் வருமானம் மாநிலத்தின் ஒருங்கிணைந்த நிதியில் டெபாசிட் செய்யப்படுகிறது.

வரிகள் கூட்டாட்சி அரசாங்கத்தால் விதிக்கப்பட்டு வசூலிக்கப்படுகின்றன, ஆனால் அவை கூட்டாட்சி அரசாங்கத்திற்கும் மாநிலங்களுக்கும் இடையில் பிரிக்கப்படுகின்றன என பிரிவு 270ல் குறிப்பிடப்படுகிறது. மேலே கூறப்பட்ட வரிகள், கூடுதல் கட்டணம், செஸ் தவிர அனைத்து வரிகளும் இந்தக் குழுவில் அடங்கும். நிதி

ஆயோக் பரிந்துரையின் அடிப்படையில் இந்த வரிகள் எவ்வாறு விநியோகிக்கப்படுகின்றன என்பதை குடியரசுத் தலைவர் முடிவு செய்கிறார். விதிகள் 269 மற்றும் 270 இல் குறிப்பிடப்பட்டுள்ள வரிகள் மீதான கூடுதல் கட்டணங்கள் எந்த நேரத்திலும் பாராளுமன்றத்தால் விதிக்கப்படலாம். கூடுதல் கட்டணம் மையத்திற்கு மட்டுமே செலுத்தப்படுகிறது.

மைய அரசால் விதிக்கப்பட்ட, வசூலிக்கப்படும் மற்றும் தக்கவைக்கப்பட்ட வரிகளில் பின்வருவன அடங்கும்: இவை மாநிலங்களுக்கு மட்டுமே பொறுப்பாகும் வரிகள். மாநில பட்டியலில், அவை பட்டியலிடப்பட்டுள்ளன. விவசாய வருமானம் மீதான வரிகள், மது உற்பத்தி வரி, தொழில் மீதான வரிகள், உச்சவரம்பு.

பின்வருபவை மைய அரசின் முக்கிய வரி அல்லாத வருவாய் வழிகள் ஆகும். அவையே,

அஞ்சல் மற்றும் தந்தி சேவைகள்;

இரயில் பாதைகள்

வங்கியியல்

ஒளிபரப்பு

நாணயம்

மத்திய பொதுத்துறை நிறுவனம்

பரிசோதனைக்கூடங்கள்.

பின்வருபவை மாநிலங்களுக்கான முதன்மை வரி அல்லாத வருவாய் வழிகள் ஆகும். அவையே.

நீர்ப்பாசனம்

காடுகள்

மீன்வளம்

மாநில பொதுத்துறை நிறுவனம்

பரிசோதனைக்கூடங்கள்.

அகில இந்திய சேவைகள்

1947 ல், காலனித்துவ இந்திய சிவில் சர்வீஸ் (ஐசிஎஸ்) மற்றும் இந்திய போலீஸ் (ஐபி) ஆகியவை இந்திய நிர்வாக சேவை (ஐஏஎஸ்) மற்றும் இந்திய போலீஸ் சர்வீஸ் (ஐபிஎஸ்) ஆகியவையாக மாற்றப்பட்டன. தேசத்தின் மூன்றாவது அகில இந்திய சேவையாக, இந்திய வன சேவை (IFS) 1966 இல் நிறுவப்பட்டது. அகில இந்திய சேவைகளின் உறுப்பினர்கள் மத்திய மற்றும் மாநிலங்கள் இரண்டின் கீழும் உயர் பதவிகளை வகிக்கின்றனர். ஆனால் அவர்கள் மையத்தால் ஆட்சேர்ப்பு செய்யப்பட்டு பயிற்சி அளிக்கப்படுகிறது. இறுதிக் கட்டுப்பாடு மத்திய அரசிடம் உள்ளது, உடனடி கட்டுப்பாடு மாநில அரசுகளிடம் உள்ளது. இராஜ்யசபா தீர்மானம் நிறைவேற்றினால், இந்திய அரசியலமைப்பின் 312வது பிரிவு, அகில இந்திய சேவையை உருவாக்க நாடாளுமன்றத்திற்கு அதிகாரம் அளிக்கிறது. இந்த மூன்று சேவைகளின் கலவையுடன், ஒரே மாதிரியான ஊதிய அட்டவணைகள், உரிமைகள் மற்றும் அந்தஸ்துடன் ஒரே சேவை உருவாக்கப்படுகிறது. மத்திய அரசு மற்றும் மாநிலங்களின் நிர்வாகத் தரத்தை உயர்வாகப் பராமரிக்க அகில இந்திய சேவைகள் தேவை. நிர்வாக கட்டமைப்பு நாடு முழுவதும் சீராக இருப்பதை உறுதி செய்வதில் அகில இந்திய சேவை உதவி செய்கிறது. அவை தொடர்பு, ஒத்துழைப்பு, ஒருங்கிணைப்பு, கூட்டாட்சி அரசு மற்றும் மாநிலங்களுக்கு இடையே பகிரப்பட்ட அக்கறையின் சிக்கல்களில் கூட்டுறவு நடவடிக்கைகளை மேம்படுத்துகின்றன.

பொது சேவை ஆணையம்

மாநில அரசுப் பணியாளர் தேர்வாணையத்தின் தலைவர் மற்றும் உறுப்பினர்கள் ஆளுநரால் தேர்ந்தெடுக்கப்படுகிறார்கள், ஆனால் அவர்களை நீக்கும் அதிகாரம் குடியரசுத் தலைவருக்கு மட்டுமே உள்ளது. இரண்டு அல்லது அதற்கு மேற்பட்ட மாநிலங்கள் ஒருங்கிணைந்த பொதுச் சேவைக் குழுவை நிறுவ வேண்டும் என்று நாடாளுமன்றம் கோரும் சந்தர்ப்பங்களில், குடியரசுத் தலைவர் மாநில பொதுச் சேவை ஆணையத்தின் தலைவர் மற்றும் உறுப்பினர்களை நியமிக்கிறார். ஆளுநரின் வேண்டுகோளின்படி மாநில பொதுப்பணித்துறை ஆணையத்திற்கு உதவ UPSC க்கு

குடியரசுத் தலைவரின் ஒப்புதல் தேவை. குறிப்பிட்ட தகுதிகளைக் கொண்ட விண்ணப்பதாரர்கள் தேவைப்படும் எந்தவொரு சேவைகளுக்கும் கூட்டு ஆட்சேர்ப்புத் திட்டங்களை உருவாக்கி செயல்படுத்த, UPSC மாநிலங்களுடன் இணைந்து செயல்படுகிறது.

இயல்: ஏழு
உள்ளாட்சி அமைப்புகள்

பஞ்சாயத்துராஜ்

இந்திய அரசியலமைப்பின் 40-வது பிரிவு அரசு வழிகாட்டி நெறிமுறை கொள்கையில் பஞ்சாயத்து அமைப்பின் முக்கியத்துவத்தைப் பற்றிக் குறிப்பிடுகிறது. இந்திய அரசியலமைப்பில் பகுதி IX–ல் விதிகள் 243 முதல் 243 (O) வரை கிராம பஞ்சாயத்துக்கள் பற்றியும், பகுதி IX-A வில் 243 P முதல் 243 ZG வரை நகர பஞ்சாயத்துக்கள் பற்றியும் சொல்லப்பட்டிருக்கிறது.

இந்தியாவில் பஞ்சாயத்து ராஜ் என்பது கிராமப்புற உள்ளூர் சுயராஜ்ய அமைப்பைக் குறிக்கிறது. ஜனநாயகத்தை அடிமட்ட அளவில் கட்டியெழுப்புவதற்காக மாநில சட்டமன்றங்களின் சட்டங்களால் இந்தியாவின் அனைத்து மாநிலங்களிலும் நிறுவப்பட்டுள்ளது. இது கிராமப்புற வளர்ச்சிக்கு ஒப்படைக்கப்பட்டுள்ளது. இது 1992ம் ஆண்டு 73-வது அரசியலமைப்பு திருத்தச் சட்டத்தின் மூலம் அரசியலமைப்பு மயமாக்கப்பட்டது.

பஞ்சாயத்துராஜின் பரிணாமம்

பஞ்சாயத்து ராஜ் என்பது மக்கள் தங்கள் முயற்சியினால் தங்களது கிராம வாழ்க்கைகளைச் செழிப்புள்ளதாகவும், மகிழ்ச்சியுள்ளதாகவும் மாற்ற உதவும் கருவி எனப் பண்டித ஜவஹர்லால் நேரு கூறியுள்ளார். பஞ்சாயத்து ராஜ் என்பது சுதந்திர இந்தியாவின் கண்டுபிடிப்பாகும். இது நிர்வாக வளர்ச்சியில் முக்கிய பங்கு வகிக்கிறது. ஆனால் பஞ்சாயத்து என்பது பழைய கருத்தாகும்.

பஞ்சாயத்து முறை பண்டைக்கால இந்தியாவில் இருந்து சுல்தான், முகலாய காலத்திலிருந்து பிரிட்டிஷ் காலம் வரை நீடித்தது. பஞ்சாயத்துராஜின் தந்தை என ரிப்பன் பிரபு அழைக்கப்படுகிறார். அவரது காலத்தில் முக்கிய மாற்றங்கள் செய்யப்பட்டன. சுதந்திரத்திற்கு பிறகும் பஞ்சாயத்து ராஜ் அமைப்பில் பல மாற்றங்கள் கொண்டுவரப்பட்டன.

இந்தியாவில் பஞ்சாயத்து ராஜ் தொடர்பான பரிந்துரைகளுக்காக அமைக்கப்பட்ட குழுக்களின் பட்டியல்:

பல்வந்த் ராய் மேத்தா கமிட்டி
வி.டி. கிருஷ்ணம்மாச்சாரி
தகாத்மால் ஜெயின் ஆய்வுக் குழு
அசோக் மேத்தா கமிட்டி
ஜி.வி.கே. ராவ் கமிட்டி
டாக்டர். எல்.எம். சிங்வி கமிட்டி
பி.கே. தூங்கான் குழு
எஸ். மொஹிந்தர் சிங்

I. பல்வந்த் ராய் மேத்தா குழு

இந்திய அரசாங்கம் சமூக மேம்பாட்டுத் திட்டம் (1952) மற்றும் தேசிய விரிவாக்க சேவை (1953) ஆகியவற்றின் செயல்பாட்டை ஆய்வு செய்வதற்கும், அவை சிறப்பாகச் செயல்படுவதற்கான நடவடிக்கைகளைபரிந்துரைப்பதற்கும்ஜனவரி1957–ல்ஒருகுழுவை நியமித்தது. இந்த குழுவின் தலைவர் பல்வந்த் ராய் ஜி மேத்தா ஆவார். இந்தக் குழு 1957 நவம்பரில் தனது அறிக்கையைச் சமர்ப்பித்தது, ஜனநாயகப் பரவலாக்கம் திட்டத்தை நிறுவ பரிந்துரைத்தது, இது இறுதியில் பஞ்சாயத்து ராஜ் என்று அறியப்பட்டது. இக் குழுவின் பரிந்துரைகள்:

1. மூன்று அடுக்கு பஞ்சாயத்து ராஜ் அமைப்பை நிறுவுதல் - கிராம அளவில் கிராம பஞ்சாயத்து, தொகுதி அளவில் பஞ்சாயத்து சமிதி மற்றும் மாவட்ட அளவில் ஜில்லா பரிஷத் ஆகியவையாகும்.

2. கிராம பஞ்சாயத்து நேரடியாக தேர்ந்தெடுக்கப்பட்ட பிரதிநிதிகளைக் கொண்டு அமைக்கப்பட வேண்டும், அதேசமயம் பஞ்சாயத்து சமிதி மற்றும் ஜில்லா பரிஷத் ஆகியவை மறைமுகமாக தேர்ந்தெடுக்கப்பட்ட உறுப்பினர்களைக் கொண்டு அமைக்கப்பட வேண்டும். அனைத்து திட்டமிடல் மற்றும் மேம்பாட்டு நடவடிக்கைகளும் இந்த அமைப்புகளிடம் ஒப்படைக்கப்பட வேண்டும்.

3. பஞ்சாயத்து சமிதி நிர்வாக அமைப்பாகவும், ஜில்லா பரிஷத் ஆலோசனை, ஒருங்கிணைப்பு மற்றும் மேற்பார்வை அமைப்பாகவும் இருக்க வேண்டும். ஜில்லா பரிஷத் தலைவராக மாவட்ட ஆட்சியர் இருக்க வேண்டும்.

4. இந்த ஜனநாயக அமைப்புகளுக்கு உண்மையான அதிகாரம் மற்றும் பொறுப்புப் பரிமாற்றம் இருக்க வேண்டும். இந்த அமைப்புகளின் செயல்பாடுகளை நிறைவேற்றுவதற்கும் அவர்களின் பொறுப்புகளை நிறைவேற்றுவதற்கும் போதுமான ஆதாரங்கள் மாற்றப்பட வேண்டும்.

5. எதிர்காலத்தில் மேலும் அதிகாரப் பகிர்வை ஏற்படுத்தும் வகையில் ஒரு அமைப்பு உருவாக்கப்பட வேண்டும்.

குழுவின் இந்தப் பரிந்துரைகள் ஜனவரி 1958-இல் தேசிய வளர்ச்சிக் கவுன்சிலால் ஏற்றுக்கொள்ளப்பட்டது. கவுன்சில் ஒரு திடமான வடிவத்தை வலியுறுத்தவில்லை மற்றும் உள்ளூர் நிலைமைகளுக்கு ஏற்றவாறு தங்கள் சொந்த வடிவங்களை உருவாக்க மாநிலங்களுக்கு விட்டுச் சென்றது. ஆனால் அடிப்படைக் கோட்பாடுகள் மற்றும் பரந்த அடிப்படைகள் நாடு முழுவதும் ஒரே மாதிரியாக இருக்க வேண்டும்.

பஞ்சாயத்து ராஜ்ஜியத்தை நிறுவிய முதல் மாநிலம் ராஜஸ்தான். 1959 ஆம் ஆண்டு அக்டோபர் 2 ஆம் தேதி நாகூர் மாவட்டத்தில் இத்திட்டம் பிரதமரால் தொடங்கி வைக்கப்பட்டது. ராஜஸ்தானைத் தொடர்ந்து ஆந்திரப் பிரதேசமும் 1959-இல் இந்த முறையை ஏற்றுக்கொண்டது.

அதன்பிறகு, பெரும்பாலான மாநிலங்கள் இந்த முறையை ஏற்றுக்கொண்டன. 1960-களின் மத்தியில் பெரும்பாலான மாநிலங்கள் பஞ்சாயத்து ராஜ் நிறுவனங்களை உருவாக்கினாலும், அடுக்குகளின் எண்ணிக்கை, சமிதி மற்றும் பரிஷத்தின் நிலை, அவற்றின் பதவிக்காலம், அமைப்பு, செயல்பாடுகள், நிதி மற்றும் பலவற்றின் அடிப்படையில் ஒரு மாநிலத்திற்கு மற்றொரு மாநிலத்திற்கு வேறுபாடுகள் இருந்தன. உதாரணமாக, ராஜஸ்தான் மூன்று அடுக்கு முறையை ஏற்றுக்கொண்டது, தமிழ்நாடு இரண்டு அடுக்கு முறையை ஏற்றுக்கொண்டது.

ஆய்வுக் குழுக்கள் மற்றும் குழுக்கள் 1960 முதல், பஞ்சாயத்து ராஜ் அமைப்பின் செயல்பாட்டின் பல்வேறு அம்சங்களை ஆய்வு செய்ய பல ஆய்வுக் குழுக்கள், குழுக்கள் மற்றும் பணிக்குழுக்கள் நியமிக்கப்பட்டுள்ளன.

II. அசோக் மேத்தா கமிட்டி

1977 டிசம்பரில், ஜனதா அரசு அசோக் மேத்தா தலைமையில் பஞ்சாயத்து ராஜ் நிறுவனங்களுக்கான ஒரு குழுவை நியமித்தது. இக்குழு ஆகஸ்ட் 1978-இல் தனது அறிக்கையை சமர்ப்பித்தது. நாட்டில் வீழ்ச்சியடைந்து வரும் பஞ்சாயத்து ராஜ் அமைப்பை புதுப்பிக்கவும் வலுப்படுத்தவும் 132 பரிந்துரைகளை வழங்கியது. அதன் முக்கிய பரிந்துரைகள்:

1. பஞ்சாயத்து ராஜ் என்ற மூன்றடுக்கு முறைக்கு பதிலாக இரண்டுக்கு முறையை பரிந்துரை செய்தது. மாவட்ட அளவில் ஜில்லா பரிஷத் மற்றும் கிராம அளவில் மண்டலப் பஞ்சாயத்து என்ற இரண்டுக்கு பஞ்சாயத்து நிறுவனங்களைப் பரிந்துரை செய்தது.

2. 15,000 முதல் 20,000 வரை மக்கள் தொகையுள்ள கிராமங்களில் மண்டல பஞ்சாயத்துக்கள் அமைக்க இக்குழு பரிந்துரை செய்தது.

3. பஞ்சாயத்து ராஜ் நிறுவனங்கள் தங்கள் சொந்த நிதி ஆதாரங்களைத் திரட்டுவதற்கு வரிவிதிப்புக்கான கட்டாய அதிகாரங்களைக் கொண்டிருக்க வேண்டும்.

4. ஒரு மாநிலத்தின் தலைமைத் தேர்தல் அதிகாரி, தலைமைத் தேர்தல் ஆணையருடன் கலந்தாலோசித்து, பஞ்சாயத்து ராஜ் தேர்தலை ஏற்பாடு செய்து நடத்த வேண்டும்.

இது போன்ற பல பரிந்துரைகளை இக்குழு வழங்கியது. ஆனால் இக்குழுவின் பரிந்துரைகளின் படி நடவடிக்கை எடுக்கும் முன்பாகவே ஆட்சி மாறிவிட்டது. எனவே அசோக் மேத்தா குழுவின் பரிந்துரைகள் செயல்படுத்தப்படவில்லை.

III. ஜி வி கே ராவ் கமிட்டி

1985 இல் திட்டக் கமிஷனால் ஜி.வி.கே. ராவ் தலைமையின் கீழ் ஒரு குழு நியமிக்கப்பட்டது. ஊரக வளர்ச்சி மற்றும் வறுமை ஒழிப்பு திட்டங்களுக்கான தற்போதைய நிர்வாக ஏற்பாடுகளை மறுஆய்வு செய்வதற்காக இக்குழு நியமிக்கப்பட்டது. பஞ்சாயத்து ராஜ் அமைப்பை வலுப்படுத்தவும் புத்துயிர் பெறவும் குழு பின்வரும் பரிந்துரைகளை வழங்கியது:

a. ஜனநாயகப் பரவலாக்கல் திட்டத்தில் மாவட்ட அளவிலான அமைப்பு, அதாவது ஜில்லா பரிஷத் முக்கிய முக்கியத்துவம் வாய்ந்ததாக இருக்க வேண்டும். "திட்டமிடல் மற்றும் மேம்பாட்டிற்கான சரியான அலகு மாவட்டம் என்றும், அந்த அளவில் கையாளக்கூடிய அனைத்து வளர்ச்சித் திட்டங்களை நிர்வகிப்பதற்கான முதன்மை அமைப்பாக ஜில்லா பரிஷத் இருக்க வேண்டும்" என்றும் அது கூறியது.

b. கிராமப்புற வளர்ச்சித் திட்டங்களைத் திட்டமிடுதல், செயல்படுத்துதல் மற்றும் கண்காணித்தல் தொடர்பாக மாவட்டம் மற்றும் கீழ்மட்டத்தில் உள்ள பஞ்சாயத்து ராஜ் நிறுவனங்களுக்கு முக்கியப் பங்கு வழங்கப்பட வேண்டும்.

c. மாவட்டத்தை ஜனநாயக நிர்வாகத்தின் மையமாக கருதியது. மாவட்ட நிர்வாகம் அந்த அளவில் நிர்வகிக்கக்கூடிய எந்தவொரு வளர்ச்சித் திட்டங்களுக்கும் முதன்மை நிர்வாக அமைப்பாக மாறலாம்.

d. மாவட்ட வளர்ச்சி ஆணையர் பதவியை உருவாக்க வேண்டும். அவர் ஜில்லா பரிஷத்தின் தலைமை செயல்

அதிகாரியாக செயல்பட வேண்டும் மற்றும் மாவட்ட அளவில் அனைத்து வளர்ச்சித் துறைகளுக்கும் பொறுப்பாக இருக்க வேண்டும்.

IV. துங்கான் குழு

✦ *1988 ஆம் ஆண்டில் மாவட்ட திட்டமிடல் நோக்கத்திற்காக மாவட்டத்தில் அரசியல் மற்றும் நிர்வாக கட்டமைப்பை ஆய்வு செய்வதற்காக துங்கான். தலைமையில் பாராளுமன்றத்தின் அரசியலமைப்பு குழுவின் துணைக்குழு அமைக்கப்பட்டது.*

✦ பஞ்சாயத்து ராஜ் அமைப்பை வலுப்படுத்த பின்வரும் பரிந்துரைகளை வழங்கியது

✦ பஞ்சாயத்து ராஜ் அமைப்புகளுக்கு அரசியலமைப்பு அங்கீகாரம் வழங்கப்பட வேண்டும்.

✦ கிராமம், தொகுதி மற்றும் மாவட்ட அளவில் பஞ்சாயத்துக்களைக் கொண்ட பஞ்சாயத்து ராஜ் என்ற மூன்று அடுக்கு அமைப்பு உருவாக்கப்பட வேண்டும்.

✦ பஞ்சாயத்து ராஜ் அமைப்பின் மையமாக ஜில்லா பரிஷத் இருக்க வேண்டும். இது மாவட்டத்தில் திட்டமிடல் மற்றும் மேம்பாட்டு முகமையாகச் செயல்பட வேண்டும்.

✦ பஞ்சாயத்து ராஜ் அமைப்புகளுக்கு ஐந்தாண்டுகள் நிரந்தர பதவிக் காலம் இருக்க வேண்டும்.

✦ மூன்று நிலைகளிலும் உள்ள பஞ்சாயத்து உறுப்பினர்களும் நேரடியாகத் தேர்ந்தெடுக்கப்பட வேண்டும்.

✦ பஞ்சாயத்துகளுக்கு நிதி ஒதுக்கீடு செய்வதற்காக மாநில நிதி ஆணையத்தை நிறுவுதல்.

V. 73-வது அரசியலமைப்புத் திருத்தம்

ராஜீவ் காந்தி அரசு, பஞ்சாயத்து ராஜ் நிறுவனங்களை அரசியலமைப்பு ரீதியாக அங்கீகரிக்கப்பட வேண்டும் என்றும், இந்த அமைப்புகளுக்கு முறையாக தேர்தலை நடத்துவதற்கு அரசியலமைப்பில் ஒரு விதி இருக்க வேண்டும் என்றும், அவற்றை

மிகவும் சக்திவாய்ந்ததாகவும், பரந்த அடிப்படையில் மாற்றுவதற்காக 64-வது அரசியலமைப்புத் திருத்த மசோதாவை ஜூலை 1989-இல் மக்களவையில் அறிமுகப்படுத்தியது. லோக்சபா இந்த மசோதாவை ஆகஸ்ட் 1989-இல் நிறைவேற்றிய போதிலும், அது ராஜ்யசபாவால் அங்கீகரிக்கப்படவில்லை. இந்த மசோதா, மத்தியமயமாக்கலை வலுப்படுத்த முயன்றதாகக் கூறி எதிர்க்கட்சிகளால் கடுமையாக எதிர்க்கப்பட்டது.

வி.பி. சிங் பிரதம மந்திரியாக கொண்டு 1989 நவம்பரில் பதவியேற்ற தேசிய முன்னணி அரசு, பஞ்சாயத்து ராஜ் நிறுவனங்களை வலுப்படுத்த நடவடிக்கை எடுப்பதாக அறிவித்தது. பஞ்சாயத்து ராஜ் நிறுவன அமைப்புகளின் பிரச்சினைகள் தொடர்பான மாநில முதல்வர்கள் மாநாடு நடைப்பெற்றது. பழைய மசோதா தடுக்கப்பட்ட ஓராண்டுக்குள் சிறிய மாற்றங்களுடன் அதே மசோதாவை வி.பி.சிங் அறிமுகப்படுத்தினார். ஆனால் வி.பி. சிங் அரசு, நவம்பர் 10, 1990-ல் ராஜினாமா செய்ததால் அம்மசோதா நிறைவேற்றப்படவில்லை.

நரசிம்ம ராவ் ஆட்சி காலத்தில் 73-வது அரசியலமைப்பு திருத்தம் சட்டம் 1992 ஆம் ஆண்டில் நிறைவேற்றப்பட்டது. இச்சட்டம் ஏப்ரல் 24, 1993-இல் நடைமுறைக்கு வந்தது. இது அடிமட்ட அளவில் ஜனநாயகத்தை நிறுவுவதற்கு அரசியலமைப்பு அனுமதியை வழங்குவதாகும்.

சட்டத்தின் முக்கியத்துவம்

இந்தச் சட்டம் இந்திய அரசியலமைப்பில் புதிய பகுதி-IX ல் சேர்க்கப்பட்டுள்ளது. இப்பகுதிக்கு பஞ்சாயத்துகள் என்று தலைப்பிடப்பட்டுள்ளது 243 முதல் 243 (o) வரையிலான விதிகளைக் கொண்டுள்ளது. மேலும், இந்தச் சட்டம் அரசியலமைப்பில் புதிய பதினொன்றாவது அட்டவணையையும் சேர்த்துள்ளது. இந்த அட்டவணையில் பஞ்சாயத்துகளின் 29 செயல்பாட்டு பொருட்கள் உள்ளன. இது பிரிவு 243-G உடன் தொடர்புடையது.

சட்டத்தின் முக்கிய அம்சங்கள்:

a.   கிராம சபை

அரசியலமைப்பு விதி 243 A-ன் படி கிராமத்தில் வயது வந்தோர் (18 வயது) அனைவரும் இதன் உறுப்பினர் ஆவர். இது நேரடி மக்களாட்சித் தத்துவத்தில் இயங்கும் ஒரு அமைப்பாகும். கிராம சபையானது கிராமப் பஞ்சாயத்து நிர்வாகத்தைக் கண்காணித்தல், திட்டங்களைத் தயார் செய்தல், அதற்கான பயன்பெறுவோரைத் தேர்வு செய்தல், திட்டங்களைச் செயல்படுத்துதல், வரி விதித்தல், கணக்குகளைச் சரிவரப் பராமரித்தல், முதியோர் கல்வி மேலும் பல விருப்பப் பணிகளையும் கட்டாயப்பணிகளையும் செய்து கிராம பஞ்சாயத்தை நிர்வகிக்கிறது.

b.   பஞ்சாயத்து இராஜ்ய அமைப்பு

20 லட்சம் மக்கள் தொகைக்கு மேற்பட்ட மாநிலங்கள் மற்றும் ஒன்றியப் பிரதேசங்கள் தங்களுக்குரிய பஞ்சாயத்து இராஜ்ய மூன்றடுக்கு முறையை ஏற்படுத்திக் கொள்ளலாம் என அரசியலமைப்பின் விதி 243-B கூறுகிறது. ஒன்று அல்லது அதற்கு மேற்பட்ட கிராமங்கள் இணைந்து ஒரு பஞ்சாயத்தை ஏற்படுத்திக கொள்ளலாம். பஞ்சாயத்து அப்பகுதியின் ஆட்சிப் பரப்பைக் குறிக்கும். மக்கள் தொகை என்பது உறுதி செய்யப்பட்ட முந்தைய இறுதி மக்கள்தொகையைக் குறிக்கும். மாவட்ட அளவில் ஒரு அடுக்கும், மாவட்டத்திற்கும் கிராமத்திற்கும் இடைப்பட்ட அளவில் ஒரு அடுக்கும், கிராம அளவில் பஞ்சாயத்தும் அடங்கிய அமைப்பே மூன்றடுக்குப்; பஞ்சாயத்து முறையாகும்.

அரசியலமைப்பின் விதி 243 C (1)ல் மாநிலங்கள் பஞ்சாயத்துக்களுக்கான பல்வேறு தொகுதிக் கூட்டு அமைப்பைப் பற்றியும், விதி 243 E உட்பிரிவு 2-ல் ஆட்சிப்பரப்பு சார்ந்த பகுதியிலுள்ள பஞ்சாயத்தில் தேர்தல் மூலம் நிரப்பப்பட வேண்டிய இடங்களின் எண்ணிக்கைக்கும் நேரடி நியமன இடங்களின் எண்ணிக்கைக்கும் இடையிலான சதவிகிதத்தைப் பற்றிக் கூறுகின்றன. உறுப்பினர்கள் மற்றும் தலைவர்கள் தேர்தல் கிராமம், இடைநிலை மற்றும் மாவட்ட அளவில் உள்ள அனைத்து பஞ்சாயத்து உறுப்பினர்களும் மக்களால் நேரடியாக தேர்ந்தெடுக்கப்படுவார்கள். மேலும், இடைநிலை மற்றும் மாவட்ட அளவில் உள்ள பஞ்சாயத்துகளின்

தலைவர் மறைமுகமாக அதன் மூலம் தேர்ந்தெடுக்கப்பட்ட உறுப்பினர்களில் இருந்து தேர்ந்தெடுக்கப்படுவார். இருப்பினும், மாநில சட்டமன்றம் தீர்மானிக்கும் விதத்தில் கிராம அளவில் ஒரு பஞ்சாயத்தின் தலைவர் தேர்ந்தெடுக்கப்படுவார்.

இருப்பினும், 20 லட்சத்திற்கு மிகாமல் மக்கள்தொகை கொண்ட ஒரு மாநிலம் இடைநிலை அளவில் பஞ்சாயத்துகளை அமைக்க முடியாது. நாடு முழுவதும் பஞ்சாயத்து ராஜ் கட்டமைப்பில் ஒரே சீரான தன்மையை இந்த சட்டம் கொண்டு வருகிறது.

c.   இட ஒதுக்கீடு

ஒவ்வொரு பஞ்சாயத்திலும் தாழ்த்தப்பட்ட, பழங்குடியினருக்கும் இடம் ஒதுக்கப்பட அரசியலமைப்பின் விதி 243 D வகை செய்கிறது. இத்தகைய ஒதுக்கீடு அப்பகுதியில் வாழும் மக்கள் தொகையில் குறிப்பிடப்பட்ட இன மக்களின் சதவிகிதத்தைப் பொறுத்தது மேலும் மாநில அரசு இத்தகைய ஒதுக்கீட்டு முறையை சுழற்சி முறையில் கடைப்பிடிக்க வகை செய்யலாம். தாழ்த்தப்பட்ட, தாழ்த்தப்பட்ட பழங்குடி இன மக்களுக்கான இட ஒதுக்கீட்டில் மூன்றில் ஒரு பங்கு (1/3) அதே இனத்தைச் சேர்ந்த பெண்களுக்கு ஒதுக்கப்பட வேண்டும்.

d.   பஞ்சாயத்துகளின் காலம்

பஞ்சாயத்துகளுக்கு 5 ஆண்டுகளுக்குத் தெளிவான காலஅவகாசம் வழங்கப்பட்டுள்ளது, கால அவகாசம் முடிவதற்குள் தேர்தல் நடத்த வேண்டும். இருப்பினும், மாநில சட்டங்களின்படி குறிப்பிட்ட காரணங்களுக்காக பஞ்சாயத்து முன்பே கலைக்கப்படலாம். அப்படியானால், கலைக்கப்பட்ட 6 மாதங்கள் முடிவதற்குள் தேர்தல் நடத்தப்பட வேண்டும். கலைக்கப்பட்ட பிறகு மறுசீரமைக்கப்பட்ட ஒரு பஞ்சாயத்து ஐந்து ஆண்டுகள் முழு காலத்தையும் அனுபவிக்காது, மீதமுள்ள காலத்திற்கு மட்டுமே பதவியில் இருக்கும் ஆனால், பஞ்சாயத்துகளின் கால அவகாசம் ஆறு மாதங்களுக்கும் குறைவாக இருந்தால், அத்தகைய காலத்திற்கு புதிய பஞ்சாயத்தை அமைப்பதற்கு எந்த தேர்தலையும் நடத்த வேண்டிய அவசியமில்லை.

e. **உறுப்பினர்களின் தகுதியற்ற நிலை**

ஒரு நபர் ஏற்கனவே நடந்த மாநிலச் சட்டமனற்த்திற்குரிய தேர்தலில் எந்த ஒரு சட்டத்தின் கீழ் தகுதி நீக்கம் செய்யப்பட்ட்டவராக இருந்தாலும் பஞ்சாயத்து தேர்தலில் நிற்பதற்குரிய தனது தகுதியை இழக்கிறார். ஆனால் 21 வயது நிரம்பியவராக இருந்தால் அவர் 25 வயதிற்கும் குறைந்தவர் என்ற அடிப்படையில் தகுதி நீக்கம் செய்யப்பட முடியாது. இதற்கான வழிமுறை அரசியலமைப்பின் விதி 243 F 1-ல் குறிப்பிடப்பட்டுள்ளது

பஞ்சாயத்துகளின் அதிகாரங்கள் மற்றும் செயல்பாடுகள்

அதிகாரங்கள் மற்றும் செயல்பாடுகள் சுய-அரசு நிறுவனங்களை செயல்படுத்துவதற்கு பஞ்சாயத்துகளுக்கு தேவைப்படக் கூடியவை மற்றும் பஞ்சாயத்து மட்டத்தில் உள்ள பொறுப்புகளுக்கான 5 ஏற்பாடுகள் பின்வருமாறு குறிப்பிடப்படுகிறது.

1. **நிதி ஆதாரங்கள்**

   மாநில அரசால் விதித்து வசூலிக்கப்படும் கட்டணங்கள், வரிகள், சுங்கவரிகள், நிலத்தீர்வைகள் மற்றும் பிற வரிகளைப் பஞ்சாயத்துக்கள் வசூலிக்கலாம். மாநில அரசின் பொதுத் தொகுதி நிதியிலிருந்து பஞ்சாயத்துக்களுக்கு உதவிகளை வழங்கலாம். மேலும் கடனுதவி வழங்கவும் மாநில அரசுக்கு அதிகாரம் உண்டு. இதற்கான வழிமுறைகளை விதி 234H கொண்டுள்ளது.

2. **நிதி ஆணையத்தை உருவாக்குதல்**

   இச்சட்டம் அமலுக்கு வந்தவுடன் ஓராண்டு அல்லது ஒவ்வொரு ஐந்து ஆண்டுகளுக்கும் ஒருமுறை பஞ்சாயத்துகளின் நிதி நிலையைச் சீராய்வு செய்ய நிதி ஆணையம் நிறுவப்படவேண்டும். விதி 243-I (1) ன் படி ஒரு மாநிலத்தின் ஆளுநருக்கே இதற்கான அதிகாரம் உண்டு.

   a. மாநிலத்தால் விதிக்கப்பட்டு வசூலிக்கப்படும் வரிகளின் மூலம் மொத்த வருவாயில்

மாநிலங்களுக்கும் பஞ்சாயத்துக்களுக்கும் இடையே பகிர்ந்தளித்தல்.

b. பஞ்சாயத்துக்களுக்கு வழங்கப்பட்ட கட்டணங்கள் சுங்க வரிகள் தீர்வைகள் மற்றும் பிற வரிகளை தீர்மானித்தல்.

c. மாநிலத்தின் தொகுப்பு நிதியிலிருந்து பஞ்சாயத்துகளுக்கு வழங்கப்படும் மானியத்தொகை.

d. பஞ்சாயத்துக்களின் நிதிநிலையை மேம்படுத்த தேவையான நடைமுறைகள்.

e. ஆணையம் பரிந்துரைத்ததற்கேற்ப நடவடிக்கைகளை மாநில ஆளுநர் தான் எடுக்க முடியும்.

3. பஞ்சாயத்துக் கணக்குகளின் மீது தணிக்கை

அரசியலமைப்பு விதி 243-I (1)ன் படி பஞ்சாயத்துககளின் கணக்குகள் மாநிலச் சட்டமன்றத்தால் இயற்றப்பட்ட சட்ட விதிமுறைகளின் மூலம் தணிக்கை செய்யப்படுகிறது.

4. மாநிலத் தேர்தல் ஆணையம்

வாக்காளர் பட்டியல் தயாரித்தலைக் கண்காணித்தல், வழிகாட்டுதல், கட்டுப்படுத்துதல், தேர்தலை நடத்துதல் போன்ற பணிகளைச் செய்ய அரசியலமைப்பின் விதி 243-1 ன் படி ஆளுநர் மாநில தேர்தல் ஆணையத்தை நியமிக்கிறார். பதவிக்காலம், பதவி நீக்கம் போன்றவற்றை மாநிலச் சட்டமன்றத்தால் இயற்றப்பட்ட சட்டத்தின் மூலம் நிர்ணயிக்கப்படுகிறது. மாநிலத் தேர்தல் ஆணையத்திற்கு துணைவிதி (1)ல் அளிக்கப்பட்டுள்ள பணிகளைச் செய்யத் தேவையான பணியாளர்களை மாநில ஆளுநர் நியமிக்கிறார். பஞ்சாயத்துத் தேர்தலுக்கான விதிமுறைகள் மாநிலச் சட்டமன்றத்தின் சட்டமே நிர்ணயிக்கும்.

5. யூனியன் பிரதேசங்களுக்கும் பொருந்தும் ஒரு மாநில ஆளுநருக்குத் தொடர்புடைய யூனியன் பிரதேசங்களுக்கும் இவ்விதிமுறைகள் பொருந்தும்.

சட்டசபையையுடைய யூனியன் பிரதேசம் என்றால் அதன் சட்டமன்றத்தால் இயற்றப்பட்ட சட்டத்தின் படி இந்த விதிமுறைகள் பொருந்தும். எனினும் சட்ட விதி 243-1ன் படி குடியரசுத்தலைவர் ஒரு பொது அறிவிக்கையின் மூலம் இச்சட்டப் பகுதியின் விதிமுறைகள் எந்த ஒரு யூனியன் பிரதேசத்திற்கோ அல்லது ஒரு பகுதிக்கோ பொருந்துவதாக அறிவிக்கையில் குறிப்பிட்டுள்ள தக்க விதிவிலக்குகளுடனும் திருத்தங்களுக்குட்பட்டும் அவர் கட்டளையிடலாம்.

பஞ்சாயத்துகளின் பணிகள்

பதினொன்றாவது அட்டவணை இது பஞ்சாயத்துகளின் எல்லைக்குள் வைக்கப்பட்டுள்ள பின்வரும் 29 செயல்பாட்டுப் பொருட்களைக் கொண்டுள்ளது:

1. விவசாயம் மற்றும் விரிவாக்கம்

2. நில மேம்பாடு, நிலச் சீர்திருத்தம் மற்றும் நடைமுறைப்படுத்துதல், நில ஒருங்கிணைப்பு மற்றும் மண்வளம் பாதுகாப்பு

3. சிறு நீர்ப்பாசனம், நீர் மேலாண்மை மற்றும் நீர்நிலை மேம்பாடு

4. கால்நடை வளர்ப்பு, பால் பண்ணை மற்றும் கோழி வளர்ப்பு

5. மீன்வளம்

6. சமூக நலக்காடுகள் மற்றும் பண்ணை நிலக் காடுகள் வளர்ப்பும் பராமரிப்பும்

7. சிறு வனங்களை உருவாக்குதல்

8. உணவு பதப்படுத்தும் தொழில்கள் உட்பட சிறு தொழில்கள்

9. கதர் மற்றும் கிராமக் குடிசைத் தொழில்கள்

10. கிராமப்புற வீட்டுவசதி

11. குடிநீர் வசதி செய்து கொடுத்தல்

12. எரிபொருள் மற்றும் கால்நடைத் தீவனம்

13. சாலைகள், சிறுபாலங்கள், பாலங்கள், நீர்வழிகள் மற்றும் இதர தொடர்பு வழிகள்

14. கிராமப்புற மின்மயமாக்கல், மின் விநியோகம்

15. மரபுசாரா எரிசக்தி ஆதாரங்கள்

16. வறுமை ஒழிப்புத் திட்டம்

17. கல்வி, ஆரம்ப மற்றும் இடைநிலைப் பள்ளிகள்

18. தொழில்நுட்பப் பயிற்சி மற்றும் தொழிற்கல்வி

19. வயது வந்தோர் மற்றும் முறைசாராக் கல்வி

20. நூலகங்கள்

21. கலாச்சார நடவடிக்கைகள்

22. சந்தைகள் மற்றும் கண்காட்சிகள்

23. மருத்துவம், சுகாதாரம், ஆரம்ப சுகாதார மையங்கள் மற்றும் மருந்தகங்கள்

24. குடும்ப நலன்

25. பெண்கள் மற்றும் குழந்தைகளின் வளர்ச்சி

26. சமூக நலம், மனவளர்ச்சி குன்றியவர்கள் நலம் மற்றும் உடல் ஊனமுற்றோர் நலம்

27. நலிந்த பிரிவினரின் நலன், தாழ்த்தப்பட்ட மற்றும் பழங்குடியினரின் நலம்

28. பொது விநியோக அமைப்பு

29. சமூகச் சொத்துக்களைப் பராமரித்தல்.

1. கிராமப் பஞ்சாயத்து

கிராமப் பஞ்சாயத்து அடித்தள அமைப்பு ஆகும். இது தேர்ந்தெடுக்கப்பட்ட உறுப்பினர்களைக் கொண்டிருக்க வேண்டும். இரண்டு பெண்கள் ஒரு பழங்குடி வகுப்பினர் மற்றும் ஒரு

தாழ்த்தப்பட்ட வகுப்பினர் ஆகியோருக்கு இடஒதுக்கீடு செய்ய வேண்டும்.

பணிகள்

1. குடிநீர் விநியோகம் 2. கழிவு நீர் அகற்றம் 3. தெருக்கள் வடிகால் ஏரிகள் நிர்வாகம் 4. தெருக்களுக்கு மின் விளக்கு வசதி 5. நில நிர்வாகம் 6. கால்நடை நிர்வாகம் பற்றிய பதிவுகள் 7. ஒடுக்கப்பட்டவர்களுக்கு நிவாரணம் 8. சாலை பாலம் நிர்வகிப்பு 9. பின்தங்கிய மக்களின் நலன் 10. புள்ளி விபரங்களைச் சேகரித்து நிர்வகித்தல் மேற்குறிப்பிட்ட பணிகளைச் செய்வதுடன் பஞ்சாயத்து சமிதியின் முகவராகவும் செயல்பட வேண்டும். பஞ்சாயத்து சமிதி ஒப்படைக்கும் பணிகளையும் செய்ய வேண்டும்.

நிதி

கிராமப் பஞ்சாயத்து கீழ்க்கண்ட நிதி ஆதாரங்களைப் பெறலாம்.

1. சொத்து வரி அல்லது வீட்டு வரி

2. சந்தை வரி

3. கால்நடை வாகனம் படகு ஆகியவற்றின் மீதான வரி

4. மின் விநியோக வரி

5. கால்நடை பராமரிப்பு வருவாய்

6. கால்நடை விற்பனைப் பதிவுக் கட்டணம்.

2. பஞ்சாயத்து சமிதி

பஞ்சாயத்து சமிதி என்பது வட்டார அளவிலுள்ள இடைப்பட்ட அடுக்கு ஆகும். ஊராட்சி ஒன்றியத்தின் எல்லைக்குட்பட்ட பஞ்சாயத்துத் தலைவர்கள் அனைவரும் இதனுடைய உறுப்பினர்கள் ஆவர். அந்த பகுதியிலுள்ள சட்டமன்ற உறுப்பினர்களும் சட்ட மேலவை உறுப்பினர்களும் இதனுடைய உறுப்பினர்கள் ஆவார்கள். இவர்கள் பதவி வழி உறுப்பினர்கள் ஆவார்கள். இவர்களுக்கு வாக்குரிமை கிடையாது. ஊராட்சி ஒன்றிய வார்டு உறுப்பினர்கள் மக்களால் நேரடியாகத் தேர்ந்தெடுக்கப்படுகின்றனர். இதன்

பதவிக் காலம் ஐந்து ஆண்டுகளாகும். உள்ளாட்சி நிறுவனமாகச் செயல்படுவதுடன் வளர்ச்சித் திட்டங்களை அறிமுகப்படுத்திச் செயல்படுத்தும் அமைப்பாகவும் உள்ளது. இவ்வமைப்பு ஊராட்சி ஒன்றியம் என்று அழைக்கப்படுகிறது.

பணிகள்

1. பஞ்சாயத்து ஒன்றியச் சாலைகளை அமைத்தல் மற்றும் பராமரித்தல்

2. மருந்தகங்களை நிறுவிப் பராமரித்தல்

3. மகப்பேறு மருத்துவமனை, குழந்தை நல மையங்களை அமைத்தல்

4. அனாதை இல்லம், கடைகள் அமைத்துப் பராமரித்தல்

5. தடுப்பூசி முகாம்களை அமைத்தல்

6. ஆரம்பப் பள்ளிகளை நிர்வகித்து மேம்படுத்துதல்

7. கொள்ளை நோய்களைத் தடுத்தல்

8. சந்தைகள், திருவிழாக்களைக் கட்டுப்படுத்துதல்

9. கால்நடை நிவாரணப் பணிகள்

10. வீட்டு வசதி செய்து கொடுத்தல்

11. பொதுச் சந்தைகளைப் பராமரித்தல்

12. பிறப்பு இறப்பு விபரங்களைப் பதிவு செய்தல்

13. குடிசைத் தொழில்களை முன்னேற்றம் செய்தல்

நிதி ஆதாரங்கள்

1. நில வருவாயின் ஒரு குறிப்பிட்ட சதவிகிதம்

2. குடிநீர் கட்டணம்

3. தொழில் வரி

4. அசையாச் சொத்து விற்பனையில் வரி மேல் வரி

5.   சாலை வரி

6.   கேளிக்கை வரி

7.   ஆரம்பக் கல்விக் கட்டணம்

8.   வாகன வரியில் பங்கு

9.   நன்கொடைகள்

10. அரசாங்க மானியம்.

3. ஜில்லா பரிசத் அல்லது மாவட்ட ஆட்சி

பஞ்சாயத்து இராஜ்ஜிய முறையின் மேல் அடுக்கு மாவட்ட ஊராட்சியாகும். எல்லா மாநிலங்களிலும் மாவட்ட அளவில் இந்த அமைப்பு உள்ளது. மாவட்ட ஊராட்சி வார்டு உறுப்பினர்கள் நேரடியாக மக்களால் தேர்ந்தெடுக்கப்படுகின்றனர். இது தவிர மாவட்டத்தில் உள்ள சட்டமன்ற சட்ட மேலவை மற்றும் பாராளுமன்ற உறுப்பினர்களும் இதன் உறுப்பினர்கள் ஆவார்கள். இவர்கள் மாவட்ட ஊராட்சிக் கூட்டத்தில் கலந்து கொள்ளவும், விவாதத்தில் பங்கு கொள்ளவும் உரிமை பெற்றவர்கள் ஆவார்கள். மாவட்ட ஊராட்சியின் தலைவர் மாவட்ட ஆட்சித் தலைவர் ஆவார். மாநிலத்தில் தனது மாவட்டத்தில் நடைபெறும் வளர்ச்சிப் பணிகளை மேற்பார்வை செய்து அதனை வழி நடத்துகிறார்.

மாவட்ட ஆட்சியின் பணிகள்

1.   கிராம ஊராட்சிகள் ஊராட்சி ஒன்றியங்கள் அமல்படுத்தும் வளர்ச்சித் திட்டங்கள் சேவைகள் அரசின் நிர்வாகக் கட்டுப்பாட்டில் உள்ள இதர நிறுவனங்கள் செயல்படுத்தும் வளர்ச்சி பணிகள் குறித்து அரசுக்கு ஆலோசனை வழங்குதல்.

2.   கிராம ஊராட்சிச் சந்தைகள் மற்றும் ஊரராட்சி ஒன்றியச் சந்தைகள் என்று சந்தைகளை வகைப்படுத்துதல்.

3.   கிராம ஊராட்சிப் பொருட்காட்சி விழாக்கள் என்றும் ஊராட்சி ஒன்றியப் பொருட்காட்சி விழாக்கள் என்றும் வகைப்படுத்துதல்.

4.   சாலைப் போக்குவரத்து மேம்பாடு குறித்து அரசுக்கு ஆலோசனை தருதல்.

5. மாவட்டத்தின் வளர்ச்சிக்குத் தேவையான நடவடிக்கைகளை மேற்கொள்ளுதல்.

6. மாவட்டத்திலுள்ள கிராம ஊராட்சிகள் மற்றும் ஊராட்சி ஒன்றியங்களின் நடவடிக்கைகளை முறைப்படுத்துதல்.

7. கிராம ஊராட்சிகள் ஊராட்சி ஒன்றியங்களின் நடவடிக்கைகள் குறித்தும் மாவட்டப் பொருளாதார வளர்ச்சி ஆதார வளங்களைக் குடியிருப்போர் பண்பாட்டுக்கு எற்றவாறு செயல்படுத்தப்படும் மேம்பாட்டு திட்டங்கள் குறித்தும் ஆலோசனை வழங்கலாம்.

நிதி ஆதாரம்

மத்திய நிதிக்குழு மானியம், மாநில நிதிக்குழு மானியம், வளர்ச்சித் திட்ட மானியம் மற்றும் ஊராட்சிகளின் சொத்துக்கள் மூலம் பெறப்படும் வருவாய்கள் ஆகியவை மாவட்ட ஊராட்சியின் நிதி ஆதாரங்களாகும்.

நகர்ப்புற உள்ளாட்சி

இந்தியாவில் உள்ள 'நகர்ப்புற உள்ளாட்சி' என்ற சொல், மக்களால் தேர்ந்தெடுக்கப்பட்ட பிரதிநிதிகள் மூலம் ஒரு நகர்ப்புற உள்ளாட்சியின் அதிகார வரம்புக்குட்பட்டது, இந்தியாவில் எட்டு வகையான நகர்ப்புற உள்ளாட்சிகள் உள்ளன-

நகர்ப்புற அரசாங்கத்தின் அமைப்பு 1992 இன் 74 வது அரசியலமைப்பு திருத்தச் சட்டத்தின் மூலம் அமைக்கப்பட்டது. மத்திய அளவில், 'நகர்ப்புற உள்ளாட்சி' என்ற பொருள் பின்வரும் மூன்று அமைச்சகங்களால் கையாளப்படுகிறது:

I. நகர்ப்புற மேம்பாட்டு அமைச்சகம், 1985-இல் தனி அமைச்சகமாக உருவாக்கப்பட்டது.

II. கன்டோன்மென்ட் விஷயத்தில் பாதுகாப்பு அமைச்சகம்.

III. யூனியன் வழக்கில் உள்துறை அமைச்சகம்.

நகர்ப்புற உள்ளாட்சி அமைப்புகள் ஆங்கிலேயர் ஆட்சிக் காலத்தில் நவீன இந்தியாவில் தோன்றி வளர்ந்தன. முதன் முதலில்

மெட்ராஸ் 1687-88 ல், முனிசிபல் கார்ப்பரேஷன் அமைக்கப்பட்டது. இது நகராட்சி அமைப்புகளின் ஆரம்பமாக இருந்தது.

பி.வி.நரசிம்ம ராவின் அரசாங்கம் மாற்றியமைக்கப்பட்ட நகராட்சிகள் மசோதாவை மக்களவையில் செப்டம்பர் 1991 – ல் அறிமுகப்படுத்தியது. இது இறுதியாக 1992 ன் 74 வது அரசியலமைப்புத் திருத்தச் சட்டமாக வெளிவந்து 1 ஜூன் 1993 அன்று நடைமுறைக்கு வந்தது.

நகர்ப்புற அரசாங்கங்களை புத்துயிர் அளிப்பதையும் வலுப்படுத்துவதையும் இந்தச் சட்டம் நோக்கமாகக் கொண்டுள்ளது, இதனால் அவை உள்ளூர் அரசாங்கத்தின் அலகுகளாக திறம்பட செயல்படுகின்றன.

இந்தச் சட்டம் இந்திய அரசியலமைப்பில் ஒரு புதிய பகுதி IX-A ஐ சேர்த்துள்ளது. இந்தப் பகுதியானது 'முனிசிபாலிட்டிகள்' எனத் தலைப்பிடப்பட்டுள்ளது மற்றும் கட்டுரைகள் 243-P முதல் 243-ZG வரையிலான விதிகளைக் கொண்டுள்ளது. கூடுதலாக, இந்த சட்டம் அரசியலமைப்பில் புதிய பன்னிரண்டாவது அட்டவணையையும் சேர்த்துள்ளது. இந்த அட்டவணையில் நகராட்சிகளின் பதினெட்டு செயல்பாடுகள் உள்ளன.

சட்டத்தின் முக்கிய அம்சங்கள்:

இச்சட்டத்தில் 243-Q லிலுந்து 280 வரையுள்ள பிரிவுகள் உள்ளன. 12-வது அட்டவணை சேர்க்கப்பட்டுள்ளது.

1. நகராட்சிகளை அமைத்தல்

    பிரிவு 243-A நகராட்சி அமைக்கும் முறை பற்றிக் கூறுகிறது. ஒவ்வொரு மாநிலத்திலும் கீழ்க்கண்ட முறைகளின் படி தன்னாட்சி நிறுவனங்கள் அமைக்கப்படும்.

II. கிராமப்புறப் பகுதியிலிருந்து இடைமாற்றுப் பகுதியாக மாறக்கூடியதொரு நகர்ப்புறப் பகுதிக்குப் பேரூராட்சியை அமைத்தல்.

III. சிறிய நகர்ப்புறப் பகுதியில் நகராட்சி அமைத்தல்

IV. பரந்த நகர்ப்புறப் பகுதியை மாநகராட்சியாக அமைத்தல்

நகராட்சிகளின் தகுதியை மாநில ஆளுநர் அப்பகுதியிலுள்ள மக்கள்தொகைப் பெருக்கம், வருவாய், தொழில், வேளாண்மை ஆகியவற்றின் அடிப்படையில் நிர்ணயிப்பார்.

2. **நகராட்சியின் உறுப்பினர்களின் அமைப்பு**

பிரிவு 243-R ன் படி ஒரு நகராட்சியின் அனைத்து உறுப்பினர்களும் நகராட்சி பகுதி மக்களால் நேரடியாக தேர்ந்தெடுக்கப்படுவார்கள். இந்த நோக்கத்திற்காக, ஒவ்வொரு நகராட்சி பகுதியும் வார்டுகளாக அறியப்படும் பிராந்திய தொகுதிகளாக பிரிக்கப்படும். முனிசிபாலிட்டியின் தலைவரைத் தேர்ந்தெடுக்கும் முறையை மாநில சட்டமன்றம் வழங்கலாம். ஒரு நகராட்சியில் பின்வரும் நபர்களின் பிரதிநிதித்துவத்தையும் இது வழங்கலாம்.

I. நகராட்சியின் கூட்டங்களில் வாக்களிக்கும் உரிமை இல்லாத நகராட்சி நிர்வாகத்தில் சிறப்பு அறிவு அல்லது அனுபவம் உள்ள நபர்கள்.

II. நகராட்சிகள் பகுதியை முழுமையாகவோ அல்லது பகுதியாகவோ உள்ளடக்கிய தொகுதிகளை பிரதிநிதித்துவப்படுத்தும் மக்களவை மற்றும் மாநில சட்டமன்ற உறுப்பினர்கள்.

III. ராஜ்யசபா மற்றும் மாநில சட்டமன்ற உறுப்பினர்கள் நகராட்சி பகுதிக்குள் வாக்காளர்களாகப் பதிவு செய்தவர்கள்.

3. **வார்டுகளை அமைத்தல் மற்றும் அவைகளின் அமைப்பு**

பிரிவு 243-S ன் படி மூன்று லட்சம் அல்லது அதற்கு மேற்பட்ட மக்கள்தொகை கொண்ட நகராட்சியின் எல்லைக்குள் ஒன்று அல்லது அதற்கு மேற்பட்ட வார்டுகளைக் கொண்ட வார்டு குழு அமைக்கப்படும். வார்டு குழுவின் அமைப்பு மற்றும் பிராந்தியப் பகுதி மற்றும் வார்டு குழுவில் உள்ள இடங்கள் நிரப்பப்படும் விதம் ஆகியவற்றை மாநில சட்டமன்றச் சட்டத்தின் மூலம் நிர்ணயிக்கலாம்.

4.   இடஒதுக்கீடு

பிரிவு 243-T ன் படி ஒவ்வொரு நகராட்சியிலும் பட்டியலிடப்பட்ட சாதிகள் மற்றும் பழங்குடியினருக்கு அவர்களின் மக்கள்தொகையின் விகிதத்தில் நகராட்சி பகுதியில் உள்ள மொத்த மக்கள்தொகை விகிதத்தில் இடஒதுக்கீடு செய்ய சட்டம் வழங்குகிறது. மேலும், பெண்களுக்கான மொத்த இடங்களில் மூன்றில் ஒரு பங்கிற்குக் குறையாமல் இடஒதுக்கீடு வழங்குகிறது (எஸ்சி மற்றும் எஸ்டிகளைச் சேர்ந்த பெண்களுக்கு ஒதுக்கப்பட்ட இடங்களின் எண்ணிக்கை உட்பட). SC, ST மற்றும் பெண்களுக்கான நகராட்சிகளில் தலைவர் பதவிகளை இடஒதுக்கீடு செய்யும் முறையை மாநில சட்டமன்றம் வழங்கலாம். பிற்படுத்தப்பட்ட வகுப்பினருக்கு ஆதரவாக நகராட்சி அல்லது பேரூராட்சிகளில் தலைவர்களின் அலுவலகங்களில் இடங்களை ஒதுக்கீடு செய்வதற்கும் இது ஏதேனும் ஏற்பாடு செய்யலாம்.

5.   நகராட்சிகளின் பதவிக் காலம்

பிரிவு 243-U ன் படி ஒவ்வொரு நகராட்சிக்கும் ஐந்தாண்டு பதவிக் காலத்தை சட்டம் வழங்குகிறது. இருப்பினும், அதன் காலம் முடிவதற்குள் அது கலைக்கப்படலாம். நகராட்சி கலைக்கப்படுவதற்கு முன்பு அதனுடைய கருத்தைக் கேட்பதற்கு நியாயமான ஒரு வாய்ப்பு அளிக்கப்பட வேண்டும். முன்கூட்டியே கலைக்கப்பட்ட பின்னர் மறுசீரமைக்கப்பட்ட ஒரு நகராட்சியானது ஐந்தாண்டுகளின் முழு காலத்தையும் அனுபவிக்காது, ஆனால் மீதமுள்ள காலத்திற்கு மட்டுமே பதவியில் இருக்கும். ஆறு மாதங்களுக்குக் குறைவாக நகராட்சியின் காலம் இருந்தால், அத்தகைய காலத்திற்கு புதிய நகராட்சியை அமைப்பதற்கு எந்த தேர்தலையும் நடத்த வேண்டிய அவசியமில்லை.

6.   நகராட்சிகளின் அதிகாரங்கள்

மாநிலச் சட்டமன்றம் நகராட்சிகளுக்கு சட்டத்தின் மூலம் அதிகாரங்களை வழங்கலாம் என பிரிவு 243-W கூறுகிறது.

a.	பொருளாதார முன்னேற்றம் மற்றும் சமூக நீதியின் பொருட்டு திட்டங்களைத் தயாரித்தல்

b.	12-வது அட்டவணையில் பட்டியலிடப்பட்டிருக்கும் பொருட்கள் உட்பட ஒப்படைக்கப்பட்டக் கூடிய அலுவல்கள் மற்றும் திட்டங்களை நிறைவேற்றுதல்.

c.	12-வது அட்டவணையில் பட்டியலிடப்பட்டு இருக்கும் பொறுப்புகளை நிறைவேற்றத் தேவையான அதிகாரங்களை மாநில நகராட்சிகளுக்கு வழங்க வேண்டும்.

7.	மாநிலத் தேர்தல் ஆணையம்

வாக்காளர் பட்டியல்களைத் தயாரிப்பது மற்றும் நகராட்சிகளுக்கான அனைத்துத் தேர்தல்களையும் நடத்துவது ஆகியவற்றின் மேற்பார்வை, வழிகாட்டுதல் மற்றும் கட்டுப்பாடு ஆகியவை மாநிலத் தேர்தல் ஆணையத்திடம் ஒப்படைக்கப்படும். நகராட்சிகளுக்கான தேர்தல்கள் தொடர்பான அனைத்து விஷயங்களுக்கும் மாநில சட்டமன்றம் ஏற்பாடு செய்யலாம்.

8.	நகராட்சிகளின் வரிகள் விதிக்கும் அதிகாரம்

நகராட்சியின் வரிகளைப் பற்றி பிரிவு 243-X கூறுகிறது. மாநிலச் சட்டமன்றம் கீழ்க்கண்டவற்றைக் குறித்துச் சட்டம் இயற்றலாம்.

a.	வரிகள், கடமைகள், சுங்கங்கள் மற்றும் கட்டணங்கள் விதிக்க, வசூலிக்க மற்றும் பொருத்தமான நகராட்சிக்கு அங்கீகாரம் அளிக்கலாம்;

b.	மாநில அரசாங்கத்தால் விதிக்கப்படும் மற்றும் வசூலிக்கப்படும் வரிகள், கடமைகள், சுங்கச்சாவடிகள் மற்றும் கட்டணங்களை நகராட்சிக்கு ஒதுக்குதல்;

c.	மாநிலத்தின் ஒருங்கிணைந்த நிதியில் இருந்து நகராட்சிகளுக்கு மானியங்கள் வழங்குதல்; மற்றும்

d. நகராட்சிகளின் அனைத்துப் பணத்தையும் வரவு வைப்பதற்கான நிதியை உருவாக்குதல்.

9. **மாநில நிதி ஆணையம்**

பிரிவு 243-Y ன் படி நகராட்சிகளின் நிதி நிலைமையை ஆய்வு செய்து ஆளுநருக்கு கீழ்கண்டவாறு பரிந்துரை செய்ய ஒரு மாநில நிதி ஆணையம் அமைக்கப்பட வேண்டும்

a. மாநிலத்தால் விதிக்கப்படும் வரிகள், தீர்வைகள், சுங்கங்கள் மற்றும் கட்டணங்கள் ஆகியவற்றின் நிகர வருமானங்களை மாநிலம் மற்றும் நகராட்சிகளுக்கு இடையிலான விநியோகம் செய்தல்.

b. நகராட்சிகளுக்கு ஒதுக்கப்படும் வரிகள், கடமைகள், சுங்கச்சாவடிகள் மற்றும் கட்டணங்கள் ஆகியவற்றின் நிர்ணயம் செய்தல்.

c. மாநிலத்தின் ஒருங்கிணைந்த நிதியில் இருந்து நகராட்சிகளுக்கு மானியங்கள்.

d. நகராட்சிகளின் நிதி நிலையை மேம்படுத்த தேவையான நடவடிக்கைகள்.

நகராட்சிகளின் நிதி நலன் கருதி அந்த ஆணையத்தின் பரிந்துரைகளையும், எடுக்கப்பட்ட நடவடிக்கைகளையும், அறிக்கையையும் கவர்னர் மாநில சட்டமன்றத்தின் முன் வைக்க வேண்டும்.

மாநிலத்தில் உள்ள நகராட்சிகளின் வளங்களுக்கு (மாநில நிதி ஆயோக் பரிந்துரைகளின் அடிப்படையில்) துணையாக ஒரு மாநிலத்தின் ஒருங்கிணைந்த நிதியைப் பெருக்குவதற்குத் தேவையான நடவடிக்கைகளை மத்திய நிதி ஆணையம் பரிந்துரைக்கும். ஒவ்வொரு ஐந்து வருடங்களுக்கும், நகராட்சிகளின் நிதி நிலையை மதிப்பாய்வு செய்து ஆளுநருக்கு பரிந்துரை செய்யும்:

10. **கணக்குகளின் தணிக்கை**

பிரிவு 243-Z ன் படி நகராட்சிகளின் கணக்குகளை பராமரிப்பது மற்றும் அத்தகைய கணக்குகளை தணிக்கை

செய்வது தொடர்பான ஏற்பாடுகளை மாநில சட்டமன்றம் செய்யலாம்.

11. **மாவட்ட திட்டக் குழு**

ஒவ்வொரு மாநிலத்திலும், மாவட்ட அளவில் உள்ள பஞ்சாயத்துகள் மற்றும் பேரூராட்சிகள் மூலம் தயாரிக்கப்பட்ட திட்டங்களை ஒருங்கிணைத்து, மாவட்டம் முழுவதும் ஒரு வரைவு வளர்ச்சித் திட்டத்தைத் தயாரிக்க மாவட்ட திட்டக் குழுவை அமைக்க வேண்டும் என்று பிரிவு 243-ZD குறிப்பிடுகிறது. மாநிலச் சட்டமன்றம் கீழ்க்கண்டவை குறித்துச் சட்டமியற்றலாம்.

a. மாவட்ட திட்டக் குழுக்களின் உறுப்பினர் அமைப்பு;

b. குழுக்களின் உறுப்பினர்களைத் தேர்ந்தெடுக்கும் முறை

c. குழுக்களின் செயல்பாடுகள்; மற்றும்

d. குழுக்களின் தலைவர்களின் தேர்தல் முறை.

மாவட்ட திட்டக்குழு உறுப்பினர்களில் ஐந்தில் நான்கு பங்கு மாவட்ட பஞ்சாயத்து மற்றும் நகராட்சிகளின் தேர்ந்தெடுக்கப்பட்ட உறுப்பினர்களால் தேர்ந்தெடுக்கப்பட வேண்டும் என்று சட்டம் கூறுகிறது. இக்குழுவில் இந்த உறுப்பினர்களின் பிரதிநிதித்துவம் மாவட்டத்தில் உள்ள கிராமப்புற மற்றும் நகர்ப்புற மக்களின் விகிதத்திற்கு ஏற்ப இருக்க வேண்டும். குழுவின் தலைவர் வளர்ச்சித் திட்டத்தை மாநில அரசுக்கு அனுப்புவார்.

வரைவு மேம்பாட்டுத் திட்டத்தைத் தயாரிப்பதில், ஒரு மாவட்ட திட்டக் குழு கருத்தில் கொண்டு செயல்பட வேண்டியவை

a. திட்டமிடல், நீர் மற்றும் பிற இயற்கை வளங்களைப் பகிர்தல், உள்கட்டமைப்பு மற்றும் சுற்றுச்சூழல் பாதுகாப்பு ஆகியவற்றின் ஒருங்கிணைந்த வளர்ச்சி

b. நிதி அல்லது வேறு எந்த வகையிலும் கிடைக்கக்கூடிய வளங்களின் அளவு மற்றும் வகை

12. பெருநகரத் திட்டக் குழு

பிரிவு 243-ZE ன் படி ஒவ்வொரு பெருநகரப் பகுதியிலும் ஒரு வரைவு மேம்பாட்டுத் திட்டத்தைத் தயாரிக்க பெருநகர திட்டமிடல் குழு இருக்க வேண்டும். மாநில சட்டமன்றம் பின்வருவனவற்றைப் பொறுத்து விதிகளை உருவாக்கலாம்:

a. குழுக்களின் அமைப்பு

b. குழுக்களின் உறுப்பினர்களைத் தேர்ந்தெடுக்கும் முறை

c. மத்திய அரசு, மாநில அரசு மற்றும் பிற அமைப்புகளின் இத்தகைய கமிட்டிகளில் பிரதிநிதித்துவம்;

d. பெருநகரப் பகுதிக்கான திட்டமிடல் மற்றும் ஒருங்கிணைப்பு தொடர்பாக இத்தகைய குழுக்களின் செயல்பாடுகள்; மற்றும்

e. குழுக்களின் தலைவர்களை தேர்ந்தெடுக்கும் முறை

நகராட்சிகள்

பேரூராட்சி திட்டக் குழுவின் உறுப்பினர்களில் மூன்றில் இரண்டு பங்கு பேரூராட்சிகளின் தேர்ந்தெடுக்கப்பட்ட உறுப்பினர்கள் மற்றும் பேரூராட்சிகளில் உள்ள பஞ்சாயத்துகளின் தலைவர்கள் அவர்களால் தேர்ந்தெடுக்கப்பட வேண்டும் என்று சட்டம் கூறுகிறது. பேரூராட்சிகள் மற்றும் பேரூராட்சிகளில் உள்ள ஊராட்சிகளின் மக்கள்தொகை விகிதத்திற்கேற்ப குழுவில் இந்த உறுப்பினர்களின் பிரதிநிதித்துவம் இருக்க வேண்டும். குழுக்களின் தலைவர்கள் வளர்ச்சித் திட்டத்தை மாநில அரசுக்கு அனுப்புவார்கள்.

வரைவு மேம்பாட்டுத் திட்டத்தைத் தயாரிப்பதில், பெருநகரத் திட்டமிடல் குழு கருத்தில் கொண்டு செயல்பட வேண்டியவை

I. நகராட்சிகள் மற்றும் பஞ்சாயத்துக்களால் தயார் செய்யப்பட்ட திட்டங்கள்

II. பெருநகரப் பகுதியின் ஒருங்கிணைந்த பிரதேசத் திட்டம் தண்ணீர் மற்றும் பிற இயற்கை வளங்கள் அடிப்படைக் கட்டுமான மற்றும் சுற்றுப்புறச் சூழலைப் பாதுகாத்தல் சம்பந்தமான ஒருங்கிணைந்த மேம்பாட்டுத் திட்டம் உட்பட நகராட்சிகள் மற்றும் பஞ்சாயத்துக்களுக்கான பொதுவான பொருட்கள்.

III. மத்திய அரசு மற்றும் மாநில அரசுகள் நிர்ணயம் செய்யும் மொத்தமான குறிக்கோள்கள் மற்றும் முன்னுரிமைகள்.

IV. மத்திய அரசு மற்றும் மாநில அரசுகளின் முகமைகளினால் பெருநகரப் பகுதியில் செய்யக்கூடிய மூலதனங்களின் அளவு மற்றும் தன்மை கிடைக்கூடிய நிதி மற்றும் வளங்கள்

13. தேர்தலில் நீதிமன்றங்கள் தலையிடத் தடை

நகராட்சிகளின் தேர்தல் விஷயங்களில் நீதிமன்றங்கள் தலையிடுவதை சட்டம் தடை செய்கிறது. தொகுதிகளின் எல்லை நிர்ணயம் அல்லது அத்தகைய தொகுதிகளுக்கான இட ஒதுக்கீடு தொடர்பான சட்டத்தின் செல்லுபடியை எந்த நீதிமன்றத்திலும் கேள்விக்குட்படுத்த முடியாது.

பன்னிரண்டாவது அட்டவணை

பிரிவு 243-12; வது அட்டவணையில் உள்ளவைகள்:

இது நகராட்சிகளின் எல்லைக்குள் வைக்கப்பட்டுள்ள பின்வரும் 18 செயல்பாட்டுப் பொருட்களைக் கொண்டுள்ளது:

1. நகர திட்டமிடல் உட்பட நகர்புறத் திட்டம்

2. நிலப் பயன்பாட்டை ஒழுங்குபடுத்துதல் மற்றும் கட்டிடங்களை நிர்மாணித்தல்;

3. பொருளாதார மற்றும் சமூக வளர்ச்சிக்கான திட்டமிடல்;

4. சாலைகள் மற்றும் பாலங்கள்;

5. உள்நாட்டு, தொழில்துறை மற்றும் வணிக நோக்கங்களுக்காக நீர் வழங்கல்;

6. பொது சுகாதாரம், பாதுகாப்பு மற்றும் திடக்கழிவு மேலாண்மை;

7. தீயணைப்பு சேவைகள்;

8. நகர்ப்புற வனவியல், சுற்றுச்சூழல் பாதுகாப்பு மற்றும் சுற்றுச்சூழல் அம்சங்களை மேம்படுத்துதல்;

9. ஊனமுற்றோர் மற்றும் மனவளர்ச்சி குன்றியோர் உட்பட சமூகத்தின் நலிந்த பிரிவினரின் நலன்களைப் பாதுகாத்தல்;

10. குடிசைப் பகுதி மேம்பாடு மற்றும் தர உயர்வு

11. நகர்ப்புற வறுமை ஒழிப்பு;

12. நகர்ப்புற வசதிகள் மற்றும் பூங்காக்கள், தோட்டங்கள், விளையாட்டு மைதானங்கள் போன்ற வசதிகளை வழங்குதல்;

13. கலாச்சார, கல்வி மற்றும் அழகியல் அம்சங்களை மேம்படுத்துதல்;

14. மயானங்கள் மற்றும் தகன மைதானங்கள் மற்றும் மின்சார தகனங்கள்;

15. கால்நடைப் பட்டிகள் மிருக வதைத் தடுப்பு செய்தல்;

16. பிறப்பு மற்றும் இறப்பு பதிவு உட்பட முக்கிய புள்ளிவிவரங்கள்;

17. தெரு விளக்குகள், வாகன நிறுத்துமிடங்கள், பேருந்து நிறுத்தங்கள் மற்றும் பொது வசதிகள் உள்ளிட்ட பொது வசதிகள்; மற்றும்

18. இறைச்சிக் கூடங்கள் மற்றும் தோல் பதனிடும் தொழிற்சாலைகளை ஒழுங்குபடுத்துதல்.

நகர்ப்புற அரசாங்கங்களின் வகைகள்

இந்தியாவில் நகர்ப்புறங்களின் நிர்வாகத்திற்காக பின்வரும் எட்டு வகையான நகர்ப்புற உள்ளாட்சி அமைப்புகள் உருவாக்கப்பட்டுள்ளன:

1.   மாநகராட்சி

2.   நகராட்சி

3.   கன்டோன்மென்ட் போர்டு

4.   அறிவிக்கப்பட்ட பகுதிக் குழு,

5.   டவுன் ஏரியா கமிட்டி,

6.   டவுன்ஷிப்,

7.   துறைமுகப் பொறுப்புக்கழகம் மற்றும்

8.   சிறப்பு நோக்கத்திற்கான நிறுவனம்.

1. மாநகராட்சிகள்

சென்னை, டெல்லி, மும்பை, கொல்கத்தா, ஹைதராபாத், பெங்களூரு போன்ற பெரிய நகரங்களின் நிர்வாகத்திற்காக மாநகராட்சிகள் உருவாக்கப்பட்டன. அவை மாநிலங்களில் சம்பந்தப்பட்ட மாநில சட்டமன்றங்களின் செயல்களாலும், யூனியன் பிரதேசங்களில் இந்திய நாடாளுமன்றத்தின் செயல்களாலும் நிறுவப்படுகின்றன. ஒரு மாநிலத்தில் உள்ள அனைத்து மாநகராட்சிகள் ஒரு பொதுவான சட்டம் அல்லது ஒவ்வொரு மாநகராட்சிக்கும் ஒரு தனி சட்டம் இருக்கலாம். தற்போது தமிழ்நாட்டில் 21 மாநகராட்சிகள் உள்ளன.

நகர நிர்வாகம் மூன்று நிலைகளில் அதிகாரம் ஒப்படைக்கப்பட்டுள்ளது மாநகராட்சிப் பொதுச்சபை (கவுன்சில்), பொதுச்சபை நிலைக் குழுக்கள், ஆணையாளர், தேர்ந்தெடுக்கப்பட்ட மேயர் ஒருவர் ஆகியவர்களிடம் நிர்வாகம் உள்ளது. கவுன்சில் என்பது மாநகராட்சியின் விவாதம் மற்றும் சட்டமன்றப் பிரிவாகும். இது மக்களால் நேரடியாக தேர்ந்தெடுக்கப்பட்ட கவுன்சிலர்களையும், நகராட்சி நிர்வாகத்தின் அறிவு அல்லது அனுபவமுள்ள ஒரு சில

நியமன நபர்களையும் கொண்டுள்ளது. சுருக்கமாக, SC, ST மற்றும் பெண்களுக்கான இட ஒதுக்கீடு உட்பட கவுன்சிலின் அமைப்பு 74 வது அரசியலமைப்பு திருத்தச் சட்டத்தால் நிர்வகிக்கப்படுகிறது.

கவுன்சில் ஒரு மேயர் தலைமையில் உள்ளது. அவருக்கு துணை மேயர் ஒருவர் உதவியாக உள்ளார். அவர் ஒரு வருட புதுப்பிக்கத்தக்க காலத்திற்கு பெரும்பான்மையான மாநிலங்களில் தேர்ந்தெடுக்கப்படுகிறார். அவர் அடிப்படையில் ஒரு அலங்கார பதவி மற்றும் நிறுவனத்தின் ஒரு முறையான தலைவர் ஆவார். கவுன்சில் கூட்டங்களுக்குத் தலைமை தாங்குவது அவரது முக்கிய பணியாகும்.

சபையின் செயல்பாடுகளை எளிதாக்குவதற்காக நிலைக்குழுக்கள் உருவாக்கப்படுகின்றன, இது அளவில் மிகப் பெரியது. அவர்கள் பொதுப்பணிகள், கல்வி, சுகாதாரம், வரிவிதிப்பு, நிதி மற்றும் பலவற்றைக் கையாளுகின்றனர். அவர்கள் தங்கள் துறைகளில் முடிவுகளை எடுக்கிறார்கள்.

கவுன்சில் மற்றும் அதன் நிலைக்குழுக்கள் எடுக்கும் முடிவுகளை செயல்படுத்துவதற்கு நகராட்சி ஆணையர் பொறுப்பு. இதனால், அவர் மாநகராட்சியின் தலைமை நிர்வாக அதிகாரியாக உள்ளார். அவர் மாநில அரசால் நியமிக்கப்பட்டவர் ஆவார். பொதுவாக ஐ.ஏ.எஸ் அதிகாரிகள் ஆணையராக நியமிக்கப்படுகிறார்கள்.

2. நகராட்சி

சிறிய நகரங்களில் நகராட்சி உருவாக்கப்படுகிறது. மாநில அரசு ஒரு பகுதியை நகராட்சி என அறிவித்து அதன் எல்லைகளை வரையறுக்கும் அதிகாரத்தைப் பெற்றுள்ளன. பொதுவாக நகராட்சிகள் அவற்றின் எல்லை, மக்கள்தொகை, வருமானம் ஆகியவற்றின் அடிப்படையில் வகைப்படுத்தப்படுகின்றன. நகராட்சி நிர்வாகத்தில் மூன்று முக்கிய உறுப்புகள் உள்ளன. அவை 1. நகர சபை, 2. நகர சபைத் தலைவர், 3. ஆணையர். நகர சபை மக்களால் தேர்ந்தெடுக்கப்படுகிறது. நகர சபை தனது உறுப்பினர்களுக்குள் தலைவரைத் தேர்ந்தெடுத்துக் கொள்கிறது. ஆணையர் அரசால் நியமிக்கப்படுகிறார்.

நகர சபைத் தலைவர் நகராட்சி நிர்வாகத்தின் மையமாக இருக்கிறார். கவுன்சிலின் கூட்டங்களுக்குத் தலைமை தாங்குவதைத்

தவிர, அவர் நிர்வாக அதிகாரங்களை அனுபவிக்கிறார். சபையின் செயல்பாடுகளை எளிதாக்குவதற்காக நிலைக்குழுக்கள் உருவாக்கப்பட்டுள்ளன. அவர்கள் பொதுப் பணிகள், வரிவிதிப்பு, சுகாதாரம், நிதி மற்றும் பலவற்றைக் கையாளுகின்றனர்.

3. கண்டோன்மென்ட் போர்டு

இது 2006 ஆம் ஆண்டின் கண்டோன்மென்ட் சட்டத்தின் விதிகளின் கீழ் அமைக்கப்பட்டுள்ளது. இது மத்திய அரசின் பாதுகாப்பு அமைச்சகத்தின் நிர்வாகக் கட்டுப்பாட்டின் கீழ் செயல்படுகிறது. ஒரு கன்டோன்மென்ட் வாரியம் உருவாக்கப்பட்டு மத்திய அரசால் நிர்வகிக்கப்படுகிறது.

கன்டோன்மென்ட் போர்டு பகுதியளவில் தேர்ந்தெடுக்கப்பட்ட மற்றும் பரிந்துரைக்கப்பட்ட உறுப்பினர்களைக் கொண்டுள்ளது. தேர்ந்தெடுக்கப்பட்ட உறுப்பினர்கள் ஐந்தாண்டு காலத்திற்கு பதவியில் இருப்பார்கள், அதே நேரத்தில் நியமன உறுப்பினர்கள் (அதாவது, பதவியில் உள்ள உறுப்பினர்கள்) அந்த நிலையத்தில் பதவியில் இருக்கும் வரை தொடருவார்கள். நிலையத்திற்குக் கட்டளையிடும் இராணுவ அதிகாரி, குழுவின் முன்னாள்-அலுவலகத் தலைவர் மற்றும் அதன் கூட்டங்களுக்குத் தலைமை தாங்குகிறார். வாரியத்தின் துணைத் தலைவர் ஐந்தாண்டு காலத்திற்கு தங்களுக்குள் இருந்து தேர்ந்தெடுக்கப்பட்ட உறுப்பினர்களால் தேர்ந்தெடுக்கப்படுகிறார்.

கன்டோன்மென்ட் வாரியம் பின்வரும் உறுப்பினர்களைக் கொண்டுள்ளது:

I. ஸ்டேஷனுக்கு கட்டளையிடும் ஒரு இராணுவ அதிகாரி

II. கன்டோன்மென்ட்டில் ஒரு நிர்வாகப் பொறியாளர்

III. கன்டோன்மென்ட்டில் ஒரு சுகாதார அதிகாரி

IV. முதல்வகுப்பு மாஜிஸ்திரேட்டால் பரிந்துரைக்கப்பட்டவர்

V. நிலையத்திற்கு கட்டளையிடும் அதிகாரியால் பரிந்துரைக்கப்பட்ட மூன்று இராணுவ அதிகாரிகள்

VI. மக்களால் தேர்ந்தெடுக்கப்பட்ட எட்டு உறுப்பினர்கள்

    VII. கன்டோன்மென்ட் வாரியத்தின் தலைமை நிர்வாக அதிகாரி

ஒரு கன்டோன்மென்ட் போர்டின் செயல்பாடுகள் ஒரு நகராட்சியின் செயல்பாடுகளைப் போலவே இருக்கும். இவை சட்டப்பூர்வமாக கட்டாய செயல்பாடுகள் மற்றும் விருப்பமான செயல்பாடுகள் என வகைப்படுத்தப்பட்டுள்ளன. வருமான ஆதாரங்களில் வரி வருவாய் மற்றும் வரி அல்லாத வருவாய் ஆகிய இரண்டும் அடங்கும்.

கன்டோன்மென்ட் வாரியத்தின் நிர்வாக அதிகாரி இந்திய ஜனாதிபதியால் நியமிக்கப்படுகிறார். வாரியம் மற்றும் அதன் குழுக்களின் அனைத்து தீர்மானங்களையும் முடிவுகளையும் அவர் செயல்படுத்துகிறார்.

4. அறிவிக்கப்பட்ட பகுதிக் குழு

தொழில்மயமாக்கல் காரணமாக வேகமாக வளரும் நகரம் மற்றும் நகராட்சியின் அரசியலமைப்பிற்குத் தேவையான அனைத்து நிபந்தனைகளையும் இன்னும் பூர்த்தி செய்யாத, ஆனால் மாநிலத்தால் முக்கியமானதாகக் கருதப்படும் இரண்டு வகையான பகுதிகளின் நிர்வாகத்திற்காக அறிவிக்கப்பட்ட பகுதிக் குழு உருவாக்கப்பட்டது. இது அரசாங்க அறிவிப்பின் மூலம் நிறுவப்பட்டதால், இது அறிவிக்கப்பட்ட பகுதிக் குழு என்று அழைக்கப்படுகிறது. இது மாநில முனிசிபல் சட்டத்தின் கட்டமைப்பிற்குள் செயல்பட்டாலும், அது உருவாக்கப்பட்ட அரசாங்க அரசிதழில் அறிவிக்கப்பட்டுள்ள சட்டத்தின் விதிகள் மட்டுமே அதற்குப் பொருந்தும். அதன் அதிகாரங்கள் கிட்டத்தட்ட ஒரு நகராட்சிக்கு சமமானவை. ஆனால் நகராட்சியைப் போலல்லாமல், இது முற்றிலும் பரிந்துரைக்கப்பட்ட அமைப்பாகும், அதாவது, தலைவர் உட்பட அறிவிக்கப்பட்ட பகுதிக் குழுவின் அனைத்து உறுப்பினர்களும் மாநில அரசாங்கத்தால் பரிந்துரைக்கப்படுகிறார்கள். எனவே, இது தேர்ந்தெடுக்கப்பட்ட அமைப்போ அல்லது சட்டப்பூர்வமான அமைப்போ அல்ல.

5. டவுன் ஏரியா கமிட்டி

ஒரு சிறிய நகரத்தின் நிர்வாகத்திற்காக ஒரு நகர பகுதி குழு அமைக்கப்பட்டுள்ளது. இது ஒரு மாநில சட்டமன்றத்தின் தனிச்

சட்டத்தால் உருவாக்கப்பட்டது. இது மாநில அரசாங்கத்தால் முழுமையாக தேர்ந்தெடுக்கப்பட்டதாகவோ அல்லது முழுமையாக பரிந்துரைக்கப்பட்டதாகவோ அல்லது பகுதியளவு தேர்ந்தெடுக்கப்பட்ட பகுதியாகவோ பரிந்துரைக்கப்பட்டதாவோ இருக்கலாம். இக்குழு நகரத்தின் அடிப்படைத் தேவைகளை நிறைவு செய்யும் பணிகளில் ஈடுபடுகிறது.

6. நகர்ப்புறம்-(டவுன்ஷிப்)

நகர்ப்புற அரசாங்கம் ஆலைக்கு அருகில் கட்டப்பட்ட வீட்டுக் காலனிகளில் வசிக்கும் அதன் ஊழியர்கள் மற்றும் தொழிலாளர்களுக்கு குடிமை வசதிகளை வழங்குவதற்காக பெரிய பொது நிறுவனங்களால் நிறுவப்பட்டது. நிறுவனம் நகர நிர்வாகத்தைக் கவனிக்க ஒரு நகர நிர்வாகியை நியமிக்கிறது. அவருக்கு சில பொறியாளர்கள் மற்றும் பிற தொழில்நுட்ப மற்றும் தொழில்நுட்பம் அல்லாத ஊழியர்கள் உதவுகிறார்கள். இதனால், நகர்ப்புற அரசாங்கத்தின் டவுன்ஷிப் வடிவத்தில் தேர்ந்தெடுக்கப்பட்ட உறுப்பினர்கள் இல்லை.

7. துறைமுகப் பொறுப்புக் கழகம்

துறைமுகப் பொறுப்புக் கழகங்கள் மும்பை, கொல்கத்தா, சென்னை போன்ற துறைமுகப் பகுதிகளில் இரண்டு நோக்கங்களுக்காக நிறுவப்பட்டுள்ளன:

(அ) துறைமுகங்களை நிர்வகிப்பதற்கும், பாதுகாப்பதற்கும்; மற்றும்

(ஆ) குடிமை வசதிகளை வழங்குவதற்காக துறைமுக அறக்கட்டளை உருவாக்கப்பட்டது.

இது தேர்ந்தெடுக்கப்பட்ட மற்றும் பரிந்துரைக்கப்பட்ட உறுப்பினர்களைக் கொண்டுள்ளது. அதன் தலைவர் ஒரு அதிகாரி. அதன் குடிமைப் பணிகள் நகராட்சியின் செயல்பாடுகளைப் போலவே அதிகமாகவோ அல்லது குறைவாகவோ இருக்கும்.

8. சிறப்பு நோக்கத்திற்கான நிறுவனம்

இந்த ஏழு பகுதி அடிப்படையிலான நகர்ப்புற அமைப்புகளுக்கு நகர்ப்புற அரசாங்கங்களுக்கு சட்டப்பூர்வமாக என்று நியமிக்கப்பட்ட நடவடிக்கைகள் அல்லது குறிப்பிட்ட செயல்பாடுளை மேற்கொள்வதற்காக மாநிலங்கள் சில நிறுவனங்களை அமைத்துள்ளன. இவ்வமைப்பானது செயல்பாடு அடிப்படையிலானவை மற்றும் பகுதி அடிப்படையிலானவை அல்ல. அவை ஒரே நோக்கம் அல்லது சிறப்பு நோக்கம் ஏஜென்சிகள் அல்லது 'செயல்பாட்டு உள்ளாட்சி அமைப்புகள்' என அறியப்படுகின்றன.

a. நகர மேம்பாட்டு அறக்கட்டளைகள்.

b. நகர்ப்புற வளர்ச்சி அதிகாரிகள்.

c. நீர் வழங்கல் மற்றும் கழிவுநீர் பலகைகள்.

d. வீட்டு பலகைகள்.

e. மாசுக்கட்டுப்பாட்டு பலகைகள்.

f. மின்சார விநியோக பலகைகள்.

g. நகர போக்குவரத்து வாரியங்கள்.

இந்தச் செயல்பாட்டு உள்ளாட்சி அமைப்புகள் மாநில சட்டமன்றத்தின் சட்டத்தால் சட்டப்பூர்வ அமைப்புகளாக அல்லது நிர்வாகத் தீர்மானத்தின் மூலம் துறைகளாக நிறுவப்படுகின்றன. அவை தன்னாட்சி அமைப்புகளாகச் செயல்படுகின்றன மற்றும் உள்ளூர் நகர்ப்புற அரசாங்கங்கள், அதாவது முனிசிபல் கார்ப்பரேஷன்கள் அல்லது நகராட்சிகள் மற்றும் பலவற்றிலிருந்து சுயாதீனமாக அவர்களுக்கு ஒதுக்கப்பட்ட செயல்பாடுகளைக் கையாளுகின்றன. எனவே, அவை உள்ளாட்சி அமைப்புகளின் கீழ் உள்ள ஏஜென்சிகள் அல்ல.

இயல்: எட்டு

சுயாதீன ஒழுங்குமுறை ஆணையம்

இந்தியாவில், சுயாதீன ஒழுங்குமுறை ஆணையம் என்பது இந்திய அரசியலமைப்பால் நிறுவப்பட்ட ஒரு அமைப்பு அல்லது நிறுவனம் ஆகும். பாராளுமன்றத்தின் சட்டத்தை விட அரசியலமைப்பு திருத்த மசோதாவை நிறைவேற்றுவதன் மூலம் மட்டுமே அவற்றை உருவாக்க முடியும் அல்லது மாற்ற முடியும் என்பதை அறிவோம்.

இந்திய அரசியல் நிர்ணய சபையின் உறுப்பினர்கள் தேசிய முக்கியத்துவம் வாய்ந்த துறைகளை எந்த நிர்வாக தலையீடும் இல்லாமல் ஒழுங்குபடுத்தும் சுயாதீன நிறுவனங்களின் அவசியத்தை அங்கீகரித்தனர். எனவே, அவர்கள் அரசியலமைப்பு விதிகளை அறிமுகப்படுத்தினர், அரசியலமைப்பு அமைப்புகளை உருவாக்க வழி வகுத்தனர். இந்தியாவில் தேசிய மற்றும் மாநில தேர்தல்களை நடத்துவதற்கும் ஒழுங்குபடுத்துவதற்கும் உருவாக்கப்பட்ட இந்திய தேர்தல் ஆணையம் அரசியலமைப்பு அமைப்பின் ஒரு சிறந்த எடுத்துக்காட்டு.

ஒரு அரசியலமைப்பு அமைப்பு தனது அரசியலமைப்பு கடமைகளை நிறைவேற்றும்போது முழுமையான சுதந்திரம் அல்லது செயல்பாட்டு சுதந்திரம் கொண்டது. இந்தியாவில், பொதுவாக இதுபோன்ற அரசியலமைப்பு அமைப்புகளின் உறுப்பினர்கள் நாடாளுமன்றத்தின் இரு அவைகளிலும் 2/3 பெரும்பான்மை வாக்குகளால் மட்டுமே நீக்க முடியும். இந்திய அரசியலமைப்பு அமைப்பை இரண்டு வகைகளாக பிரிக்கலாம். அவையே,

1. அரசியலமைப்பு அமைப்புகள்

2. அரசியலமைப்பு அல்லாத அமைப்புகள்

அரசியலமைப்பு அமைப்புகள்

இந்திய அரசியலமைப்புச் சட்டத்தால் பரிந்துரைக்கப்பட்ட அமைப்புகள் அரசியலமைப்பு அமைப்புகள் என்று அழைக்கப்படுகின்றன. அரசியலமைப்பு அமைப்புகளின் அதிகாரங்கள் இந்திய அரசியலமைப்பிலிருந்து பெறப்பட்டவை. அரசியலமைப்பு அமைப்புகளுடன் தொடர்புடைய ஏதேனும் அதிகாரங்கள் அல்லது செயல்பாடுகளை மாற்ற, அரசியலமைப்பு திருத்தம் அடிக்கடி தேவைப்படுகிறது. நாட்டில் சட்டம் ஒழுங்கை முறையாகப் பேணுவது நாட்டின் மிகப் பெரிய பொறுப்பாகும்இந்திய அரசு, இதற்காக பல அரசியலமைப்பு அமைப்புகளை அமைக்கப்பட்டுள்ளன. இங்கு இந்தியாவில் உள்ள பல அரசியலமைப்பு அமைப்புகளில் சில முக்கியமானவை குறிப்பிடப்பட்டுள்ளன கீழே.

1.1. இந்திய தேர்தல் ஆணையம்

இந்திய தேர்தல் ஆணையம் என்பது இந்தியாவில் யூனியன் மற்றும் மாநில தேர்தல் செயல்முறைகளை நிர்வகிப்பதற்கான ஒரு பொறுப்பான ஒரு தன்னாட்சி அரசியலமைப்பு அதிகாரமாகும். இந்தியாவில் உள்ள மக்களவை, ராஜ்யசபா மற்றும் மாநில சட்டப் பேரவைகள் மற்றும் நாட்டில் உள்ள குடியரசுத் தலைவர் மற்றும் துணைக் குடியரசுத் தலைவர் அலுவலகங்களுக்கான தேர்தல்களை இந்த அமைப்பு நிர்வகிக்கிறது.

இந்திய தேர்தல் ஆணையத்துடன் தொடர்புடைய அரசியலமைப்பு விதிகள் என்னவென்றால், இந்திய அரசியலமைப்பின் *XV* பகுதி தேர்தல்களைப் பற்றியும், மேலும் இந்த விஷயங்களுக்காக ஒரு கமிஷனை நிறுவுவதைப் பற்றியும் விளக்குகிறது. *1950* ஆம் ஆண்டு ஜனவரி *25* ஆம் தேதி அரசியலமைப்புச் சட்டத்தின்படி தேர்தல் ஆணையம். உருவாக்கப்பட்டது. அரசியலமைப்பின் *324* முதல் *329* வரையிலான பிரிவுகள் ஆணையம் மற்றும் உறுப்பினரின் அதிகாரங்கள், செயல்பாடு, பதவிக்காலம், தகுதி போன்றவற்றைக் கையாள்கிறது. அதனை விரிவாக பார்க்கலாம்,

324 - தேர்தல் ஆணையத்தின் தேர்தல் கண்காணிப்பு, வழிநடத்துதல் மற்றும் கட்டுப்பாடு.

325 - மதம், இனம், சாதி அல்லது பாலினத்தின் அடிப்படையில் ஒரு சிறப்பு வாக்காளர் பட்டியலில் சேர்க்கவோ அல்லது சேர்க்கப்படுவதற்கு தகுதியற்றவராகவோ இருக்கக்கூடாது.

326 - வயது வந்தோருக்கான வாக்குரிமையின் அடிப்படையில் மக்கள் சபை மற்றும் மாநிலங்களின் சட்டப் பேரவைகளுக்கான தேர்தல்கள்.

327 - சட்டமன்றங்களுக்கான தேர்தல்கள் தொடர்பாக ஏற்பாடு செய்ய பாராளுமன்றத்தின் அதிகாரம்.

328 - ஒரு மாநிலத்தின் சட்டமன்றத்தின் அதிகாரம் அத்தகைய சட்டமன்றத்திற்கான தேர்தல்கள் தொடர்பாக ஏற்பாடு செய்ய.

329 - தேர்தல் விஷயங்களில் நீதிமன்றங்கள் தலையிடத் தடை.

தேர்தல் ஆணையத்தின் அமைப்பு

முதலில் இந்த ஆணையத்தில் ஒரே ஒரு தேர்தல் ஆணையர் மட்டுமே இருந்தார், ஆனால் தேர்தல் ஆணையர் திருத்தச் சட்டம் 1989 க்குப் வந்த பிறகு, அது பல உறுப்பினர்களைக் கொண்ட அமைப்பாக மாற்றப்பட்டது, இந்த ஆணையத்தில் ஒரு தலைமை தேர்தல் ஆணையர் மற்றும் இரண்டு தேர்தல் ஆணையர்கள் உள்ளனர். சமீபத்தில், இந்திய ஜனாதிபதி ராஜீவ் குமாரை 25வது தலைமை தேர்தல் ஆணையராக நியமித்தார். ஆணையத்தின் செயலகம் புதுதில்லியில் அமைந்துள்ளது. மாநில அளவிலான தேர்தல் கமிஷனுக்கு ஐஏஎஸ் தரவரிசை அதிகாரியான தலைமை தேர்தல் அதிகாரி உதவுகிறார். குடியரசுத் தலைவர் தலைமைத் தேர்தல் ஆணையர் மற்றும் தேர்தல் ஆணையர்களை நியமிக்கிறார். அவர்களுக்கு ஆறு ஆண்டுகள் அல்லது 65 வயது வரை நிலையான பதவிக்காலம் வகிக்கலாம். அவர்கள் இந்திய உச்ச நீதிமன்ற நீதிபதிகளுக்குக் கிடைக்கும் அதே அந்தஸ்தை அனுபவிப்பதோடு மாத சம்பளமாக ₹ 3,50,000 மற்றும் சலுகைகளைப் பெறுகிறார்கள்.

அகற்றுவதற்கான நடைமுறை:

உச்ச நீதிமன்ற நீதிபதியைப் பதவி நீக்கம் செய்வது போன்று நாடாளுமன்றத்தால் மட்டுமே தலைமை தேர்தல் ஆணையரை பதவியில் இருந்து நீக்க முடியும். உயர் நீதிமன்றங்கள் மற்றும் உச்சநீதிமன்ற நீதிபதிகள், தலைமை தேர்தல் ஆணையர், கன்ட்ரோலர் மற்றும் ஆடிட்டர் ஜெனரல் (CAG) 'நிரூபணம் செய்யப்பட்ட தவறான நடத்தை அல்லது இயலாமை' ஆகியவற்றின் அடிப்படையில் பாராளுமன்றத்தால் ஏற்றுக்கொள்ளப்பட்ட ஒரு பிரேரணையின் மூலம் பதவியில் இருந்து நீக்கப்படலாம். அகற்றுவதற்கு 2/3 உறுப்பினர்களின் சிறப்புப் பெரும்பான்மை தேவை மற்றும் நாடாளுமன்றத்தின் மொத்த பலத்தில் 50% க்கும் அதிகமானோர் ஆதரவளிக்க வேண்டும்.

உச்சநீதிமன்ற நீதிபதிகள், தலைமை தேர்தல் ஆணையர், கன்ட்ரோலர் மற்றும் ஆடிட்டர் ஜெனரல், ஆகியோர் பதவி நீக்கத்துக்கு, 'இம்பீச்மென்ட்' என்ற வார்த்தையை, அரசியல் சாசனம் பயன்படுத்தவில்லை. இம்பீச்மென்ட் என்ற சொல் குடியரசுத் தலைவரை நீக்குவதற்கு மட்டுமே பயன்படுத்தப்படுகிறது. சுகுமார் சென் (2 ஜனவரி 1898 - 13 மே 1963) ஒரு இந்திய அரசு ஊழியர் ஆவார், இவர் இந்தியாவின் முதல் தலைமை தேர்தல் ஆணையராக இருந்தார், 21 மார்ச் 1950 முதல் 19 டிசம்பர் 1958 வரை பணியாற்றினார். அவரது தலைமையின் கீழ், 1951-52 மற்றும் 1957 இல் சுதந்திர இந்தியாவின் முதல் இரண்டு பொதுத் தேர்தல்களை தேர்தல் ஆணையம் வெற்றிகரமாக நிர்வகித்து மேற்பார்வை செய்தது.

முக்கியச் செயல்பாடுகள்

இந்தியத் தேர்தல் ஆணையத்தின் கண்காணிப்பாளர்கள், ஒவ்வொரு மாநிலத்தின் நாடாளுமன்றம் மற்றும் சட்டமன்றங்களுக்கும், இந்தியக் குடியரசுத் தலைவர் மற்றும் துணைக் குடியரசுத் தலைவர் அலுவலகங்களுக்கும் தேர்தல் நடத்தும் முழு செயல்முறையையும், நேரடியாக கட்டுப்படுத்தவும் செய்கிறார்கள்.

பொதுத் தேர்தலாக இருந்தாலும் இடைத் தேர்தலாக இருந்தாலும், அவ்வப்போது மற்றும் சரியான நேரத்தில் தேர்தல் நடத்துவதற்கான

தேர்தல் அட்டவணையை முடிவு செய்வதே ஆணையத்தின் மிக முக்கியமான பணியாகும்.

இது வாக்காளர் பட்டியலைத் தயாரித்து, மின்னணு புகைப்பட அடையாள அட்டையை (EPIC) வழங்குகிறது.

இது வாக்குச் சாவடிகள், வாக்குச் சாவடிகளுக்கு வாக்காளர்களை ஒதுக்குதல், வாக்கு எண்ணும் மையங்களின் இருப்பிடம், வாக்குச் சாவடிகள் மற்றும் வாக்கு எண்ணும் மையங்களில் அதைச் சுற்றியுள்ள பகுதிகளில் செய்ய வேண்டிய ஏற்பாடுகள் மற்றும் அது தொடர்பான அனைத்து விஷயங்களையும் இது தீர்மானிக்கிறது.

இது அரசியல் கட்சிகளுக்கு அங்கீகாரம் அளிக்கிறது மற்றும் அது தொடர்பான சர்ச்சைகளைத் தீர்ப்பதோடு அவர்களுக்கு தேர்தல் சின்னங்களையும் வழங்குகிறது.

தேர்தலுக்குப் பிந்தைய, நாடாளுமன்றம் மற்றும் மாநில சட்டப் பேரவை உறுப்பினர்களை தகுதி நீக்கம் செய்யும் விவகாரத்தில் ஆணையத்திற்கு ஆலோசனை அதிகாரம் உள்ளது.

அரசியல் கட்சிகள் மற்றும் வேட்பாளர்களுக்கான தேர்தல் நடத்தை விதிகளை இது வெளியிடுகிறது, இதனால் யாரும் நியாயமற்ற நடைமுறையில் ஈடுபடக்கூடாது அல்லது அதிகாரத்தில் இருப்பவர்களால் தன்னிச்சையான அதிகார துஷ்பிரயோகம் செய்யக்கூடாது என்பதை கூறுகிறது.

இது அனைத்து அரசியல் கட்சி வேட்பாளருக்கும் பிரச்சாரச் செலவின் வரம்புகளை நிர்ணயித்துள்ளது, மேலும் அதைக் கண்காணிக்கிறது.

முக்கியத்துவங்கள்

இந்தியத் தேர்தல் ஆணையம் 1952 முதல் தேசிய மற்றும் மாநிலத் தேர்தல்களை வெற்றிகரமாக நடத்தி வருகிறது. இருப்பினும், சமீபத்திய ஆண்டுகளில், மக்கள் அதிக பங்களிப்பை உறுதிசெய்ய ஆணையம் மிகவும் செயலில் பங்கு வகிக்கத் தொடங்கியுள்ளது. உள்கட்சி ஜனநாயகத்தைப் பேணுவதில் கட்சிகள் தோல்வியுற்றால், அரசியல் கட்சிகளின் அங்கீகாரம் பறிக்கப்படும் என்ற

அச்சுறுத்தலுடன், அரசியல் கட்சிகளை ஒழுங்குபடுத்தும் அளவுக்கு ஆணையம் சென்றது.

இது சமத்துவம், சகோதரத்துவம் பாரபட்சமற்ற தன்மை, சுதந்திரம் போன்ற அரசியலமைப்பில் பொதிந்துள்ள மதிப்புகளை நிலைநிறுத்துகிறது. மற்றும் தேர்தல் நிர்வாகத்தின் மீதான கண்காணிப்பு, வழிகாட்டுதல் மற்றும் கட்டுப்பாடு ஆகியவற்றில் சட்டத்தின் ஆட்சி கவனம் செலுத்துகிறது..

இது நம்பகத்தன்மை, சுதந்திரம், நேர்மை, வெளிப்படைத்தன்மை, ஒருமைப்பாடு, பொறுப்புக்கூறல், சுயாட்சி மற்றும் தொழில்முறை ஆகியவற்றின் மிக உயர்ந்த தரத்துடன் தேர்தல்களை நடத்துகிறது.

வாக்காளர்களை மையப்படுத்திய மற்றும் வாக்காளர் நட்புச் சூழலில் தேர்தல் செயல்பாட்டில் தகுதியுள்ள அனைத்து குடிமக்களும் பங்கேற்பதை இது உறுதி செய்கிறது.

இது தேர்தல் செயல்முறையின் நலன்களுக்காக அரசியல் கட்சிகள் மற்றும் அனைத்து பங்குதாரர்களுடனும் ஈடுபடுகிறது.

இது வாக்காளர்கள், அரசியல் கட்சிகள், தேர்தல் அதிகாரிகள், வேட்பாளர்கள் மற்றும் மக்கள் என பங்குதாரர்களிடையே தேர்தல் செயல்முறை மற்றும் தேர்தல் நிர்வாகம் பற்றிய விழிப்புணர்வை ஏற்படுத்துகிறது; மேலும் இந்த நாட்டின் தேர்தல் முறையின் மீது நம்பிக்கையை மேம்படுத்தவும் வலுப்படுத்தவும் பாடுபடுகிறது.

மின்னணு வாக்குப்பதிவு இயந்திரங்கள் (EVM)

இவ்வளவு பெரிய அளவில் மின்னணு வாக்குப்பதிவை ஏற்றுக்கொண்ட முதல் நாடு இந்தியா ஆகும். முறைகேடுகளைக் குறைக்கவும், செயல்திறனை மேம்படுத்தவும் தேர்தல் ஆணையத்தால் மின்னணு வாக்குப்பதிவு இயந்திரங்கள் (EVM) அறிமுகப்படுத்தப்பட்டன. 1982 கேரள மாநில சட்டப் பேரவைத் தேர்தலுக்காக முதன்முறையாக சோதனை அடிப்படையில் சோதனை செய்யப்பட்டது. ஒரு வெற்றிகரமான சோதனை மற்றும் சட்டரீதியான விசாரணைகளுக்குப் பிறகு, இந்த வாக்குப்பதிவு இயந்திரங்களைப் பயன்படுத்தத் தொடங்க ஆணையம் முடிவெடுத்தது.

2014 இந்தியப் பொதுத் தேர்தலில் எட்டு மக்களவைத் தொகுதிகளில் வாக்காளர் சரிபார்க்கப்பட்ட காகிதத் தணிக்கைத் தடத்தை (VVPAT) அறிமுகப்படுத்தியது தேர்தல் ஆணையத்திற்கு ஒரு பெரிய சாதனையாகும். இந்த வாக்காளர்-சரிபார்க்கப்பட்ட காகித தணிக்கை பாதை அமைப்பு முதன்முதலில் EVM களுடன் செப்டம்பர் 2013 இல் நாகாலாந்தில் உள்ள நோக்செனில் உள்ள சட்டமன்றத் தொகுதி இடைத்தேர்தலில் பயன்படுத்தப்பட்டது. இறுதியில் செப்டம்பர் 2013 முதல் அனைத்து தேர்தல்களிலும் நாட்டின் பல்வேறு சட்டமன்றத் தேர்தல்களில் பயன்படுத்தப்பட்டது.

இந்தியாவில் நோட்டா வாக்குச் சின்னம்

EVMகளில் வேட்பாளர்களின் புகைப்படங்களுடன் கூடிய புகைப்பட வாக்காளர் பட்டியல்கள் முதன்முதலில் 2015 பீகார் சட்டப் பேரவைத் தேர்தலில் அறிமுகப்படுத்தப்பட்டன. 2014 ஆம் ஆண்டில், வாக்குப்பதிவு எந்திரங்களில் நோட்டா ஒரு விருப்பமாக சேர்க்கப்படவில்லை. ஆனால் இது இப்போது எந்தவொரு தேர்தலிலும் வழங்கப்பட வேண்டிய கட்டாய விருப்பமாகும். நோட்டாவுக்கான குறிப்பிட்ட சின்னம், கருப்பு சிலுவையுடன் கூடிய வாக்குச் சீட்டு, 18 செப்டம்பர் 2015 அன்று அறிமுகப்படுத்தப்பட்டது. இந்த சின்னம் அகமதாபாத்தில் உள்ள நேஷனல் இன்ஸ்டிடியூட் ஆப் டிசைனால் வடிவமைக்கப்பட்டது.

தேர்தல் கமிஷன் 3 ஜூன் 2017 அன்று ஒரு திறந்த ஹேக்கத்தானை (open hackathon) ஏற்பாடு செய்து, பல்வேறு இந்திய தேர்தல்களில் கமிஷன் பயன்படுத்திய மின்னணு வாக்குப்பதிவு இயந்திரத்தை ஹேக் செய்ய முயற்சித்தது. NCP மற்றும் CPI(M) ஆகிய இரண்டு கட்சிகள் மட்டுமே இந்த நிகழ்வில் கலந்துகொண்டன, ஆனால் மற்றவை எதுவும் பங்கேற்கவில்லை. EVM ஹேக்கிங் உரிமைகோரல்கள் குற்றச்சாட்டுகளாக மட்டுமே இருந்தன.

தேர்தல் சீர்திருத்தங்கள்

2020-ஆம் ஆண்டில், தேர்தல் ஆணைய அதிகாரிகள் மற்றும் மாநில தலைமைத் தேர்தல் அதிகாரிகள் அடங்கிய ஒன்பது பணிக்குழுக்கள், தேர்தல் சீர்திருத்தங்கள் குறித்த தங்கள் வரைவுப் பரிந்துரைகளை அளித்தன. பரிந்துரைகளில் பின்வருவன அடங்கும்:

புதிய வாக்காளர்களைப் பதிவு செய்தல், முகவரி மாற்றம் உள்ளிட்ட பல்வேறு வாக்காளர் சேவைகளுக்கான அனைத்து படிவங்களையும் ஒரே படிவத்தில் மாற்றுதல்.

பல எண்ணிக்கையிலான வடிவங்கள் குழப்பத்தை உருவாக்குகின்றன மற்றும் செயல்பாட்டில் செயல்திறனை பாதிக்கின்றன என கண்டறிந்தது.

அனைத்து வருங்கால வாக்காளர்களுக்கும் 17 வயதிற்குள் பள்ளி அல்லது கல்லூரி அளவில் ஆன்லைன் பதிவு வசதிகளை தொடங்குதல், எனவே அவர்கள் 18 வயதில் தகுதி பெற்றவுடன் வாக்காளர் பட்டியலில் பதிவு செய்ய முடியும்.

வாக்காளராகச் சேர்வதற்கு ஒரு வருடத்தில் நான்கு கட்-ஆஃப் தேதிகளையும் தேர்தல் ஆணையம் பரிந்துரைத்தது.

வாக்காளர்களின் வசதிக்காக வாக்காளர் அடையாள அட்டையின் மின்னணு பதிப்பு - *EPIC* - வழங்கவும் முன்மொழியப்பட்டது.

வெவ்வேறு வாக்குப்பதிவு முறைகளின் சாத்தியம் மற்றும் சாத்தியக்கூறுகளை பார்க்க வேண்டும் என தீர்மானம் செய்தது.

ஐஐடி-மெட்ராஸ் தேர்தல் ஆணையத்திற்கான ஆதார்-இணைக்கப்பட்ட தொலைநிலை வாக்களிப்பு முறைக்கான முன்மாதிரியை உருவாக்கி வருகிறது.

அரசியல் கட்சிகளைப் பொறுத்தவரை, பரிந்துரைகளில் வேட்பாளர்களின் ஆன்லைன் நியமனம் மற்றும் கட்சிகள் அனுமதிக்கும் செலவுக்கான வரம்பு ஆகியவை அடங்கும்.

தற்போது, தனிப்பட்ட வேட்பாளர்கள் பிரசாரத்திற்கு குறைந்த செலவில் அனுமதிக்கப்படுகின்றனர்.

சமூக ஊடகங்கள் மற்றும் அச்சு ஊடகங்களில் வாக்கெடுப்புக்கு முன் 48 மணி நேர அமைதி காலம் விதிக்க வேண்டும்.

வாக்குப்பதிவுக்கு முந்தைய 48 மணி நேரத்தில் மின்னணு ஊடகங்களில் பிரச்சாரம் செய்வது தற்போது தடைசெய்யப்பட்டுள்ளது.

தேர்தல் திருத்த மசோதா 2021

டிசம்பர் 2021 இல், தேர்தல் சட்டங்கள் திருத்த மசோதா, 2021 மக்களவையில் நிறைவேற்றப்பட்டது. இது வாக்காளர் பட்டியல் தரவு மற்றும் வாக்காளர் அடையாள அட்டைகளை ஆதார் சுற்றுச்சூழலுடன் இணைக்க முயல்கிறது என்பது மசோதாவின் முக்கிய அம்சம்.

இது மக்கள் பிரதிநிதித்துவச் சட்டம், 1950 இன் பிரிவு 23ஐத் திருத்துவதற்கு வழங்குகிறது, **மேலும்** ஆதார் அமைப்புடன் வாக்காளர் பட்டியல் தரவை இணைக்க உதவுகிறது.

வெவ்வேறு இடங்களில் ஒரே நபர் பலமுறை சேர்வதற்கான அச்சுறுத்தலைக் கட்டுப்படுத்துவதை இது நோக்கமாகக் கொண்டுள்ளது.

குடிமக்கள் 18 வயதை அடையும் போது வாக்களிக்கும் உரிமையைப் பெறுகிறார்கள். இருப்பினும், பலர் 18 வயதை எட்டிய பிறகும் வாக்காளர் பட்டியலில் பதிவு செய்யாமல் வெளியேறுகிறார்கள்.

மசோதாவின்படி, ஜனவரி, ஏப்ரல், ஜூலை மற்றும் அக்டோபர் மாதங்களின் முதல் நாள் - 18 வயது நிரம்பியவர்களைச் சேர்த்து, வாக்காளர் பட்டியல்களை புதுப்பிப்பதற்கு நான்கு தகுதித் தேதிகள் அறிவிக்கப்படும்.

பாலின நடுநிலைமையை கொண்டு வருதற்காக, 'சேவை வாக்காளர்களின் மனைவி' என்று பதிவு செய்வதற்குப் பதிலாக 'துணைவி' எனப் பதியப்படும். இது சட்டங்களை மேலும் "பாலின-நடுநிலை" ஆக்கம் என அறிவித்தது. சேவை வாக்காளர்கள் என்பது ஆயுதப்படைகளில் பணியாற்றுபவர்கள், அதற்கு வெளியே பணியாற்றும் மாநிலத்தின் ஆயுதமேந்திய போலீஸ் படைகள் மற்றும் இந்தியாவுக்கு வெளியே பணியமர்த்தப்பட்ட அரசு ஊழியர்கள் ஆவார்கள்.

தபால் ஓட்டு

இந்தியாவில் தபால் மூலம் வாக்களிப்பது இந்திய தேர்தல் ஆணையத்தின் "எலக்ட்ரானிகல் டிரான்ஸ்மிட்டட் போஸ்டல்

பேப்பர்ஸ் (ETPB)" முறை மூலம் மட்டுமே செய்யப்படுகிறது, பதிவு செய்யப்பட்ட தகுதியுள்ள வாக்காளர்களுக்கு வாக்குச்சீட்டுகள் விநியோகிக்கப்படுகின்றன. மின்னணு வாக்குப்பதிவு இயந்திரத்தில் பதிவான வாக்குகளை எண்ணும் முன் முதலில் தபால் வாக்குகள் எண்ணப்படும். குறிப்பிட்ட பிரிவினர் மட்டுமே தபால் வாக்காளர்களாக பதிவு செய்ய தகுதியுடையவர்கள். தொழிற்சங்க ஆயுதப் படைகள் மற்றும் மாநில காவல்துறையில் பணிபுரியும் ஊழியர்கள் மற்றும் அவர்களது மனைவிகள் மற்றும் இந்திய அரசாங்கத்தில் பணிபுரியும் அதிகாரப்பூர்வமாக வெளிநாட்டில் பணிபுரிபவர்கள் தபால் வாக்களிக்க பதிவு செய்யலாம், இவர்கள் "சேவை வாக்காளர்கள்" என்றும் அழைக்கப்படுகிறார்கள். தடுப்புக் காவலில் உள்ளவர்கள் தபால் வாக்குகளைப் பயன்படுத்தலாம். இந்தியாவில் கைதிகள் வாக்களிக்கவே முடியாது.

மாற்றுத் திறனாளிகள்

ஆர்வலர் டாக்டர் சதேந்திர சிங் தாக்கல் செய்த RTI விண்ணப்பம், 2014 லோக்சபா தேர்தலில் மாற்றுத்திறனாளி வாக்காளர்களைப் பாதுகாப்பதில் கமிஷனின் தவறான போக்கை வெளிப்படுத்தியபோது, இந்திய தேர்தல் ஆணையம் கடுமையான விமர்சனத்திற்கு உள்ளானது. 2014 ஆம் ஆண்டு முதல் மாற்றுத்திறனாளிகளுக்கு உரிமையளிப்பதற்கான உச்ச நீதிமன்ற உத்தரவின் பல மீறல்கள் இருந்தன. கர்நாடகாவில் பேச்சு மற்றும் செவித்திறன் குறைபாடு உள்ள வாக்காளர்களுக்கு சைகை மொழி ஆதரவை தேர்தல் ஆணையம் வழங்கியுள்ளது.

தேர்தலில் பெருகி வரும் பணத்தின் செல்வாக்கைத் தடுக்க, தேர்தல் கமிஷன் பல பரிந்துரைகளையும் மாற்றங்களையும் செய்துள்ளது. கமிஷன் வருமான வரித்துறையின் IRS அதிகாரிகளை அனைத்து தேர்தல்களின் தேர்தல் பார்வையாளர்களாக நியமித்துள்ளது மற்றும் தேர்தல் பிரச்சாரங்களின் போது வேட்பாளர் செலவழிக்கும் பணத்தின் சட்ட வரம்புகளை நிர்ணயித்துள்ளது. இந்த வரம்புகள் காலப்போக்கில் திருத்தப்பட்டுள்ளன. தேர்தல் கமிஷன், இந்திய வருவாய் சேவையிலிருந்து செலவினத்தைக் கண்காணிக்கும் பார்வையாளர்களை நியமிப்பதன் மூலம், தேர்தல் செலவுகளின்

தனிப்பட்ட கணக்கைக் கண்காணிக்கிறது. வேட்புமனுவைச் சமர்ப்பிக்கும் நேரத்தில் வேட்பாளர்களின் சொத்து விவரங்களை ஆணையம் பிரமாணப் பத்திரத்தில் எடுத்துக்கொள்கிறது, மேலும் முடிவுகள் அறிவிக்கப்பட்ட 30 நாட்களுக்குள் அவர்கள் தங்கள் செலவின விவரங்களையும் அளிக்க வேண்டும். தேர்தல் செலவைக் குறைப்பதற்காக மக்களவை மற்றும் சட்டமன்றத் தேர்தல்களுக்கான பிரச்சாரக் காலம் 21லிருந்து 14 நாட்களாக ஆணையத்தால் குறைக்கப்பட்டுள்ளது. அரசியலைக் குற்றமற்றதாக்கும் முயற்சியில், தண்டனை பெற்ற அரசியல்வாதிகள் தேர்தலில் போட்டியிட வாழ்நாள் தடை விதிக்க வேண்டும் என்று தேர்தல் ஆணையம் உச்ச நீதிமன்றத்தை அணுகியுள்ளது.

ஒன்றிய அரசுப்பணியாளர் தேர்வாணையம் (இந்திய யூனியன் பப்ளிக் சர்வீஸ் கமிஷன்)

யூனியன் பப்ளிக் சர்வீஸ் கமிஷன் - வரலாற்றுப் பின்னணி

முதல் பொது சேவை ஆணையம் 1926 - ஆம் ஆண்டு அக்டோபர் 1 ஆம் தேதி சர் ராஸ் பார்கர் தலைமையில் நிறுவப்பட்டது. இந்திய அரசுச் சட்டம், 1935 மத்திய அரசுப் பணியாளர் தேர்வாணையத்தை நிறுவியது. பின்னர், ஜனவரி 26, 1950 அன்று, இந்திய அரசியலமைப்பின் கீழ் அரசியலமைப்பு அந்தஸ்து வழங்கப்பட்டது.

பொது சேவை ஆணையங்கள் என்பது இந்திய அரசியலமைப்பின் 312-வது பிரிவின்படி, யூனியன் மற்றும் மாநிலங்களுக்குப் பொதுவான ஒன்று அல்லது அதற்கு மேற்பட்ட அகில இந்திய சேவைகளை (அகில இந்திய நீதித்துறை சேவை உட்பட) உருவாக்க பாராளுமன்றத்திற்கு உரிமை உண்டு. இந்த அனைத்து சேவைகளுக்கான ஆட்சேர்ப்பு யூனியன் பப்ளிக் சர்வீஸ் கமிஷனால் (UPSC) செய்யப்படுகிறது. மாநில அளவில் நிர்வாக சேவைகளுக்கு, மாநிலப் பொதுச் சேவை ஆணையத்தால் (SPSC) ஆட்சேர்ப்பு செய்யப்படுகிறது. யூனியன் பப்ளிக் சர்வீஸ் கமிஷன் (யுபிஎஸ்சி) இந்தியாவில் மத்திய ஆட்சேர்ப்பு நிறுவனம் ஆகும். இது ஒரு சுதந்திரமான அரசியலமைப்பு அமைப்பு. UPSC யின் அமைப்பு, அதன் உறுப்பினர்களை நியமனம் மற்றும் நீக்குதல் மற்றும் UPSC இன் அதிகாரங்கள் மற்றும் செயல்பாடுகள் பற்றிய விதிகள் இந்திய அரசியலமைப்பின் 14 வது பகுதியில்

315 முதல் பிரிவு 323 வரை வழங்கப்பட்டுள்ளன. மையத்தில் UPSC க்கு இணையாக, மாநிலத்தில் மாநில பொது சேவை ஆணையம் (SPSC) உள்ளது. SPSC யின் அமைப்பு, அதன் உறுப்பினர்களை நியமனம் மற்றும் நீக்குதல் மற்றும் SPSC இன் அதிகாரங்கள் மற்றும் செயல்பாடுகள் பற்றிய விதிகள் இந்திய அரசியலமைப்பின் பகுதி XIV இல் கட்டுரை 315 முதல் பிரிவு 323 வரை வழங்கப்பட்டுள்ளன.

தகுதி மற்றும் பதவிக்காலம்

யூனியன் பப்ளிக் சர்வீஸ் கமிஷனின் தலைவர் மற்றும் உறுப்பினர்களின் தகுதி மற்றும் பதவிக்காலம் உறுப்புரை 316ல் உறுப்பினர்களின் நியமனம் மற்றும் பதவிக்காலம் பற்றிப் பேசுகிறது. ஒருயூனியன் அல்லதுகூட்டுகமிஷன்விஷயத்தில், அரசியலமைப்பின் 316 (1) வது பிரிவு, பொது சேவை ஆணைக்குழுவின் தலைவர் மற்றும் பிற உறுப்பினர்கள் ஜனாதிபதியால் தேர்ந்தெடுக்கப்படுவார்கள் என்று கூறுகிறது.

அரசியலமைப்பின் பிரிவு 316(2) இன் படி, ஒரு பொது சேவை ஆணையத்தின் உறுப்பினர், அவர் நியமனம் செய்யப்பட்ட நாளிலிருந்து ஆறு ஆண்டுகள் பதவியில் இருப்பார், மேலும் யூனியன் கமிஷனைப் பொறுத்தவரை, வயது வரம்பு 65 ஆண்டுகள் ஆகும். யூனியன் பப்ளிக் சர்வீஸ் கமிஷன் உறுப்பினர்களை நீக்குவதற்கான அளவுகோல்கள் அரசமைப்புச் சட்டப் பிரிவு 317ல் பொதுச் சேவை ஆணைக்குழுவின் உறுப்பினரை நீக்குவதற்கும் இடைநீக்கம் செய்வதற்கும் வழங்குகிறது.

பொதுச் சேவை ஆணைக்குழுவின் தலைவரையோ அல்லது வேறு எவரேனும் உறுப்பினரையோ, குடியரசுத் தலைவர் இந்த விஷயத்தைப் பரிந்துரைத்த பிறகு, 145வது விதியின்படி உச்ச நீதிமன்றம் விசாரணை நடத்திய பிறகு, தவறான நடத்தையின் அடிப்படையில் ஜனாதிபதியால் பதவியில் இருந்து நீக்கப்பட முடியும். அது கட்டுரையின் பிரிவு 2ல் ஆணையத்தின் தலைவர் அல்லது வேறு எந்த உறுப்பினரையும் இடைநீக்கம் செய்ய குடியரசுத் தலைவரை அனுமதிக்கிறது.

யூனியன் பப்ளிக் சர்வீஸ் கமிஷனுக்கான ஆட்சேர்ப்பு விதிகள்

இந்திய அரசியலமைப்புச் சட்டத்தின் 319-வது பிரிவின்படி, ஆணையத்தின் உறுப்பினர்கள், அந்த உறுப்பினர் பதவியில் இருப்பது தடைசெய்யப்பட்டுள்ளது. பிரிவு 319 இன் பிரிவு-a இன் படி, தலைவர் அல்லது வேறு எந்த உறுப்பினரும் இந்திய அரசாங்கத்திலோ அல்லது ஒரு மாநிலத்திலோ அடுத்தடுத்த வேலைக்குத் தகுதியற்றவர்கள் ஆவார்கள். பிரிவு 319 ன் பிரிவு-b இன் படி, மாநில அரசுப் பணியாளர் தேர்வாணையத்தின் தலைவர், யூனியன் பப்ளிக் சர்வீஸ் கமிஷனின் தலைவராகவோ அல்லது வேறு எந்த உறுப்பினராகவோ அல்லது வேறு ஏதேனும் மாநில அரசுப் பணியாளர் தேர்வாணையத்தின் தலைவராகவோ நியமிக்கத் தகுதியுடையவர். இந்திய அரசு அல்லது ஒரு மாநில அரசாங்கத்துடனான வேறு எந்த வேலைக்கும் தகுதியுடையவர் இல்லை.

செயல்பாடுகள்

பொதுச் சேவை ஆணையத்தின் செயல்பாடுகள் அரசியலமைப்பின் 320 வது பிரிவின் கீழ் வரையறுக்கப்பட்டுள்ளன. அவையே,

பிரிவு 320 இன் பிரிவு -1 இன் படி, யூனியன் பப்ளிக் சர்வீஸ் கமிஷன் யூனியனின் பணிகளுக்கான நியமனத்திற்கான தேர்வை நடத்தும் அதிகாரம் கொண்டது.

பிரிவு 320 இன் பிரிவு -2 இன் படி, எந்தவொரு இரண்டு அல்லது அதற்கு மேற்பட்ட மாநிலங்கள் கோரினால், அந்த மாநிலங்களுக்கு எந்தெந்த விண்ணப்பதாரர்களுக்கான கூட்டு ஆட்சேர்ப்புத் திட்டங்களை உருவாக்கி செயல்படுத்துவதில் அந்த மாநிலங்களுக்கு உதவுவது யூனியன் பப்ளிக் சர்வீஸ் கமிஷனின் கடமையாகும்.

அரசியலமைப்பின் 321 வது பிரிவின் கீழ் பொது சேவை ஆணையத்திற்கு கூடுதல் அதிகாரங்கள் வழங்கப்படலாம்.

ஒன்றிய அரசுப்பணியாளர் தேர்வாணையம் *(Union Public Service Commission)* அல்லது *(UPSC)*, இந்திய அரசுப் பணிகளுக்கான தகுதி வாய்ந்த பணியாளர்களைத் தேர்வு செய்வதற்காக அமைக்கப்பட்ட ஒரு தனி அமைப்பாகும். யூனியன் பப்ளிக் சர்வீஸ் கமிஷனின்

பங்கானது இயற்கையில் மிகவும் திட்டமிடப்பட்டது. அதன் செயற்பாடுகளை அரசு கட்டுப்படுத்த முடியாது. ஆனால், ஆணைக்குழுவின் ஆலோசனையை நிராகரிக்கும் பட்சத்தில் அரசாங்கம் பாராளுமன்றத்திற்குப் பதிலளிக்க வேண்டும். அதற்கு மேல், யுபிஎஸ்சி தேர்வு செயல்முறையில் மட்டுமே அக்கறை கொண்டுள்ளது, சேவைகளின் வகைப்பாடு, பணியாளர் மேலாண்மை, பயிற்சி, சேவை நிலைமைகள் மற்றும் பிற அம்சங்களைப் பற்றி அல்ல. இந்த விவகாரங்கள் பணியாளர்கள், பொதுமக்கள் குறைகள் மற்றும் ஓய்வூதியங்கள் அமைச்சகத்தின் கீழ் உள்ள பணியாளர் மற்றும் பயிற்சித் துறையால் கையாளப்படுகிறது.

அரசியலமைப்பு விதிகள்

பிரிவு 315: யூனியன் மற்றும் இந்திய மாநிலங்களுக்கான பொது சேவை ஆணையங்களின் *(PSC) அரசியலமைப்பு.*

பிரிவு 316: UPSC மற்றும் SPSC உறுப்பினர்களின் நியமனம் மற்றும் பதவிக் காலம்.

பிரிவு 317: UPSC அல்லது SPSC இரண்டிலும் உறுப்பினரை நீக்குதல் மற்றும் இடைநீக்கம் செய்தல்.

பிரிவு 318: ஆணைக்குழுவின் உறுப்பினர்கள் மற்றும் ஊழியர்களின் சேவை நிபந்தனைகளுக்கான விதிமுறைகளை உருவாக்கும் அதிகாரம் பற்றி விவரிக்கிறது.

உறுப்புரை 319: ஆணையத்தின் உறுப்பினர்கள் பதவியில் இருப்பது தடைசெய்யப்பட்டால், அத்தகையோர் உறுப்பினர்களாக இருக்க முடியாது.

பிரிவு 320: பொதுச் சேவை ஆணையங்களின் செயல்பாடுகளைக் கூறுகிறது.

பிரிவு 321: பொது சேவை ஆணையங்களின் செயல்பாடுகளை நீட்டிக்கும் அதிகாரம்.

பிரிவு 322: பொது சேவை கமிஷன்களின் செலவுகள்.

பிரிவு 323: பொது சேவை ஆணையங்களின் அறிக்கைகள் பற்றியது.

யூனியன் பப்ளிக் சர்வீஸ் கமிஷன் அமைப்பு

உறுப்பினர்களின் நியமனம்: UPSC இன் தலைவர் மற்றும் பிற உறுப்பினர்கள் இந்திய ஜனாதிபதியால் நியமிக்கப்படுவார்கள்.

பதவிக் காலம்: UPSC ன் எந்தவொரு உறுப்பினரும் ஆறு ஆண்டுகள் அல்லது 65 வயது வரை, எது முந்தையதோ அதுவரை பதவியில் இருப்பார்.

மறு நியமனம்: ஒருமுறை பொதுச் சேவை ஆணையத்தின் உறுப்பினராக பதவி வகித்த எவரும் அந்த அலுவலகத்திற்கு மீண்டும் நியமனம் செய்ய தகுதியற்றவர் ஆவர்.

ராஜினாமா: யூனியன் பப்ளிக் சர்வீஸ் கமிஷன் உறுப்பினர் ஒருவர் தனது பதவியை ராஜினாமா செய்யலாம்.

உறுப்பினர்களை நீக்குதல்/சஸ்பெண்ட் செய்தல்: UPSC இன் தலைவர் அல்லது வேறு எந்த உறுப்பினரும் இந்தியக் குடியரசுத் தலைவரின் உத்தரவின்படி மட்டுமே அவரது/அவள் பதவியிலிருந்து நீக்கப்படுவார்கள். குடியரசுத் தலைவர், உச்ச நீதிமன்றத்திற்குப் பரிந்துரை செய்யப்பட்ட தலைவரை அல்லது வேறு எந்த உறுப்பினரையும் அவரது/அவள் அலுவலகத்திலிருந்து இடைநீக்கம் செய்யலாம்.

நீக்குவதற்கான நிபந்தனைகள்: UPSC இன் தலைவர் அல்லது வேறு எந்த உறுப்பினரும் அவர்/அவள் ஒரு திவாலானவர் என்று மதிப்பிடப்படுகிறபோது நீக்கப்படலாம். அவருடைய/அவளுடைய அலுவலகக் கடமைகளுக்குப் புறம்பாக ஊதியம் பெறும் எந்த வேலையிலும் அவருடைய/அவள் பதவிக் காலத்தில் ஈடுபடுகிறார் என்றால் நீக்கப்படலாம். ஜனாதிபதியின் கருத்துப்படி, மனம் அல்லது உடல் பலவீனம் காரணமாக ஒருவர் பதவியில் நீடிக்க தகுதியற்றவர்.

சேவை நிபந்தனைகளை ஒழுங்குபடுத்துத UPSC விஷயத்தில், இந்தியக் குடியரசுத் தலைவர் ஆணைக்குழுவின் உறுப்பினர்களின் எண்ணிக்கை மற்றும் அவர்களின் சேவை நிலைமைகளைத் தீர்மானிக்கிறார். ஆணைக்குழுவின் ஊழியர்களின் உறுப்பினர்களின் எண்ணிக்கை மற்றும் அவர்களின் சேவை நிலைமைகள் தொடர்பான ஏற்பாடுகளை உருவாக்கவும் குடியரசுத் தலைவர் ஆணையிடுகிறார்.

அதிகார வரம்பு: UPSC உறுப்பினரின் சேவை நிபந்தனைகள் அவரது/அவள் நியமனத்திற்குப் பிறகு அவருக்கு பாதகத்திற்கு வழிவகுக்கும் வகையில் திருத்தப்படக்கூடாது.

செயல்பாடுகளை விரிவுபடுத்துவதற்கான அதிகாரம்: யூனியன் அல்லது மாநிலத்தின் சேவைகளைப் பொறுத்தமட்டில் UPSC அல்லது SPSC கூடுதல் செயல்பாடுகளை செயல்படுத்துவதற்கு மாநிலத்தின் சட்டமன்றம் சட்ட ஆலோசனைகளை வழங்கலாம்.

யுபிஎஸ்சியின் செலவுகள்: ஆணையத்தின் உறுப்பினர்கள் அல்லது ஊழியர்களின் சம்பளம், கொடுப்பனவுகள் மற்றும் ஓய்வூதியங்கள் உட்பட யுபிஎஸ்சியின் செலவுகள் இந்தியாவின் ஒருங்கிணைந்த நிதியில் வசூலிக்கப்படுகின்றன.

அறிக்கை சமர்ப்பிப்பு: UPSC ஆனது, ஆணையம் செய்த பணிகள் அடங்கிய வருடாந்திர அறிக்கையை இந்திய ஜனாதிபதியிடம் சமர்ப்பிக்கும். ஆணைக்குழுவின் ஆலோசனைகள் ஏற்றுக்கொள்ளப்படாத வழக்குகளை விளக்கி ஜனாதிபதி ஒரு குறிப்பாணையை வழங்குவார். அவ்வாறு ஏற்றுக்கொள்ளப்படாமைக்கான காரணங்கள் பாராளுமன்றத்தின் ஒவ்வொரு சபையிலும் முன்வைக்கப்படுகின்றன.

1.3. நிதி ஆணையம்

நிதி ஆயோக் என்பது மத்திய மற்றும் மாநில அரசுகளுக்கு இடையே சில வருவாய் ஆதாரங்களை ஒதுக்கும் நோக்கத்திற்காக ஒரு அரசியலமைப்பு அமைப்பாகும். இது இந்திய அரசியலமைப்பின் *280 வது* பிரிவின் கீழ் இந்திய ஜனாதிபதியால் நிறுவப்பட்டது. மத்திய மற்றும் மாநிலங்களுக்கு இடையிலான நிதி உறவுகளை வரையறுக்க இது உருவாக்கப்பட்டது. இது *1951 – இல்* உருவாக்கப்பட்டது. *1950 – இல்* இந்திய அரசியலமைப்பு வெளியிடப்பட்டதில் இருந்து பதினைந்து நிதிக் கமிஷன்கள் இதுவரை அமைக்கப்பட்டுள்ளன. அரசியலமைப்பின் படி, ஐந்து ஆண்டுகளுக்கு ஒருமுறை கமிஷன் நியமிக்கப்படுகிறது. ஒரு தலைவர் மற்றும் நான்கு உறுப்பினர்களைக் கொண்டுள்ளது. ஸ்ரீ அஜய் நாராயண் ஜா சமீபத்தில் பதினைந்தாவது நிதி ஆணையத்தின் உறுப்பினராகச் சேர்ந்தார். *15வது* நிதிக் கமிஷன்,

1 பிப்ரவரி 2021 அன்று 'கோவிட் காலநிலையில் நிதி ஆணையம்' என்ற தலைப்பில் ஒரு அறிக்கையை வெளியிட்டது.

இந்திய அரசியலமைப்புச் சட்டம் 280 இந்திய அரசியலமைப்பு தொடங்கப்பட்ட இரண்டு ஆண்டுகளுக்குப் பிறகு குடியரசுத் தலைவர், அதன் பிறகு ஒவ்வொரு 5 வருடங்களுக்கும், இந்திய நிதி ஆணையத்தை அமைக்க வேண்டும். இது தொடர்பாக ஜனாதிபதிக்கு பரிந்துரைகளை வழங்குவது ஆணைக்குழுவின் கடமையாகும்.

யூனியன் மற்றும் மாநிலங்களுக்கு இடையேயான வரிகளின் நிகர வருவாயின் விநியோகம், அல்லது அவற்றுக்கிடையே பிரிக்கப்பட மற்றும் அத்தகைய வருவாய்களின் அந்தந்த பங்குகளின் மாநிலங்களுக்கு இடையே ஒதுக்கீடு செய்தல். இந்தியாவின் ஒருங்கிணைந்த நிதியிலிருந்து மாநிலங்களின் வருவாய்க்கு உதவும் மானியங்களை நிர்வகிக்க வேண்டிய கொள்கைகள் என்ன என்பதை விளக்குகிறது.

உறுதியான நிதி நலன்களுக்காக ஜனாதிபதியால் ஆணைக்குழுவிற்கு பரிந்துரைக்கப்படும் வேறு ஏதேனும் விடயம் ஆணைக்குழு அவர்களின் நடைமுறைகளைத் தீர்மானிக்கும். பாராளுமன்றம் சட்டத்தின் மூலம் அவர்களுக்கு வழங்கக்கூடிய அவர்களின் செயல்பாடுகளை நிறைவேற்றுவதில் அத்தகைய அதிகாரங்களைக் கொண்டிருக்கும்.

இந்திய அரசியலமைப்புச் சட்டம் 281, இது நிதி ஆணையத்தின் பரிந்துரைகளுடன் தொடர்புடையது. நிதி ஆயோக் அளித்த பரிந்துரையையும் அதன் விளக்கக் குறிப்பையும் குடியரசுத் தலைவர் நாடாளுமன்றத்தின் ஒவ்வொரு அவையின் முன்பும் வைக்க வேண்டும் என்பதனைக் கூறுகிறது.

ஆணையத்தின் தலைவர் செயல்பாடுகளுக்குத் தலைமை தாங்குகிறார். அவர் பொது விவகாரங்களில் அனுபவம் பெற்றிருக்க வேண்டும். நான்கு உறுப்பினர்களை கொண்டுள்ளது. ஆணைக்குழுவின் உறுப்பினர்களின் தகுதிகள் மற்றும் அவர்களின் தேர்வு முறைகளைப் பாராளுமன்றம் சட்டப்பூர்வமாக தீர்மானிக்கிறது.

உறுப்பினர்களின் தகுதிகள்

உறுப்பினரின் பதவிக்காலம் இந்தியக் குடியரசுத் தலைவரால் குறிப்பிடப்பட்டு, சில சந்தர்ப்பங்களில், உறுப்பினர்களும் மீண்டும் நியமிக்கப்படுகிறார்கள். குடியரசுத் தலைவரால் திட்டமிடப்பட்ட ஆணையத்திற்கு உறுப்பினர்கள் பகுதி நேர சேவையை வழங்க வேண்டும். உறுப்பினர்களின் சம்பளம் அரசியலமைப்பால் வகுக்கப்பட்ட விதிகளின்படி உள்ளது. ஒரு உறுப்பினர் தகுதி நீக்கம் செய்யப்படலாம், எப்படி என்றால், அவர் மனநிலை சரியில்லாதவர், அவர் ஒரு தீர்க்கப்படாத திவாலானவர், அவர் ஒழுக்கக்கேடான குற்றத்திற்காகத் தண்டிக்கப்பட்டுள்ளார், அவரது நிதி மற்றும் பிற நலன்கள் கமிஷனின் சுமூகமான செயல்பாட்டைத் தடுக்கிறது இந்தக் காரணகளுக்காக நீக்கம் செய்யப்படலாம்

ஜனாதிபதியின் உத்தரவின்படி குறிப்பிட்ட காலத்திற்கு ஒவ்வொரு உறுப்பினரும் பதவியில் இருப்பார்கள், ஆனால் ஜனாதிபதிக்கு அனுப்பப்பட்ட கடிதத்தின் மூலம் அவர் தனது பதவியை ராஜினாமா செய்திருந்தால் மறு நியமனம் பெற தகுதியுடையவர்.

செயல்பாடுகள்

நிதி ஆணையம் இந்திய குடியரசுத் தலைவருக்கு பின்வரும் பிரச்சனைகளைப் பரிந்துரை செய்கிறது.

நிகர வரியானது, மத்திய மற்றும் மாநிலங்களுக்கு இடையே பகிர்ந்தளிக்கப்பட வேண்டும், மேலும் மாநிலங்களுக்கு இடையே ஒதுக்கீடு செய்யப்பட வேண்டும்.

இந்தியாவின் ஒருங்கிணைந்த நிதியிலிருந்து மாநிலங்களுக்கு மத்திய அரசு வழங்கும் மானியங்களை நிர்வகிக்கும் கொள்கைகள்.

மாநில நிதிக் குழுவின் பரிந்துரைகளின் அடிப்படையில் மாநிலத்தின் பஞ்சாயத்துகள் மற்றும் நகராட்சிகளின் வளங்களை அதிகரிக்க மாநிலத்தின் ஒருங்கிணைந்த நிதியை நீட்டிக்க தேவையான நடவடிக்கைகள்.

நல்லநிதிநலன்களுக்காககுடியரசுத்தலைவரால்குறிப்பிடப்படும் வேறு எந்த விஷயத்தையும் குறிப்பிடலாம்.

மத்திய மற்றும் மாநிலங்களால் வசூக்கக்கூடிய வரிகளைப் பகிர்ந்து கொள்வதற்கான அடிப்படையையும், ஒவ்வொரு ஐந்து வருடங்களுக்கும் மாநிலங்களுக்கு வழங்கப்படும் மானியங்களை நிர்வகிக்கும் கொள்கைகளையும் ஆணையம் தீர்மானிக்கிறது.

நல்ல நிதியின் நலனுக்கான எந்தவொரு விஷயமும் ஜனாதிபதியால் ஆணைக்குழுவுக்கு அனுப்பப்படலாம்.

ஆணைக்குழுவின் பரிந்துரைகள் மற்றும் அவற்றின் மீது அரசாங்கம் மேற்கொண்ட நடவடிக்கைகள் தொடர்பான விளக்கக் குறிப்பேடு நாடாளுமன்றத்தின் முன் வைக்கப்பட்டுள்ளது.

மாநிலப் பஞ்சாயத்துகள் மற்றும் நகராட்சிகளின் வளங்களை இணைக்க, மாநிலத்தின் ஒருங்கிணைந்த நிதியின் உயர்வை FC மதிப்பிடுகிறது.

ஆணையம் அதன் செயல்பாட்டுக் களத்தில் அதன் செயல்பாடுகளைச் செயல்படுத்த போதுமான அதிகாரங்களைக் கொண்டுள்ளது.

1908 – சிவில் நடைமுறைச் சட்டத்தின்படி, ஆணையத்திற்க்கு சிவில் நீதிமன்றத்தின் அனைத்து அதிகாரங்களும் உள்ளன. இது சாட்சிகளை அழைக்கலாம், பொது ஆவணம் அல்லது பதிவை ஏதேனும் அலுவலகம் அல்லது நீதிமன்றத்திலிருந்து சமர்ப்பிக்கும்படி கேட்கலாம்.

நிதி ஆணையத்தின் ஆலோசனைப் பங்கு

நிதி ஆயோக் வழங்கிய பரிந்துரைகள் ஒரு ஆலோசனைத் தன்மை கொண்டவை, எனவே அரசாங்கத்தின் மீது கட்டுப்படாது. மாநிலங்களுக்கு நிதி வழங்குவது தொடர்பான பரிந்துரைகளை அமல்படுத்துவது அரசின் கடமை. வேறு வார்த்தைகளில் கூறுவதானால், 'கமிஷனின் பரிந்துரைகள் இந்திய அரசாங்கத்தின் மீது கட்டுப்படுத்தும் என்றோ அல்லது பெறப்படும் மாநிலங்களுக்கு பரிந்துரைக்கப்படும் பணத்தைப் பெறுவதற்கு இது ஒரு சட்டப்பூர்வ உரிமையாக இருக்கும் என்றோ அரசியலமைப்பில் எங்கும் குறிப்பிடப்படவில்லை.

1.4. தீர்ப்பாயங்கள்

தீர்ப்பாயங்கள் முதலில் இந்திய அரசியலமைப்பின் ஒரு பகுதியாக இல்லை. அவை 1985-இல் அறிமுகப்படுத்தப்பட்டன. பல்வேறு விஷயங்களில் உள்ள தகராறுகளுக்கு விரைவான, மலிவான மற்றும் பரவலாக்கப்பட்ட தீர்ப்பை வழங்குவதற்கான நோக்கத்துடன் தீர்ப்பாயங்கள் அமைக்கப்பட்டன. தகராறுகளைத் தீர்ப்பதற்கு வழக்கமான நீதிமன்றங்களின் வழியைத் தவிர்ப்பதற்காக தீர்ப்பாயங்கள் உருவாக்கப்படுகின்றன. தீர்ப்பாயங்களுக்கான ஏற்பாடு முதலில் அரசியலமைப்பில் இல்லை.

ஆதலால் தீர்ப்பாயம் என்பது ஒரு பகுதி நீதித்துறை நிறுவனமாகும் (*quasi-judicial institution*), இது நிர்வாக அல்லது வரி தொடர்பான தகராறுகளைத் தீர்ப்பது போன்ற சிக்கல்களைச் சமாளிப்பதற்காக அமைக்கப்பட்டது. இது தகராறுகளை தீர்ப்பது, போட்டியிடும் கட்சிகளுக்கு இடையே உள்ள உரிமைகளை தீர்மானித்தல், நிர்வாக முடிவெடுப்பது, ஏற்கனவே உள்ள நிர்வாக முடிவை மதிப்பாய்வு செய்தல் மற்றும் பல செயல்பாடுகளைச் செய்கிறது.

'ட்ரிப்யூனல்' என்ற சொல் 'ட்ரிப்யூன்ஸ்' என்ற வார்த்தையிலிருந்து பெறப்பட்டது, அதாவது 'கிளாசிக்கல் ரோமன் குடியரசின் நீதிபதிகள்' என்று இதற்குப் பொருள். இது தீர்ப்பாயம் அலுவலகம் என்று குறிப்பிடப்படுகிறது. அதாவது, முடியாட்சி மற்றும் குடியரசின் கீழ் உள்ள ஒரு ரோமானிய அதிகாரி, பிரபுத்துவ நீதிபதிகளின் தன்னிச்சையான நடவடிக்கையிலிருந்து குடிமகனைப் பாதுகாக்கும் செயல்பாட்டைக் கொண்டுள்ளது எனப்படும்.

தீர்ப்பாயத்தின் தேவை

பல்வேறு நீதிமன்றங்களில் நிலுவையில் உள்ள வழக்குகளின் காரணமாக ஏற்பட்ட சூழ்நிலையைச் சமாளிக்க, உள்நாட்டு தீர்ப்பாயங்கள் மற்றும் பிற தீர்ப்பாயங்கள் வெவ்வேறு சட்டங்களின் கீழ் நிறுவப்பட்டு, இவை தீர்ப்பாயங்கள் என்று குறிப்பிடப்படுகின்றன.

நீதிமன்றங்களின் பணிச்சுமையைக் குறைப்பதற்கும், முடிவுகளை விரைவுபடுத்துவதற்கும், தீர்ப்பாயத்தின் அதிகார வரம்பிற்கு

உட்பட்ட பகுதிகளில் வழக்கறிஞர்கள் மற்றும் நிபுணர்களால் நிர்வகிக்கப்படும் ஒரு மன்றத்தை வழங்குவதற்கும் தீர்ப்பாயங்கள் அமைக்கப்பட்டன.

தீர்ப்பாயங்கள் நீதிப் பொறிமுறையில் முக்கியமான மற்றும் சிறப்பு வாய்ந்த பங்கைச் செய்கின்றன. அவர்கள் ஏற்கனவே அதிக சுமை உள்ள நீதிமன்றங்களில் இருந்து ஒரு சுமையை எடுத்துக்கொள்கிறார்கள். அவர்கள் சுற்றுச்சூழல், ஆயுதப்படைகள், வரி மற்றும் நிர்வாக பிரச்சினைகள் தொடர்பான சர்ச்சைகளைக் கேட்கிறார்கள்.

ஸ்வரன் சிங் கமிட்டியின் பரிந்துரைகளின்படி 42வது திருத்தச் சட்டம் இந்த விதிகளை அறிமுகப்படுத்தியது. இந்த 42வது திருத்தச் சட்டம் அரசியலமைப்பில் பகுதி XIV-A ஐ அறிமுகப்படுத்தியது. இந்த பகுதி 'தீர்ப்பாயம்' என்று அழைக்கப்படுகிறது. இதில் இரண்டு கட்டுரைகள் உள்ளன.

ஒன்று - பிரிவு 323A - நிர்வாக தீர்ப்பாயங்கள். நிர்வாக தீர்ப்பாயங்கள் என்பது பொது சேவையில் ஈடுபடும் நபர்களின் ஆட்சேர்ப்பு மற்றும் சேவை நிலைமைகள் தொடர்பான சர்ச்சைகளை தீர்க்கும் அரை-நீதித்துறை நிறுவனங்களாகும். மத்திய நிர்வாக தீர்ப்பாயம் இந்த பிரிவின் கீழ் உருவாக்கப்பட்டது.

இரண்டு - பிரிவு 323B - பிற துறைகளுக்கான தீர்ப்பாயங்கள்:

வரிவிதிப்பு, தொழில்துறை மற்றும் தொழிலாளர், அந்நிய செலாவணி, இறக்குமதி மற்றும் ஏற்றுமதி, நில சீர்திருத்தங்கள், உணவு, நகர்ப்புற சொத்து மீதான உச்சவரம்பு, பாராளுமன்றம் மற்றும் மாநில சட்டமன்றங்களுக்கு தேர்தல், வாடகை மற்றும் குத்தகை உரிமைகள் போன்ற பிரச்சனைகளை தீர்க்கிறது.

323A நிர்வாகத் தீர்ப்பாயங்களைக் கையாளும் அதே வேளையில், 323B மற்ற வகை நீதிமன்றங்களுடன், அதாவது தேசிய பசுமைத் தீர்ப்பாயம், போட்டி மேல்முறையீட்டு தீர்ப்பாயம் (COMPAT), செக்யூரிட்டிஸ் மேல்முறையீட்டு தீர்ப்பாயம் (SAT) போன்றவற்றைக் கையாள்கிறது.

323Aன் கீழ் தீர்ப்பாயங்களை நாடாளுமன்றத்தால் மட்டுமே நிறுவ முடியும். இருப்பினும், 323B இன் கீழ் நீதிமன்றங்கள் பாராளுமன்றம் மற்றும் மாநில சட்டமன்றம் ஆகிய இரண்டாலும் நிறுவப்படலாம்.

323Aன் கீழ், மையத்தில் ஒரு தீர்ப்பாயம் மட்டுமே இருக்க முடியும் மற்றும் ஒவ்வொரு மாநிலத்திற்கும் ஒன்று (அல்லது இரண்டு அல்லது அதற்கு மேற்பட்ட மாநிலங்கள்), ஆனால் 323B இன் கீழ், தீர்ப்பாயங்களின் படிநிலை இருக்க முடியும்.

நிர்வாகத் தீர்ப்பாயங்கள்

நிர்வாகத் தீர்ப்பாயங்களின் பண்புகள் கீழே குறிப்பிடப்பட்டுள்ளன. அவையே,

இவை சட்டப்பூர்வ தோற்றம் கொண்டவை, எனவே அவை பாராளுமன்றம்/சட்டமன்றங்கள் மூலம் ஒரு சட்டத்தால் உருவாக்கப்பட வேண்டும்.

நிர்வாகத் தீர்ப்பாயங்கள் பகுதி நீதித்துறை இயல்புடையவை. அதாவது, அவை நீதிமன்றத்தின் அனைத்து அம்சங்களையும் கொண்டிருக்கவில்லை.

அவை இயற்கை நீதியின் கொள்கைகளின் அடிப்படையில் செயல்படுகின்றன மற்றும் சிவில் நடைமுறைச் சட்டத்தால் கட்டுப்படுத்தப்படவில்லை.

மற்ற நீதிமன்றங்களைப் போலவே சாட்சிகளை வரவழைக்கவும், சத்தியப்பிரமாணம் செய்யவும், ஆவணங்களைச் சமர்ப்பிக்க கட்டாயப்படுத்தவும் அவர்களுக்கு அதிகாரம் உள்ளது. அத்தகைய தீர்ப்பாயங்களின் முடிவுகளுக்கு எதிராக தடை மற்றும் சான்றிதழின் ரிட்கள் (writs of prohibition and certiorari)கிடைக்கின்றன.

அவை சுதந்திரமான அமைப்புகள் மற்றும் நிர்வாக குறுக்கீடுகளுக்கு உட்பட்டவை அல்ல.

நிர்வாகத் தீர்ப்பாயங்களின் நன்மைகள்

கடுமையான நடைமுறைகளைக் கடைப்பிடிக்க வேண்டிய சாதாரண நீதிமன்றங்களுடன் ஒப்பிடும்போது தீர்ப்பாயங்கள் நெகிழ்வுத்தன்மையை வழங்குகின்றன.

அவைமலிவானவைமற்றும்விரைவானநீதியைவழங்குகின்றன.

தீர்ப்பாயங்கள் பின்பற்றும் நடைமுறை எளிமையானது மற்றும் சாதாரண மக்களும் புரிந்து கொள்ளக்கூடியது. ஏற்கனவே வழக்குகளால் சுமையாக இருக்கும் சாதாரண நீதிமன்றங்களுக்கும் அவை நிவாரணம் அளிக்கின்றன.

நிர்வாகத் தீர்ப்பாயங்களின் குறைபாடுகள்

அவை "சட்டத்தின் ஆட்சி" யின் வரைமுறைக்கு எதிராக செல்கின்றன. தன்னிச்சையான அதிகாரம் நிறுவனங்கள் அல்லது தனிநபர்களால் பயன்படுத்தப்படுவதில்லை என்பதைச் சட்டத்தின் ஆட்சி உறுதி செய்கிறது. ஒவ்வொருவரும் சட்டத்திற்கு உட்பட்டவர்கள் மற்றும் பொறுப்புக்கூற வேண்டியது அவசியமானது. சாதாரண நீதிமன்றங்களில் சிவில் மற்றும் கிரிமினல் வழக்குகளுக்கு ஒரே மாதிரியான நடைமுறைக் குறியீடு உள்ளது. ஆனால், நிர்வாகத் தீர்ப்பாயங்களுக்கு ஒரே மாதிரியான நடைமுறைக் குறியீடு இல்லை. இத்தகைய தீர்ப்பாயங்கள் சில சமயங்களில் நீதித்துறை நடவடிக்கைகளை கையாள்வதில் அனுபவம் இல்லாத நிபுணர்களால் கையாளப்படுகின்றன. எனவே, அவர்கள் சுருக்க நடைமுறைகளையும் பின்பற்றுகிறார்கள்.

மற்ற தீர்ப்பாயங்கள்

பிற தீர்ப்பாயங்களின் சில எடுத்துக்காட்டுகள் சுருக்கமாக கீழே விவரிக்கப்பட்டுள்ளன.

ஆயுதப்படைகள் தீர்ப்பாயம்

இந்த ஆயுதப்படை தீர்ப்பாய சட்டம் 2007-ன் கீழ் நிறுவப்பட்ட ராணுவ தீர்ப்பாயமாகும். இது ஆயுதப்படைகளில் உள்ள பணியாளர்களின் கமிஷன், ஊதியங்கள், நியமனங்கள் மற்றும் சேவை நிலைமைகள் தொடர்பான சர்ச்சைகளைத் தீர்க்கிறது. அதன் முதன்மை பெஞ்ச் புதுதில்லியில் உள்ளது. இது பத்து பிராந்திய பெஞ்சுகளையும் கொண்டுள்ளது.

தேசியப் பசுமை தீர்ப்பாயம்

சுற்றுச்சூழல், காடுகள் மற்றும் பிற இயற்கை வளங்களின் பாதுகாப்பு மற்றும் பாதுகாப்பு தொடர்பான வழக்குகளை திறம்பட மற்றும் விரைவான தீர்வுக்காக இது 2010 – இல் உருவாக்கப்பட்டது.

நீர்த் தகராறு தீர்ப்பாயம்

பல மாநிலங்கள் வழியாகப் பாயும் நதிகளுக்கு இடையேயான நீர்ப் பகிர்வுப் பிரச்சினையில் இந்திய மாநிலங்களுக்கிடையே நிலவும் பிரச்சனைகளைத் தீர்ப்பதற்காக இவை அமைக்கப்பட்டுள்ளன.

வருமான வரி மேல்முறையீட்டு தீர்ப்பாயம் (ITAT)

1941 இல் நிறுவப்பட்டது, ITAT நேரடி வரிச் சட்டங்களின் கீழ் மேல்முறையீடுகளைக் கையாள்கிறது. இந்த தீர்ப்பாயம் பிறப்பித்த உத்தரவுகள் இறுதியானது மற்றும் நிர்ணயம் செய்வதற்கு சட்டத்தின் கணிசமான கேள்வி எழுந்தால் மட்டுமே உயர் நீதிமன்றத்தில் மேல்முறையீடு செய்யப்படும். தற்போது, தீர்ப்பாயத்தில் 63 பெஞ்சுகள் உள்ளன.

பட்டியல் சாதிகள் தேசிய ஆணையம்

1987 ஆம் ஆண்டில், பல்வேறு நாடாளுமன்ற உறுப்பினர்களின் அழுத்தத்தின் பேரில், SC மற்றும் STக்களின் நலனுக்காக ஒரு உறுப்பினர் ஆணையத்திற்குப் பதிலாக பல உறுப்பினர்களைக் கொண்ட ஆணையத்தை அமைக்க அரசாங்கம் முடிவு செய்தது. அரசியலமைப்பின் 65 வது திருத்தம் ஒரு உறுப்பினர் முறையை மாற்றியமைத்தது, பல உறுப்பினர்களைக் கொண்ட தேசியப் பட்டியல் சாதிகள் மற்றும் பழங்குடியினருக்கான ஆணையம். அரசியலமைப்பு சட்டம் 1990, அரசியலமைப்பின் பிரிவு 338-ஐ அமைத்தது. புதிதாக உருவாக்கப்பட்ட பட்டியல் சாதிகள் மற்றும் பழங்குடியினருக்கான தேசிய ஆணையம் ஆணையத்தின் தலைவர் மற்றும் துணைத் தலைவர் தவிர 5 உறுப்பினர்களைக் கொண்டிருக்க வேண்டும் என கூறியது. 2003 இல் 89 வது திருத்தம் இந்த ஆணையத்தை 2004 முதல் நடைமுறைக்கு வரும் வகையில் பட்டியல்

சாதிகளுக்கான தேசிய ஆணையம், பட்டியல் பழங்குடியினருக்கான தேசிய ஆணையம் என்ற ஒன்றை அமைத்தது.

பட்டியலிடப்பட்ட சாதிகளுக்கான தேசிய ஆணையம் என்பது இந்திய அரசின் சமூக நீதி மற்றும் அதிகாரமளித்தல் அமைச்சகத்தின் அதிகார வரம்பிற்கு உட்பட்ட ஒரு இந்திய அரசியலமைப்பு அமைப்பாகும். இதன் மூலம் பொருளாதார மற்றும் கலாச்சார நலன்கள், அரசியலமைப்பில் சிறப்பு ஏற்பாடுகள் செய்யப்பட்டன. இந்திய அரசியலமைப்புச் சட்டத்தின் 338 வது பிரிவு, பட்டியல் சாதிகளுக்கான தேசிய ஆணையத்தைப் பற்றியது. ஆரம்பத்தில், அரசியலமைப்பு சட்டப்பிரிவு 338 ன் கீழ் ஒரு சிறப்பு அதிகாரியை நியமித்தது. இந்த சிறப்பு அதிகாரி, பட்டியல் சாதிகள் மற்றும் பழங்குடியினருக்கான ஆணையராக நியமிக்கப்பட்டார்.

முதன்முதலில் 2004 ல் சூரஜ் பான் அவர்களைத் தலைவராகக் கொண்டு, பட்டியல் சாதியினருக்கான முதல் தேசிய ஆணையம் அமைக்கப்பட்டது. இரண்டாவது தேசிய ஆணையம் மே 2007 ல் நிறுவப்பட்டு அதன் தலைவர் பூட்டா சிங் அவர்கள், 2010 முதல் 2013 வரை விளங்கினார். மூன்றாவது மற்றும் நான்காவது ஆணையங்களின் தலைவராக, புனியா அவர்கள் இருந்தார். ஐந்தாவது தேசியப் பட்டியல் சாதியினருக்கான ஆணையம் 2017 இல் ராம் சங்கர் கத்தேரியா அவர்களின் தலைமையில் செயல்படத் தொடங்கியது. கே.ராமுலு, டாக்டர் யோகேந்திர பாஸ்வான் மற்றும் டாக்டர் ஸ்வராஜ் வித்வான் ஆகியோருடன் எல்.முருகன் துணைத் தலைவராக நியமிக்கப்பட்டார். பட்டியல் சாதிகளுக்கான ஆறாவது தேசிய ஆணையத்தின் தலைவராக ஸ்ரீ விஜய சாம்ப்லாவை குடியரசுத் தலைவர் நியமித்துள்ளார். ஸ்ரீ அருண் ஹல்டர் துணைத் தலைவர் ஆவார். தலைவர் தவிர, ஒரு துணைத் தலைவர் மற்றும் மூன்று உறுப்பினர்கள் உள்ளனர்.

செயல்பாடுகள்

ஆணையத்தின் செயல்பாடுகள் பின்வருமாறு,

அரசியலமைப்பின் கீழ் அல்லது வேறு எந்த சட்டத்தின் கீழும் தற்போதைக்கு நடைமுறையில் உள்ள அல்லது அரசாங்கத்தின்

எந்த உத்தரவின் கீழும் பட்டியல் சாதியினருக்கு வழங்கப்பட்டுள்ள பாதுகாப்புகள் தொடர்பான அனைத்து விஷயங்களையும் ஆராய்ந்து கண்காணிக்கும்.

அத்தகைய பாதுகாப்புகளின் செயல்பாட்டை மதிப்பீடு செய்யவும் பட்டியல் சாதியினரின் உரிமைகள் மற்றும் பாதுகாப்புகள் பறிக்கப்படுவது தொடர்பான குறிப்பிட்ட புகார்களை விசாரிக்க பட்டியலிடப்பட்ட சாதியினரின் சமூக-பொருளாதார மேம்பாட்டிற்கான திட்டமிடல் செயல்முறையில் பங்கேற்று ஆலோசனை வழங்கும்

யூனியன் மற்றும் எந்த மாநிலத்தின் கீழும் அவர்களின் வளர்ச்சியின் முன்னேற்றத்தை மதிப்பீடு செய்தல்.

குடியரசு தலைவரிடம் ஆண்டுதோறும் மற்றும் ஆணையம் பொருத்தமானதாகக் கருதும் மற்ற நேரங்களில், அந்த பாதுகாப்புகளின் செயல்பாடு குறித்த அறிக்கைகளைச் சமர்ப்பிக்கும்.

அந்த பாதுகாப்புகளை திறம்பட செயல்படுத்துவதற்கு ஒன்றியம் அல்லது எந்த மாநிலமும் எடுக்க வேண்டிய நடவடிக்கைகள் மற்றும் பட்டியல் சாதியினரின் பாதுகாப்பு, நலன் மற்றும் சமூக-பொருளாதார மேம்பாட்டிற்கான பிற நடவடிக்கைகள் போன்ற பரிந்துரைகளை அத்தகைய அறிக்கைகளில் வழங்கும்

பட்டியலிடப்பட்ட சாதியினரின் பாதுகாப்பு, நலன் மற்றும் மேம்பாடு மற்றும் முன்னேற்றம் தொடர்பான பிற செயல்பாடுகளை நிறைவேற்றுவதற்கு, குடியரசுத் தலைவர், பார்லிமென்ட் இயற்றிய சட்டத்தின் விதிகளுக்கு உட்பட்டு நடக்கவேண்டும்.

பழங்குடியினருக்கான தேசிய ஆணையம்

பட்டியல் பழங்குடியினருக்கான தேசிய ஆணையம் (NCST) அரசியலமைப்பு 89வது திருத்தம் சட்டம், 2003ன் மூலம் அரசியலமைப்பில் சட்டப்பிரிவு 338-ஐத் திருத்துவதன் மூலமும், புதிய சட்டப்பிரிவு 338A-ஐச் சேர்ப்பதன் மூலமும் நிறுவப்பட்டது. இரண்டு தனித்தனி கமிஷனால் மாற்றப்பட்டது - (i) பட்டியல் சாதிகளுக்கான தேசிய ஆணையம் (NCSC), மற்றும் (ii) பட்டியல் பழங்குடியினருக்கான

தேசிய ஆணையம் (NCST) 19 பிப்ரவரி, 2004. தலைவர், துணைத் தலைவர் மற்றும் ஒவ்வொரு உறுப்பினரின் பதவிக்காலம் பொறுப்பேற்ற நாளிலிருந்து மூன்று ஆண்டுகள் ஆகும். தலைவருக்கு மத்திய கேபினட் அமைச்சர் பதவியும், துணைத் தலைவர் மாநில அமைச்சரும் மற்ற உறுப்பினர்களும் இந்திய அரசின் செயலாளர் பதவியும் பெற்றுள்ளனர். பிரிவு 338A - அட்டவணைப்படுத்தப்பட்ட பழங்குடியினருக்கான தேசிய ஆணையத்தைப் பற்றி விவரிக்கிறது. பட்டியல் பழங்குடியினருக்கான தேசிய ஆணையம் ஒரு தலைவர், ஒரு துணைத் தலைவர் மற்றும் மூன்று முழுநேர உறுப்பினர்களைக் கொண்டுள்ளது. மூன்று உறுப்பினர்களில், கட்டாயமாக ஒரு பெண் உறுப்பினர் இருக்க வேண்டும். ஆணையத்தின் அனைத்து உறுப்பினர்களின் பதவிக்காலம் 3 ஆண்டுகள். இந்திய ஜனாதிபதி அவர்கள் ஆணையத்தினை நியமிக்கிறார்.

இந்திய அரசியலமைப்பில் பட்டியல் பழங்குடியினருக்கு எந்த வரையறையும் கொடுக்கவில்லை. இருப்பினும், தேசிய பட்டியல் பழங்குடியினர் ஆணையம் (என்சிஎஸ்டி) அமைக்கப்பட்டவுடன், சிவில் உரிமைகள் (பிசிஆர்) சட்டம், 1955 மற்றும் எஸ்சி, எஸ்டி வன்கொடுமைகள் தடுப்பு (பிஓஏ) சட்டம், 1989 போன்ற பல்வேறு சட்டங்கள் 2015 ல் திருத்தப்பட்டன மற்றும் அதன் விதிகள் 2016ல் அங்கீகாரம் பெற்றது.

அரசியலமைப்பின் பிரிவு 366(25) ன் படி, பட்டியலிடப்பட்ட பழங்குடியினர் என்பது அரசியலமைப்பின் 342 வது பிரிவின்படி திட்டமிடப்பட்ட சமூகங்கள் ஆகும். மேலும், அரசியலமைப்பின் பிரிவு 342ல் பட்டியலிடப்பட்ட பழங்குடியினர் என்பது பழங்குடியினர் அல்லது பழங்குடி சமூகங்கள் மற்றும் பழங்குடி சமூகங்களுக்குள் உள்ள ஒரு பகுதி அல்லது குழுக்கள், அவையே ஜனாதிபதியால் பொது அறிவிப்பின் மூலம் அறிவிக்கப்பட்டுள்ளன. 2011 மக்கள்தொகை கணக்கெடுப்பின்படி, பட்டியலிடப்பட்ட பழங்குடியினர் நாட்டின்மக்கள்தொகையில் 8.6% உள்ளனர். இந்த பட்டியல் பழங்குடியினர் நாடு முழுவதும் பெரும்பாலும் காடு மற்றும் மலைப்பகுதிகளில் பரவியுள்ளனர்.

இந்தச் சமூகங்களின் முக்கியப் பண்புகள்:-

பழைமையான பண்புகள்

புவியியல் தனிமைப்படுத்தல்

தனித்துவமான கலாச்சாரம்

சமூகத்துடன் தொடர்பு கொள்ள வெட்கப்படுவர்

பொருளாதாரத்தில் பின்தங்கியவர்கள்

பிற்படுத்தப்பட்டவர்களை போலவே, பழங்குடியினருக்கும் அதிகாரமளிக்கும் திட்ட நோக்கமானது சமூக அதிகாரமளித்தல், பொருளாதார அதிகாரமளித்தல் மற்றும் சமூக நீதி ஆகிய மூன்று அம்ச திட்டத்தின் மூலம் அடையப்படுகிறது.

செயல்பாடுகள்

NCST ஆனது, அரசியலமைப்பின் கீழ் பட்டியலிடப்பட்ட பழங்குடியினருக்கான விதிகளைப் பாதுகாப்பது மற்றும் அந்த பாதுகாப்புகளின் செயல்பாட்டை மதிப்பீடு செய்வது தொடர்பான அனைத்து விஷயங்களையும் விசாரித்துக் கண்காணிக்கிறது.

எஸ்டிகளின் உரிமைகள் மற்றும் பாதுகாப்புகள் பறிக்கப்படுவது தொடர்பான குறிப்பிட்ட புகார்களை NCST ஆணையம் விசாரிக்கும்.

எஸ்டிகளின் சமூக-பொருளாதார மேம்பாட்டிற்கான திட்டமிடல் செயல்முறையில் கமிஷன் பங்கேற்று ஆலோசனைகளை வழங்குகிறது மற்றும் பல்வேறு வளர்ச்சி நடவடிக்கைகளின் முன்னேற்றத்தை மதிப்பீடு செய்கிறது.

பாதுகாப்பு நடவடிக்கைகளின் ஆண்டு அறிக்கை ஜனாதிபதியிடம் சமர்ப்பிக்கப்படும். வருடாந்த அறிக்கைகள் மட்டுமன்றி ஏனைய அறிக்கைகளும் ஜனாதிபதிக்கு தேவைப்படும் போது சமர்ப்பிக்கப்படும்.

எஸ்டியினரின் பாதுகாப்பு, மேம்பாடு மற்றும் நலனுக்கான நடவடிக்கைகள் மற்றும் பாதுகாப்புகளை திறம்பட செயல்படுத்துவதற்கு மத்திய மற்றும் பல்வேறு மாநில அரசுகளால் என்ன நடவடிக்கைகள் எடுக்கப்பட வேண்டும் என்பது குறித்த

அறிக்கைகளையும் ஆணையம் வழங்கும். என்சிஎஸ்டியின் பிற செயல்பாடுகள் எஸ்டிகளின் நலன், பாதுகாப்பு, மேம்பாடு மற்றும் முன்னேற்றம் ஆகியவற்றுடன் தொடர்புடையவை.

பிற்படுத்தப்பட்டோருக்கான தேசிய ஆணையம்

டெல்லியைத் தலைமையிடமாகக் கொண்டு 1993 ஆம் ஆண்டு ஆகஸ்ட் 14 ம் தேதி நிறுவப்பட்ட பிற்படுத்தப்பட்ட வகுப்பினருக்கான தேசிய ஆணையம் (NCBC) சமூக நீதி மற்றும் அதிகாரமளித்தல் அமைச்சகத்தின் கீழ் ஒரு அரசியலமைப்பு அமைப்பாகும். இது பிற்படுத்தப்பட்ட வகுப்பினருக்கான தேசிய ஆணையச் சட்டம், 1993-ன் கீழ் உருவாக்கப்பட்டது. சமூக மற்றும் கல்வியில் பின்தங்கிய வகுப்பினரின் நிலைமைகள் மற்றும் சிரமங்களை ஆராய்ந்து தகுந்த பரிந்துரைகளை வழங்குவதற்காக இந்த ஆணையம் உருவாக்கப்பட்டது. 102வது அரசியலமைப்பு திருத்தச் சட்டம், 2018 பிற்படுத்தப்பட்ட வகுப்பினருக்கான தேசிய ஆணையத்திற்கு (NCBC) அரசியலமைப்பு அந்தஸ்தை வழங்குகிறது.

பிற்படுத்தப்பட்ட வகுப்பினருக்கான தேசிய ஆணையம் (NCBC) என்பது 1992 இன் இந்திரா சாஹ்னி வழக்கின் (மண்டல் கமிஷன்) விளைவாகும். மண்டல் கமிஷனின் இறுதித் தீர்ப்பில், இந்திய உச்ச நீதிமன்றம் என்சிபிசியை ஒரு சட்டப்பூர்வ அமைப்பாக உருவாக்குவதைக் குறிப்பிட்டது. NCBC, 2015 ஆம் ஆண்டில் குடும்ப ஆண்டு வருமானம் ₹15 லட்சம் வரை உள்ள மற்றும் OBC சாதியைச் சேர்ந்த ஒரு நபர் OBCக்கான குறைந்தபட்ச உச்சவரம்பாகக் கருதப்படும் என்று முன்மொழிந்தது. ஓபிசியை 'பிற்படுத்தப்பட்டவர்கள்', 'மேலும் பிற்படுத்தப்பட்டவர்கள்' மற்றும் 'மிகவும் பின்தங்கியவர்கள்' எனப் பிரிக்கலாம் என்றும் பரிந்துரைத்தது. NCBC இன் படி, 2016 ஆம் ஆண்டில் பிற்படுத்தப்பட்ட சாதிகளின் எண்ணிக்கை OBC களின் மத்திய பட்டியலில் 5013 ஆக அதிகரித்துள்ளது.

என்சிபிசியின் அமைப்பு

தேசிய பிற்படுத்தப்பட்ட வகுப்பினருக்கான ஆணையம், தலைவர், துணைத் தலைவர் மற்றும் மூன்று ஆண்டு கால பதவிக்காலம்

கொண்ட மூன்று உறுப்பினர்களை உள்ளடக்கிய ஐந்து ஒழுங்குமுறை உறுப்பினர்களைக் கொண்டுள்ளது.

NCBC - அதிகாரங்கள் மற்றும் செயல்பாடுகள்

சமூக ரீதியாகவும், கல்வி ரீதியாகவும் பின்தங்கிய வகுப்பினரின் அனைத்து விஷயங்களையும் அரசியலமைப்பின் கீழ் அல்லது வேறு எந்த சட்டத்தின் கீழ் வழங்கப்பட்டுள்ள பாதுகாப்புகளை முறையாகச் செயல்படுத்தி இது தொடர்பான அனைத்து விஷயங்களையும் விசாரித்து கண்காணிக்கும்.

சமூக ரீதியாக பின்தங்கிய வகுப்பினரின் வளர்ச்சியின் முன்னேற்றத்தை மதிப்பிடுவதோடு, அவர்களின் சமூக-பொருளாதார வளர்ச்சியில் தீவிரமாக பங்கேற்று ஆலோசனை வழங்குதல்.

இது ஆண்டுதோறும் பாதுகாப்பு நடவடிக்கைகளின் அடிப்படையில் அறிக்கைகளை ஜனாதிபதியிடம் சமர்ப்பிக்கிறது. அந்த அறிக்கைகளில் ஏதேனும் மாநில அரசு சம்பந்தப்பட்ட எந்த விஷயத்திற்கும் தொடர்புடையதாக இருந்தால், அந்த அறிக்கையின் நகல் மாநில அரசுக்கு அனுப்பப்படும்.

சமூகம் மற்றும் கல்வியில் பின்தங்கிய வகுப்பினரின் பாதுகாப்பு, நலன், மேம்பாடு மற்றும் முன்னேற்றத்திற்கு NCBC பொறுப்பை ஏற்க்கிறது.

அரசியலமைப்பு விதிகள்

பிரிவு 340, "சமூகம் மற்றும் கல்வியில் பின்தங்கிய வகுப்பினரை" அடையாளம் காணவும், அவர்களின் பின்தங்கிய நிலைகளைப் புரிந்து கொள்ளவும், அவர்கள் எதிர்கொள்ளும் சிரமங்களை அகற்றப் பரிந்துரைகளை வழங்கவும் வேண்டும்.

102வது அரசியலமைப்புத் திருத்தச் சட்டம் புதிய பிரிவுகள் 338 பி மற்றும் 342 ஏ ஆகியவற்றைச் சேர்த்தது.

இந்த திருத்தம் சட்டப்பிரிவு 366-ல் மாற்றங்களையும் கொண்டுவருகிறது.

பிரிவு 338B சமூக மற்றும் கல்வியில் பின்தங்கிய வகுப்பினர் தொடர்பான புகார்கள் மற்றும் நலன்புரி நடவடிக்கைகளை ஆராய NCBC க்கு அதிகாரத்தை வழங்குகிறது.

பிரிவு 342 A பல்வேறு மாநிலங்கள் மற்றும் யூனியன் பிரதேசங்களில் சமூக மற்றும் கல்வியில் பின்தங்கிய வகுப்பினரைக் குறிப்பிட ஜனாதிபதிக்கு அதிகாரம் அளிக்கிறது. சம்பந்தப்பட்ட மாநில ஆளுநருடன் கலந்தாலோசித்து அவர் இதைச் செய்யலாம். ஆனால், பிற்படுத்தப்பட்டோர் பட்டியலில் திருத்தம் செய்ய வேண்டுமானால், பார்லிமென்ட் இயற்றிய சட்டம் தேவைப்படும்.

இந்தியாவின் தலைமைக் கணக்குத் தணிக்கையாளர்

தேசிய மற்றும் மாநில அரசாங்கங்களின் செலவினங்களின் வெளிப்புற மற்றும் உள் தணிக்கைகளுக்குப் பொறுப்பான உச்ச அதிகாரம் பெற்றது இந்தியாவின் கன்ட்ரோலர் மற்றும் ஆடிட்டர் ஜெனரல் ஆகும். இது இந்தியாவின் சிஏஜி என்று பிரபலமாக அறியப்படுகிறது. இந்திய அரசமைப்புச் சட்டத்தின் 148வது பிரிவின் கீழ் நிறுவப்பட்ட இந்தியாவின் உச்ச தணிக்கை நிறுவனமாக உள்ளது. அரசாங்கத்தால் கணிசமான நிதியுதவி பெறும் தன்னாட்சி அமைப்புகள் மற்றும் பெருநிறுவனங்கள் உட்பட இந்திய அரசு மற்றும் மாநில அரசுகளின் அனைத்து வரவுகள் மற்றும் செலவினங்களை தணிக்கை செய்ய அவர்களுக்கு அதிகாரம் உள்ளது. CAG ஆனது அரசாங்கத்திற்குச் சொந்தமான நிறுவனங்களின் சட்டப்பூர்வ தணிக்கையாளராகவும் உள்ளது. CAG இன் அறிக்கைகள் பாராளுமன்றம் அல்லது சட்டமன்றங்களில் வைக்கப்படுகின்றன.

மேலும் அவை இந்திய நாடாளுமன்றம் மற்றும் மாநில சட்டமன்றங்களில் உள்ள சிறப்புக் குழுக்களான பொதுக் கணக்குக் குழுக்கள் (PACகள்) மற்றும் பொது நிறுவனங்களுக்கான குழுக்கள் (COPUs) ஆகியவற்றால் விவாதத்திற்கு எடுத்துக்கொள்ளப்படுகின்றன. CAG இந்தியத் தணிக்கை மற்றும் கணக்குத் துறையின் தலைவராகவும் உள்ளது, அதன் விவகாரங்கள் இந்திய தணிக்கை மற்றும் கணக்கு சேவை அதிகாரிகளால் நிர்வகிக்கப்படுகின்றன, மேலும் நாடு முழுவதும் 43,576 பணியாளர்களைக் கொண்டுள்ளது. ஆகஸ்ட் 7, 2020 அன்று, கிரிஷ்

சந்திர முர்மு இந்தியாவின் புதிய தலைமைத் தணிக்கையாளர் மற்றும் ஆடிட்டர் ஜெனரலாக (CAG.) நியமிக்கப்பட்டார், முன்னதாக அவர் ஜம்மு & காஷ்மீர் யூனியன் பிரதேசத்தின் லெப்டினன்ட்-கவர்னராக இருந்தார்.

உறுதிமொழி, நியமனம்

"நான், (நியமிக்கப்பட்ட நபரின் பெயர்), இந்தியாவின் கன்ட்ரோலர் மற்றும் ஆடிட்டர்-ஜெனரலாக நியமித்ததன் மூலம் கடவுளின் பெயரால் சத்தியம் செய்கிறேன். சட்டப்படி நிறுவப்பட்ட இந்திய அரசியலமைப்பின் மீது உண்மையான நம்பிக்கையையும் விசுவாசத்தையும் நான் தாங்குவேன் என்று உறுதியளிக்கிறேன். இந்தியாவின் இறையாண்மை மற்றும் ஒருமைப்பாட்டை நான் நிலைநிறுத்துவேன், நான் எனது பதவியின் கடமைகளை பயம் அல்லது தயவு, பாசம் அல்லது தீமையின்றி முறையாகவும், உண்மையாகவும், எனது திறன், அறிவு மற்றும் தீர்ப்பின்படி சிறப்பாகச் செய்வேன்.

இந்தியாவின் கன்ட்ரோலர் மற்றும் ஆடிட்டர்-ஜெனரல் இந்திய ஜனாதிபதியால் நியமிக்கப்படுகிறார்.

அகற்றுதல்

நிரூபிக்கப்பட்ட தவறான நடத்தை அல்லது இயலாமை ஆகியவற்றின் அடிப்படையில் நாடாளுமன்றத்தின் இரு அவைகளிலும் உரையாற்றினால் மட்டுமே CAG நீக்கப்பட முடியும். சிஏஜி 65 வயது வரையும் 6 ஆண்டு கால அவகாசம், இவற்றில் எது முந்தையதோ அல்லது குற்றஞ்சாட்டுதல் மூலம் பதவியை விட்டு விளக்க முடியும்.

CAG அலுவலகத்தின் அமைப்பு

இந்தியத் தணிக்கை மற்றும் கணக்குத் துறை (IAAD) இந்தியாவின் தலைமைத் தணிக்கையாளர் மற்றும் தலைமைத் தணிக்கையாளரால் வழிநடத்தப்படுகிறது. அவருக்கு உதவியாக இந்தியாவின் ஐந்து துணைக் கட்டுப்பாட்டாளர் மற்றும் ஆடிட்டர் ஜெனரல்கள் உள்ளனர். பிரதிநிதிகளில் ஒருவர் தணிக்கை வாரியத்தின்

தலைவராகவும் உள்ளார். துணை சிஏஜிக்குக் கீழே நான்கு கூடுதல் துணைக் கட்டுப்பாட்டாளர் மற்றும் இந்தியத் தலைமை கணக்குத் தணிக்கையாளர்கள் உள்ளனர். இந்த அலுவலகத்தில் உள்ள படிநிலை பின்வருவனவற்றைக் கொண்டுள்ளது:

சி.ஏ.ஜி

துணை சி.ஏ.ஜி

கூடுதல் துணை சி.ஏ.ஜி

இயக்குநர்கள் ஜெனரல்

முதன்மை இயக்குநர்கள்

இயக்குநர்கள்/துணை இயக்குநர்கள்

குறிப்பு: *DG/PAG/PD/AG* பதவியில் உள்ள அதிகாரிகளால் கள அலுவலக அமைப்புகளுக்குத் தலைமை தாங்கப்படுகிறது, மேலும் அவை சம்பந்தப்பட்ட *DAI/ADAI*க்கு புகாரளிக்கின்றன.

பிராந்திய அளவில், பல்வேறு மாநிலங்களில், மாநில அளவில் தங்கள் செயல்பாட்டு மற்றும் மேற்பார்வைப் பொறுப்புகளை நிறைவேற்றுவதில் *CAG* இன் முகவர்களாகச் செயல்படும் பல கணக்காளர் ஜெனரல்கள் உள்ளனர்.

இந்தியாவின் தலைமை கணக்குத் தணிக்கையாளரின் அதிகாரங்கள்

இந்திய அரசியலமைப்பின் பிரிவு *148* இந்த அலுவலகத்தின் அதிகாரத்தை நிறுவுகிறது. *CAG* இன் ஸ்தாபனம் மற்றும் அதிகாரங்கள் தொடர்பாக இது பின்வரும் கருத்துக்களைக் கூறுகிறது.

கன்ட்ரோலர் மற்றும் ஆடிட்டர் ஜெனரல் இந்தியக் குடியரசுத் தலைவரால் நியமிக்கப்படுகிறார்.

இந்த அலுவலகத்திற்கு நியமிக்கப்பட்ட நபர் ஜனாதிபதி அல்லது ஜனாதிபதியின் அலுவலகத்தால் நியமிக்கப்பட்ட வேறு எந்த நபருக்கும் முன்பாக பதவிப் பிரமாணம் செய்து கொள்ள வேண்டும்.

சம்பளம், சேவை நிபந்தனைகள், விடுப்பு, ஓய்வூதியம் மற்றும் ஓய்வுபெறும் வயது ஆகியவை இந்திய நாடாளுமன்றத்தால்

தீர்மானிக்கப்படுகிறது என்பதை இரண்டாவது அட்டவணையில் குறிப்பிடப்பட்டுள்ளது.

இந்திய அரசாங்கத்திலோ அல்லது எந்த மாநில அரசாங்கத்திலோ அவர்களின் பதவிக்காலம் முடிந்த பிறகு, CAG எந்த ஒரு பதவிக்கும் தகுதி பெறாது.

CAG இன் அதிகாரங்கள் மற்றும் செயல்பாடுகள் இந்திய அரசியலமைப்பு மற்றும் பாராளுமன்றத்தின் எந்தவொரு சட்டங்களின் விதிகளுக்கும், இந்திய தணிக்கை மற்றும் கணக்குத் துறைக்கான சேவை நிபந்தனைகளுக்கும் உட்பட்டது. இவற்றைக் கட்டுப்படுத்தும் விதிகள் குடியரசுத் தலைவரால் பதவியில் இருப்பவருடன் கலந்தாலோசித்து பரிந்துரைக்கப்படும்.

சம்பளம் மற்றும் ஓய்வூதியங்கள் உட்பட இந்த அலுவலகத்தின் நிர்வாகத்திற்கான செலவுகள் இந்தியாவின் ஒருங்கிணைந்த நிதியில் வசூலிக்கப்படும்.

பதவியில் இருப்பவர் 6 வருட காலத்திற்கு அல்லது 65 வயதை அடையும் வரை எது முந்தையதோ அதுவரை நியமிக்கப்படுவார்.

இந்தியாவின் சிஏஜியின் செயல்பாடுகள்

யூனியன் மற்றும் மாநிலங்கள் மற்றும் வேறு எந்த அதிகாரம் அல்லது அமைப்பின் கணக்குகள் தொடர்பாக சிஏஜியின் கடமைகள் மற்றும் அதிகாரங்களை பாராளுமன்றத்திற்கு பரிந்துரைப்பதற்கான சட்டப்பூர்வ அடிப்படையை 149வது பிரிவில் உள்ள அரசியலமைப்பு வழங்குகிறது. CAG கடமைகள், அதிகாரங்கள் மற்றும் சேவை நிபந்தனைகள் (DPC) சட்டம், 1971 ல் பாராளுமன்றத்தில் நிறைவேற்றப்பட்டது. DPC சட்டம் 1976 இல் இந்திய அரசாங்கத்தில் கணக்குகளை தணிக்கையிலிருந்து பிரிக்க திருத்தப்பட்டது. அரசியலமைப்பின் படி CAG இன் கடமைகள் மற்றும் செயல்பாடுகள்

இந்தியாவின் ஒருங்கிணைந்த நிதி, ஒவ்வொரு மாநிலத்தின் ஒருங்கிணைந்த நிதி மற்றும் சட்டமன்றம் கொண்ட ஒவ்வொரு யூனியன் பிரதேசத்தின் ஒருங்கிணைந்த நிதி ஆகியவற்றிலிருந்து எடுக்கப்பட்ட அனைத்துச் செலவினங்கள் தொடர்பான கணக்குகளைத் தணிக்கை செய்தல்.

இந்தியாவின் தற்செயல் நிதி மற்றும் இந்தியாவின் பொதுக் கணக்கு மற்றும் மாநிலங்களின் தற்செயல் நிதி மற்றும் பொதுக் கணக்குகளில் இருந்து அனைத்து செலவினங்களின் தணிக்கை.

அனைத்து வர்த்தகம், உற்பத்தி, லாபம் மற்றும் இழப்புக் கணக்குகள், இருப்புநிலைக் கணக்குகள் மற்றும் மத்திய அரசு மற்றும் மாநில அரசுகளின் எந்தவொரு துறையின் துணைக் கணக்குகளின் தணிக்கை.

இந்திய அரசு மற்றும் ஒவ்வொரு மாநிலத்தின் வரவுகள் மற்றும் செலவினங்களைத் தணிக்கை செய்தல், அது தொடர்பான விதிகள் மற்றும் நடைமுறைகள் வருவாயின் மதிப்பீடு, சேகரிப்பு மற்றும் முறையான ஒதுக்கீடு ஆகியவற்றில் பயனுள்ள சரிபார்ப்பைப் பாதுகாக்க வடிவமைக்கப்பட்டுள்ளது.

பின்வருவனவற்றின் வரவுகள் மற்றும் செலவுகளைத் தணிக்கை செய்தல்: அனைத்து அமைப்புகளின் அதிகாரிகளுக்கும் மத்திய அல்லது மாநில வருவாயில் இருந்து கணிசமாக நிதியளிக்கப்படுகின்றன; அரசு நிறுவனங்கள்; மற்றும் தொடர்புடைய சட்டங்களால் தேவைப்படும் போது பிற நிறுவனங்கள் மற்றும் அமைப்புகள்.

கடன், மூழ்கும் நிதி, வைப்புத்தொகை, முன்பணம், சஸ்பென்ஸ் கணக்குகள் மற்றும் பணம் அனுப்பும் வணிகம் தொடர்பான மத்திய மற்றும் மாநில அரசுகளின் அனைத்து பரிவர்த்தனைகளையும் தணிக்கை செய்தல். அவர் ரசீதுகள், பங்கு கணக்குகள் மற்றும் பிறவற்றைக் குடியரசுத் தலைவரின் ஒப்புதலுடன் அல்லது குடியரசுத் தலைவர் தேவைப்படும்போது தணிக்கை செய்கிறார்.

குடியரசுத் தலைவர் அல்லது ஆளுநரால் கோரப்படும் போது வேறு எந்த அதிகாரத்தின் கணக்குகளையும் தணிக்கை செய்தல். உதாரணமாக, உள்ளாட்சி அமைப்புகளின் தணிக்கை.

மத்திய மற்றும் மாநிலங்களின் கணக்குகள் வைக்கப்பட வேண்டிய படிவத்தின் பரிந்துரை குறித்து ஜனாதிபதிக்கு ஆலோசனை வழங்குதல் (பிரிவு 150).

மத்திய அரசின் கணக்குகள் தொடர்பான தணிக்கை அறிக்கைகளை குடியரசுத் தலைவரிடம் சமர்ப்பித்தல், அவர் அவற்றை நாடாளுமன்றத்தின் இரு அவைகளிலும் வைக்க வேண்டும் (பிரிவு 151).

மாநில அரசின் கணக்குகள் தொடர்பான தணிக்கை அறிக்கைகளை ஆளுநரிடம் சமர்ப்பித்தல், அவர் அவற்றை மாநில சட்டமன்றத்தின் முன் வைக்க வேண்டும் (பிரிவு 151).

எந்தவொரு வரி அல்லது வரியின் நிகர வருமானத்தைக் கண்டறிதல் மற்றும் சான்றளித்தல் (பிரிவு 279).

நாடாளுமன்றத்தின் பொதுக் கணக்குக் குழுவின் வழிகாட்டியாகச் செயல்படுவது. மாநில அரசுகளின் கணக்குகளைத் தொகுத்து பராமரிக்கிறார். 1976 ம் ஆண்டில், கணக்குகளை துறைசார் மயமாக்கல் மூலம் கணக்குகளை தணிக்கையிலிருந்து பிரித்ததால், இந்திய அரசின் கணக்குகளைத் தொகுத்தல் மற்றும் பராமரித்தல் தொடர்பான பொறுப்புகளில் இருந்து அவர் விடுவிக்கப்பட்டார். சிஏஜி மூன்று தணிக்கை அறிக்கைகளை ஜனாதிபதியிடம் சமர்ப்பிக்கிறது:

ஒதுக்கீடு கணக்குகள் மீதான தணிக்கை அறிக்கை

நிதி கணக்குகள் மீதான தணிக்கை அறிக்கை

பொது நிறுவனங்களின் தணிக்கை அறிக்கை

ஜனாதிபதி இந்த அறிக்கைகளை நாடாளுமன்றத்தின் இரு அவைகளிலும் வைக்கிறார். இதற்குப் பிறகு, பொதுக் கணக்குக் குழு அவற்றை ஆய்வு செய்து அதன் முடிவுகளை நாடாளுமன்றத்திற்கு தெரிவிக்கும்.

சிஏஜியின் கடமைகள்

இந்திய அரசியலமைப்புச் சட்டத்தின் 148, 149, 150 மற்றும் 151 ஆகிய பிரிவுகள் இந்த அலுவலகத்தின் செயல்பாடுகள் மற்றும் அதிகாரங்களை விவரிக்கின்றன.

பிரிவு 149: கன்ட்ரோலர் மற்றும் ஆடிட்டர் ஜெனரலின் கடமைகள் மற்றும் அதிகாரங்கள்: இந்திய ஒன்றியம் மற்றும் மாநிலங்கள் மற்றும் பிற அமைப்புகள் அல்லது அதிகாரங்களின்

கணக்குகள் தொடர்பாக, அத்தகைய கடமைகளைச் செய்வதற்கும், அத்தகைய அதிகாரங்களைப் பயன்படுத்துவதற்கும், பாராளுமன்றம் சட்டத்தால் பரிந்துரைக்கப்படலாம்.

பிரிவு 150: குடியரசுத் தலைவரின் ஒப்புதலுடன், யூனியன் மற்றும் மாநிலங்களின் கணக்கு வைக்கப்பட வேண்டிய படிவத்தை பற்றி பரிந்துரைக்கிறது.

பிரிவு 151: CAG அறிக்கை மத்திய அல்லது மாநிலத்தின் கணக்குகள் குறித்து குடியரசுத் தலைவர் அல்லது மாநில ஆளுநர்களுக்கு அறிக்கை அளிக்க வேண்டும்.

பிரிவு 279(i) ல் அரசியலமைப்பின் பகுதி XII இன் அத்தியாயம் I இல் குறிப்பிடப்பட்டுள்ள எந்தவொரு வரி அல்லது கடமையின் நிகர வருமானத்தை CAG உறுதிசெய்து சான்றளிக்க வேண்டும் என்று அரசியலமைப்பு வழங்கியுள்ளது. இந்த அரசியலமைப்பு விதிகள் மற்றும் 1971 ன் கடமைகள் அதிகாரங்கள் மற்றும் சேவை நிபந்தனைகள் தவிர, 1976 க்கு முன், CAG இரு பரிமாண பாத்திரத்தை கொண்டிருந்தது, கணக்கு மற்றும் தணிக்கை என்று குறிப்பிடுவது அவசியம். 1976 ல் கணக்குகள் மற்றும் தணிக்கைகள் பிரிக்கப்பட்டதால், CAG ன் கடமை கணக்குகளின் தணிக்கை ஆகும். 1976 ஆம் ஆண்டு முதல், இந்திய சிவில் அக்கவுண்ட்ஸ் சேவையின் உதவியுடன் பல்வேறு துறைகளால் கணக்கியல் செய்யப்படுகிறது.

பிரிவு 279, "நிகர வருமானம்" கணக்கீடு பற்றிக் கூறுகிறது, அதன் சான்றிதழே இறுதியானது.

மூன்றாவது அட்டவணை - இந்திய அரசியலமைப்பின் மூன்றாவது அட்டவணையின் பிரிவு IV, பதவி ஏற்கும் போது உச்ச நீதிமன்ற நீதிபதிகள் மற்றும் இந்தியாவின் தலைமைத் தணிக்கையாளர் மற்றும் தலைமைத் தணிக்கையாளரால் செய்யப்படும் உறுதிமொழி அல்லது உறுதிமொழியின் படிவத்தை பரிந்துரைக்கிறது. இந்திய உச்ச நீதிமன்ற நீதிபதியைப் பற்றி மேலும் அறிக.

6வது அட்டவணையின்படி, மாவட்ட கவுன்சில் அல்லது பிராந்திய கவுன்சிலின் கணக்குகள், குடியரசுத் தலைவரின் ஒப்புதலுடன், சிஏஜி பரிந்துரைப்பது போன்ற வடிவத்தில்

வைக்கப்பட வேண்டும். கூடுதலாக, இந்த அமைப்புகளின் கணக்குகள் *CAG* பொருத்தமாக இருக்கும் என்று நினைக்கும் விதத்தில் தணிக்கை செய்யப்படுகின்றன, மேலும் அத்தகைய கணக்குகள் தொடர்பான அறிக்கைகள் ஆளுநரிடம் சமர்ப்பிக்கப்பட்டு அவை கவுன்சிலின் முன் வைக்கப்படும்.

முக்கியத் தணிக்கை அறிக்கைகள்

2ஜி அலைக்கற்றை ஒதுக்கீடு

2ஜி அலைக்கற்றை ஒதுக்கீடு மற்றும் உரிமங்கள் தொடர்பான *CAG* அறிக்கை பெரும் சர்ச்சையை ஏற்படுத்தியது. ஐக்கிய முற்போக்குக் கூட்டணி (UPA) அரசாங்கத்தால் ₹176,600 கோடி இழப்பு ஏற்பட்டதாக அறிக்கை மதிப்பிட்டுள்ளது. ஏப்ரல் 2, 2011 அன்று, புலனாய்வு அமைப்பான மத்திய புலனாய்வு அமைப்பு (சிபிஐ) குற்றப்பத்திரிகையை தாக்கல் செய்தது.

ஸ்பெக்ட்ரம் ஒதுக்கீடு "அரசியலமைப்புக்கு எதிரானது மற்றும் தன்னிச்சையானது" என்று இந்திய உச்ச நீதிமன்றம் 2 பிப்ரவரி 2012 அன்று அறிவித்தது. வழங்கப்பட்ட அனைத்து 122 உரிமங்களையும் ரத்து செய்தது. 2008 ஆம் ஆண்டு A. ராஜா அப்போது UPA அரசாங்கத்தில் தகவல் தொடர்பு மற்றும் IT அமைச்சராக இருந்த முக்கிய குற்றம் சாட்டப்பட்டவர். ஆ.ராஜா "பொது கருவூலத்தின் செலவில் சில நிறுவனங்களுக்கு சாதகமாக இருக்க விரும்பினார்" மற்றும் "முக்கியமான தேசிய சொத்தை கிட்டத்தட்ட பரிசாக வழங்கினார்" என்று நீதிமன்றம் மேலும் கூறியது.

3 ஆகஸ்ட் 2012 அன்று, உச்ச நீதிமன்றத்தின் வழிகாட்டுதலின்படி, இந்திய அரசு 2ஜி அலைக்கற்றைக்கான இருப்பு விலையை ₹14,000 கோடியாக (1.8 பில்லியன் அமெரிக்க டாலர்கள்) திருத்தியபோது வருவாய் இழப்பு கணக்கீடு மேலும் நிறுவப்பட்டது.

இந்தியாவின் அட்டர்னி ஜெனரல்

இந்தியாவிற்கான அட்டர்னி ஜெனரல் இந்திய அரசின் தலைமை சட்ட ஆலோசகர் மற்றும் நீதிமன்றங்களில் அதன் தலைமை வழக்கறிஞர் ஆவார். அவர்கள் இந்தியக் குடியரசுத் தலைவரால்

அரசியலமைப்பின் 76(1) வது பிரிவின் கீழ் மத்திய அமைச்சரவையின் நிகழ்வின்படி நியமிக்கப்பட்டு, குடியரசுத் தலைவரின் விருப்பத்தின் போது பதவி வகிக்கின்றனர். அவர்கள் உச்ச நீதிமன்ற நீதிபதியாக நியமிக்கப்படுவதற்கு தகுதியான நபராக இருக்க வேண்டும். எனவே, அவர்கள் ஐந்தாண்டுகள் உயர் நீதிமன்ற நீதிபதியாகவோ அல்லது பத்து ஆண்டுகள் உயர் நீதிமன்றத்தின் வழக்கறிஞராகவோ அல்லது குடியரசுத் தலைவரின் கருத்துப்படி சிறந்த நீதிபதியாகவோ இருந்திருக்க வேண்டும்.

இந்தியாவின் தற்போதைய அட்டர்னி ஜெனரலாக ஆர். வெங்கடரமணி உள்ளார். அவர் 16வது அட்டர்னி ஜெனரலாக அக்டோபர் 1, 2022 அன்று பதவியேற்றார். அவருக்கு முன் இருந்தவர் கே. கே. வேணுகோபால்.

அரசியலமைப்பின் 76 வது பிரிவு அவர் / அவள் இந்தியாவின் மிக உயர்ந்த சட்ட அதிகாரி என்று குறிப்பிடுகிறது. இந்திய அரசாங்கத்தின் தலைமை சட்ட ஆலோசகராக, அனைத்து சட்ட விஷயங்களிலும் மத்திய அரசுக்கு ஆலோசனை வழங்குகிறார்.

இந்திய உச்ச நீதிமன்றத்தில் மத்திய அரசின் சார்பில் முதன்மை வழக்கறிஞர் ஆவார். அட்டர்னி ஜெனரல், ஒரு மாநிலத்தின் அட்வகேட் ஜெனரலைப் போல, ஒரு அரசியல் நியமனம் பெற்றவராக இருக்கக்கூடாது, ஆனால் இது நடைமுறையில் இல்லை.

உச்ச நீதிமன்ற நீதிபதி பதவிக்கு தகுதியான ஒருவரை இந்திய குடியரசுத் தலைவர் நியமிக்கிறார். அட்டர்னி ஜெனரல் அரசாங்கத்தின் ஆலோசனையின் பேரில் ஜனாதிபதியால் நியமிக்கப்படுகிறார். பின்வரும் தகுதிகள் உள்ளன:

அவர் இந்திய குடிமகனாக இருக்க வேண்டும்

அவர் ஏதேனும் இந்திய மாநிலத்தின் உயர் நீதிமன்றத்தில் நீதிபதியாக 5 ஆண்டுகள் அல்லது உயர் நீதிமன்றத்தில் வழக்கறிஞராக 10 ஆண்டுகள் பணியாற்றியிருக்க வேண்டும்.

குடியரசுத் தலைவரின் பார்வையில் அவர் ஒரு சிறந்த நீதிபதியாகவும் இருக்கலாம்

இந்திய அட்டர்னி ஜெனரலுக்கு நிலையான காலக்கெடு எதுவும் இல்லை. அட்டர்னி ஜெனரலின் குறிப்பிட்ட பதவிக்காலம் எதுவும் அரசியலமைப்பில் குறிப்பிடப்படவில்லை. அதேபோல், அரசியலமைப்புச் சட்டமும் அவரை நீக்குவதற்கான நடைமுறை மற்றும் அடிப்படையைக் குறிப்பிடவில்லை.

அவருடைய அலுவலகத்தைப் பற்றிய பின்வரும் உண்மைகளை நீங்கள் அறிந்திருக்கலாம்:

அவர் எந்த நேரத்திலும் ஜனாதிபதியால் நீக்கப்படலாம்

அவர் தனது ராஜினாமா கடிதத்தை ஜனாதிபதியிடம் மட்டுமே சமர்ப்பித்து பதவி விலக முடியும்

அவர் மந்திரி சபையின் ஆலோசனையின் பேரில் ஜனாதிபதியால் நியமிக்கப்படுவதால், சபை கலைக்கப்படும்போது அல்லது மாற்றப்படும்போது வழக்கமாக அவர் நீக்கப்படுவார்.

நாட்டின் தலைமைச் சட்ட அதிகாரியாக இருப்பதால், இந்திய அட்டர்னி ஜெனரல் பின்வரும் கடமைகளைச் செய்ய வேண்டும்:

குடியரசுத் தலைவரால் எந்தச் சட்ட விஷயங்களைப் பரிந்துரைத்தாலும், அதையே அவர் மத்திய அரசுக்கு அறிவுறுத்துகிறார்.

ஜனாதிபதி தனது விருப்பத்திற்கு ஏற்ற சட்ட விடயங்களை அவருக்கு தொடர்ந்து பரிந்துரைப்பார் மற்றும் அட்டர்னி ஜெனரல் அவற்றிற்கும் ஆலோசனை வழங்க வேண்டும்.

ஜனாதிபதி குறிப்பிடுவதைத் தவிர, அரசியலமைப்பில் குறிப்பிடப்பட்டுள்ள கடமைகளையும் அவர் செய்கிறார்.

ஜனாதிபதியால் அவருக்கு வழங்கப்பட்ட மூன்று கடமைகள்:

இந்திய அரசு தொடர்பான எந்தவொரு சட்ட வழக்கிலும், அதன் சார்பாக அட்டர்னி ஜெனரல் உச்ச நீதிமன்றத்தில் ஆஜராக வேண்டும்.

அரசியலமைப்பின் 143வது பிரிவின் கீழ் உச்ச நீதிமன்றத்தில் குடியரசுத் தலைவர் குறிப்பிடும் எந்தக் குறிப்பிலும் அவர் மத்திய அரசின் சார்பில் ஆஜராக வேண்டும்.

இந்திய அரசு தொடர்பான வழக்குகள் ஏதேனும் இருந்தால் உயர் நீதிமன்றத்திலும் ஆஜராவார்.

அட்டர்னி ஜெனரல் மீதான வரம்புகள் என்ன?

கடமை முரண்பாட்டைத் தவிர்க்க, அட்டர்னி ஜெனரல் தனது கடமைகளைச் செய்யும்போது மனதில் கொள்ள வேண்டிய சில வரம்புகள் உள்ளன:

அவர் இந்திய அரசுக்கு எதிராக ஆலோசனை கூறவோ அல்லது நடக்கவோ கூடாது

இந்திய அரசின் அனுமதியின்றி குற்றவியல் வழக்குகளில் குற்றம் சாட்டப்பட்ட நபர்களை அவர் பாதுகாக்கக் கூடாது

இந்திய அரசின் அனுமதியின்றி அவர் எந்த நிறுவனத்திலோ அல்லது நிறுவனத்திலோ இயக்குநராக நியமனம் செய்வதை ஏற்கக் கூடாது

2. அரசியலமைப்பு அல்லாத அமைப்புகள்

2. 1. அறிவியல் மற்றும் தொழில்துறை ஆராய்ச்சி கவுன்சில் (CSIR)

2.1. தேசிய புலனாய்வு நிறுவனம்

2.1. இந்திய உணவுக் கழகம் (எஃப்சிஐ)

2. 1. இந்தியப் போட்டி ஆணையம்

2.1. இந்தியச் சட்ட ஆணையம்

2.1 மத்திய விஜிலென்ஸ் கமிஷன் (CVC)

2. 1 பத்திரங்கள் மற்றும் பரிவர்த்தனை வாரியம் (செபி)

2.1 விவசாயம் மற்றும் ஊரக வளர்ச்சிக்கான தேசிய வங்கி (நபார்டு)

2.1 தேசிய மனித உரிமைகள் ஆணையம் (NHRC)

2.1 பாதுகாப்பு ஆராய்ச்சி மற்றும் மேம்பாட்டு நிறுவனம் (DRDO)

2.1 லோக்பால் மற்றும் லோக் ஆயுக்தா

2.1 இந்திய விண்வெளி ஆராய்ச்சி நிறுவனம் (இஸ்ரோ)

*2.1 NITI ஆயோக் (**திட்ட குழு**)*

2.1 இந்திய உணவு பாதுகாப்பு மற்றும் தர நிர்ணய ஆணையம் (FSSAI)

2.1 தேசியப் பசுமைத் தீர்ப்பாயம் (NGT)

2.1 மத்திய புலனாய்வுப் பிரிவு (சிபிஐ)

2.1 இந்திய ரிசர்வ் வங்கி

2.1 நிதி நிலைத்தன்மை மற்றும் மேம்பாட்டு கவுன்சில்

நிதி ஆயோக்

65 ஆண்டுகால பாரம்பரியத்தைக் கொண்ட திட்டக் கமிஷனுக்குப் பதிலாக நிதி ஆயோக் மாற்றப்பட்டுள்ளது. திட்டக் கமிஷனின் பயன்பாடு மற்றும் முக்கியத்துவம் நீண்ட காலமாக கேள்விக்குள்ளாக்கப்பட்டது. நிதி ஆயோக் ஜனவரி 1, 2015 அன்று உருவாக்கப்பட்டது. சமஸ்கிருதத்தில், நிதி என்ற வார்த்தைக்கு ஒழுக்கம், நடத்தை, வழிகாட்டுதல், முதலியன அர்த்தம். ஆனால், தற்போதைய சூழலில், இது கொள்கை மற்றும் நிதி என்பது "இந்தியாவை மாற்றுவதற்கான தேசிய நிறுவனம்" என்பதைக் குறிக்கிறது. நாட்டின் பொருளாதார வளர்ச்சிக்கு ஊக்கமளிக்கும் என்று எதிர்பார்க்கப்படும் நாட்டின் முதன்மையான கொள்கையை உருவாக்கும் நிறுவனம் இதுவாகும். ஆற்றலுடன் கூடிய வலிமையான தேசத்தை உருவாக்க உதவும் வலுவான அரசை உருவாக்குவதை இது நோக்கமாகக் கொண்டுள்ளது. இது இந்தியாவை உலகின் முக்கிய பொருளாதாரமாக உருவெடுக்க உதவுகிறது. நிதி ஆயோக்கின் உருவாக்கம் "டீம் இந்தியா ஹப்" மற்றும் "அறிவு மற்றும் புதுமை மையம்" என்று இரண்டு மையங்களைக் கொண்டுள்ளது.

டீம் இந்தியா என்பது இது மத்திய அரசாங்கத்துடன் இந்திய மாநிலங்களின் பங்கேற்பிற்கு வழிவகுப்பது ஆகும். அறிவு மற்றும் புதுமை மையம் என்பது இது நிறுவனத்தின் சிந்தனை திறன்களை உருவாக்குவது ஆகும். நிதி ஆயோக், தேவையான வளங்கள், அறிவு மற்றும் திறன்களுடன், அதிவேகமாக செயல்படவும், ஆராய்ச்சி மற்றும் கண்டுபிடிப்புகளை மேம்படுத்தவும், அரசாங்கத்திற்கு

முக்கியமான கொள்கை பார்வையை வழங்கவும் மற்றும் எதிர்பாராத சிக்கல்களை நிர்வகிக்கவும் அதிகாரம் அளிக்கும் ஒரு நவீன வள மையமாக தன்னை உருவாக்குகிறது. நிதி ஆயோக் அமைப்பதற்கான காரணம், மக்கள் தங்கள் பங்கேற்பின் மூலம் நிர்வாகத்தில் வளர்ச்சி மற்றும் வளர்ச்சிக்கான எதிர்பார்ப்புகளைக் கொண்டிருந்ததுதான். இதற்கு நிர்வாகத்தில் நிறுவன மாற்றங்கள் மற்றும் கணிசமான அளவிலான மாற்றத்தை விதைத்து வளர்க்கக்கூடிய செயலில் உள்ள மூலோபாய மாற்றங்கள் தேவைப்பட்டன. இந்தத் திட்டக் குழுவின் முதல் தலைவராக அப்போதைய பிரதமர் நேரு இருந்தார். இந்நிலையில் 2014 ஆம் ஆண்டு சுதந்திர தின உரையின்போது பிரதமர் நரேந்திர மோடி தலைமையிலான பாரதிய ஜனதா அரசு மத்திய திட்டக் குழுவை கலைத்துவிட்டு, மாநிலங்களுக்கு முக்கியத்துவம் அளிக்கும் வகையில் புதிய குழு அமைக்கப்படும் என அறிவித்தார். இதன்படி 2015, சனவரி 1 ஆம் தேதி திட்டக் குழுவுக்குப் பதிலாக நிதி ஆயோக் என்ற புதிய அமைப்பு மத்திய அரசால் உருவாக்கப்பட்டது. இந்த அமைப்பின் தலைவராகப் பிரதமர் செயல்படுவார். துணைத் தலைவர் மற்றும் ஐந்து நிரந்தர உறுப்பினர்களும் பிரதமரால் நியமிக்கப்படுவார்கள். 2022லிருந்து NITI ஆயோக்கின் தலைவர் - நரேந்திர மோடி ஆவர். NITI ஆயோக் தற்போதைய துணைத் தலைவர், ஸ்ரீ சுமன் பெரி தற்போதைய துணைத் தலைவர்.

NITI ஆயோக்கின் நோக்கங்கள்

✦ தேசிய நோக்கங்களின் வளர்ச்சியில் மாநிலங்களின் செயலில் பங்கேற்பு மற்றும் ஒரு தேசிய நிகழ்ச்சி நிரல்லை கட்டமைத்து வழங்குதல்.

✦ தடையின்றி மாநிலங்களுடனான நன்கு ஒழுங்குபடுத்தப்பட்ட ஆதரவு மற்றும் வழிமுறைகள் மூலம் கூட்டுறவு கூட்டாட்சியை மேம்படுத்துதல்.

✦ கிராம மட்டத்தில் நம்பகமான மூலோபாயத்தை உருவாக்குவதற்கான வழிமுறைகளை உருவாக்குதல் மற்றும் அரசாங்கத்தின் உயர் மட்டங்களில் படிப்படியாக இவற்றை ஒருங்கிணைத்தல்.

✦ தேசிய பாதுகாப்பு நலன்களை உள்ளடக்கிய பொருளாதாரக் கொள்கை.

✦ பொருளாதார முன்னேற்றத்திலிருந்து திருப்திகரமாக லாபம் அடையாத அபாயத்தில் இருக்கும் சமூகத்தின் பிரிவுகளுக்கு சிறப்பு கவனம் செலுத்துதல்.

✦ மூலோபாய மற்றும் நீண்ட கால கொள்கை, நிரல் கட்டமைப்புகள், முன்முயற்சிகளை முன்மொழியவும், அவற்றின் முன்னேற்றம், அவற்றின் செயல்திறனை மதிப்பாய்வு செய்யவும்.

✦ முக்கியமான பங்குதாரர்கள், தேசிய-சர்வதேச சிந்தனைக் குழுக்கள், கல்வி மற்றும் ஆராய்ச்சி நிறுவனங்களுக்கு இடையே ஆலோசனைகளை வழங்குதல், ஊக்குவித்தல்.

✦ தேசிய மற்றும் சர்வதேச நிபுணர்களின் பகிரப்பட்ட சமூகத்தின் மூலம் அறிவு, புதுமை, தொழில் முனைவோர் ஆதரவு அமைப்பை உருவாக்குதல்.

✦ முற்போக்கான நிகழ்ச்சி நிரலை விரைவாக நிறைவேற்றுவதற்கு துறைகளுக்கிடையேயான பிரச்சினைகளைத் தீர்ப்பதற்கான தளத்தை வழங்குதல்.

✦ ஒரு அதிநவீன வள மையத்தைப் பாதுகாக்க, நல்ல நிர்வாகம் மற்றும் சமமான வளர்ச்சியில் சிறந்த நடைமுறைகள் பற்றிய ஆராய்ச்சியின் களஞ்சியமாக இருங்கள், அத்துடன் பங்கேற்பாளர்களுக்கு அவற்றை விநியோகிக்க உதவுங்கள்.

✦ வெற்றிக்கான வாய்ப்பை வலுப்படுத்த தேவையான ஆதாரங்களை அடையாளம் காண்பது உட்பட, திட்டங்கள் மற்றும் முன்முயற்சிகளை செயல்படுத்துவதை திறம்பட திரையிட்டு மதிப்பீடு செய்தல்.

✦ திட்டங்கள் மற்றும் முன்முயற்சிகளை நிறைவேற்றுவதற்கான தொழில்நுட்ப மேம்பாடு மற்றும் திறனை வளர்ப்பதில் கவனம் செலுத்துதல்.

✦ தேசிய அபிவிருத்தி நிகழ்ச்சி நிரல் மற்றும் நோக்கங்களை நடைமுறைப்படுத்துவதற்கு தேவையான பிற நடவடிக்கைகளை மேற்கொள்வது.

நிதி ஆயோக்கின் அமைப்பு

நிதி ஆயோக் பின்வருவனவற்றை அமைப்பாக கொண்டுள்ளது:

இந்தியப் பிரதமர் நிதி ஆயோக்கின் தலைவர் ஆவர். இந்தியாவில் உள்ள அனைத்து மாநிலங்களின் முதல்வர்கள் மற்றும் யூனியன் பிரதேசங்களின் லெப்டினன்ட் கவர்னர்களை ஆளும் குழு கொண்டுள்ளது.

ஒன்றுக்கு மேற்பட்ட மாநிலங்களைப் பாதிக்கும் குறிப்பிட்ட பிரச்சினைகள் மற்றும் சாத்தியக்கூறுகளைத் தீர்க்க பிராந்திய கவுன்சில்கள் உருவாக்கப்படும். இவை ஒரு குறிப்பிட்ட காலத்திற்கு உருவாக்கப்படும். இது மாநிலங்களின் முதலமைச்சர்கள் மற்றும் யூனியன் பிரதேசங்களின் லெப்டினன்ட் கவர்னர்களைக் கொண்டிருக்கும். இவை *NITI* ஆயோக்கின் தலைவர் அல்லது அவர் பரிந்துரைத்தவரின் தலைமையில் இருக்கும்.

சிறப்பு அழைப்பாளர்கள் இந்த அமைப்பில் உள்ளனர். பிரதம மந்திரியால் பரிந்துரைக்கப்படும் புகழ்பெற்ற வல்லுநர்கள், தொடர்புடைய கள அறிவு கொண்ட நிபுணர்கள் சிறப்பு அழைப்பாளர்களாக தேர்ந்தேடுக்கப்படுவர். துணைத் தலைவர் பிரதமரால் நியமிக்கப்பட்டவர்.

உறுப்பினர்கள்

முழு நேரம் & பகுதி நேர உறுப்பினர்கள்: முதன்மையான பல்கலைக்கழகங்கள், முன்னணி ஆராய்ச்சி நிறுவனங்கள் மற்றும் பிற புதுமையான நிறுவனங்களில் இருந்து அதிகபட்சமாக *2* உறுப்பினர்கள் பதவியில் இருக்க வேண்டும். பகுதி நேர உறுப்பினர்கள் சுழற்சி அடிப்படையில் இருப்பார்கள். பிரதமரால் பரிந்துரைக்கப்படும் அமைச்சர்கள் குழுவில் அதிகபட்சமாக முன்னாள் உத்தியோகபூர்வ *4* உறுப்பினர்கள் இருப்பார்கள். பிரதம மந்திரியால் தலைமை நிர்வாக அதிகாரி நியமிக்கப்படுவார், இவர் இந்திய அரசின் செயலாளர் அந்தஸ்தில் இருப்பார்.

நிதி ஆயோக்கின் ஆவணங்கள்

நிதி ஆயோக் வெளியிட்டுள்ள ஆவணங்கள் பின்வருமாறு:

✦ பதினைந்து வருட பார்வை,

✦ ஏழு ஆண்டு உத்தி மற்றும்

✦ மூன்று வருட செயல் திட்டம்.

பதினைந்து ஆண்டு தொலைநோக்கு மற்றும் ஏழாண்டு வியூகம் அடங்கிய ஆவணங்கள் தற்போது NITI ஆயோக்கில் தயாரிக்கப்பட்டு வருகின்றன.

நிதி ஆயோக்கின் அமைப்புகள்

நிதி ஆயோக்கின் ஆதரவு அமைப்புகள் மூலம் தேவையான பணிகளை சீராகச் செய்ய உதவுகின்றன. நிதி ஆயோக் அதன் கீழ் பின்வரும் ஆதரவு அமைப்புகளைக் கொண்டுள்ளது.

✦ நிர்வாகம் மற்றும் ஆதரவு அலகுகள்

✦ விவசாயம் மற்றும் அது சார்ந்த துறைகள்

✦ ஆர்வமுள்ள மாவட்டங்கள் திட்டக் கலம்

✦ தொடர்பு மற்றும் சமூக ஊடக செல்

✦ தரவு மேலாண்மை மற்றும் பகுப்பாய்வு, மற்றும் எல்லைப்புற தொழில்நுட்பங்கள்

✦ பொருளாதாரம் மற்றும் நிதி பிரிவு

✦ கல்வி

✦ நிர்வாகம் மற்றும் ஆராய்ச்சி

✦ ஆளும் குழு செயலகம் மற்றும் ஒருங்கிணைப்பு

✦ தொழில்-I

✦ தொழில்-II

✦ உள்கட்டமைப்பு-இணைப்பு

- ✦ உள்கட்டமைப்பு-ஆற்றல்
- ✦ குறு, சிறு மற்றும் நடுத்தர நிறுவனங்கள்
- ✦ இயற்கை வளங்கள் மற்றும் சுற்றுச்சூழல், மற்றும் தீவு மேம்பாடு
- ✦ திட்ட மதிப்பீடு மற்றும் மேலாண்மை பிரிவு
- ✦ பொது - தனியார் கூட்டுறவு
- ✦ கிராமப்புற வளர்ச்சி
- ✦ அறிவியல் மற்றும் தொழில்நுட்பம்
- ✦ சமூக நீதி மற்றும் அதிகாரமளித்தல் மற்றும் தன்னார்வ நடவடிக்கை பிரிவு
- ✦ சமூகத் துறை-I (திறன் மேம்பாடு, தொழிலாளர் மற்றும் வேலைவாய்ப்பு, மற்றும் நகர்ப்புற மேம்பாடு)
- ✦ சமூகத் துறை-II (உடல்நலம் மற்றும் ஊட்டச்சத்து, மற்றும் பெண்கள் மற்றும் குழந்தைகள் மேம்பாடு)
- ✦ மாநில நிதி மற்றும் ஒருங்கிணைப்பு
- ✦ நிலையான வளர்ச்சி இலக்குகள்
- ✦ நீர் மற்றும் நில வளங்கள்

நிதி ஆயோக்கின் திட்ட நிர்வாகம்

நிதி ஆயோக்கின் மூலம் திட்டமிடப்பட்ட பயனுள்ள நிர்வாகத்தின் 7 முக்கிய அம்சங்கள் உள்ளது, அவை:

I. மக்கள் சார்பு: இது சமூகம் மற்றும் தனிநபர்களின் அபிலாஷைகளை நிறைவேற்றுகிறது

II. சார்பு செயல்பாடு: குடிமக்களின் தேவைகளை எதிர்பார்த்து மற்றும் பதில்

III. பங்கேற்பு: குடிமக்களின் ஈடுபாடு

IV. அதிகாரமளித்தல்: குறிப்பாக அனைத்து அம்சங்களிலும் பெண்களுக்கு

V. அனைவரையும் சேர்த்தல்: சாதி, மதம், பாலினம் ஆகியவற்றைப் பொருட்படுத்தாமல் அனைத்து மக்களையும் உள்ளடக்குதல்

VI. சமத்துவம்: அனைவருக்கும் குறிப்பாக இளைஞர்களுக்கு சம வாய்ப்பு வழங்குதல்

VII. வெளிப்படைத்தன்மை: அரசாங்கத்தை அணுகக்கூடியதாகவும் பதிலளிக்கக்கூடியதாகவும் மாற்றுதல்

NITI ஆயோக்கின் முக்கியத்துவம்

இந்தியா ஒரு பன்முகத்தன்மை கொண்ட நாடு மற்றும் அதன் மாநிலங்கள் தங்கள் சொந்த பலம் மற்றும் பலவீனங்களுடன் பொருளாதார வளர்ச்சியின் பல்வேறு கட்டங்களில் உள்ளன. இந்தச் சூழலில், பொருளாதாரத் திட்டமிடுதலுக்கான 'ஒரே அளவு அனைவருக்கும் பொருந்தும்' அணுகுமுறை வழக்கற்றுப் போய்விட்டது. இன்றைய உலகப் பொருளாதாரத்தில் இந்தியாவை போட்டியிட வைக்க முடியாது என்பதால் நிதி ஆயோக்கின் தேவை இன்றைய சூழ்நிலையில் அவசியமாக உள்ளது.

இயல்: ஒன்பது
அரசியல் கட்சிகள்

1. அரசியல் கட்சிகளின் வரையறை மற்றும் வகைகள்

அரசியல் கட்சிகள் என்பது ஒரே மாதிரியான அரசியல் கருத்துக்களைப் பகிர்ந்து கொள்ளும், அரசியலமைப்பு வழிகளில் அதிகாரத்தைப் பெற முயற்சிக்கும், தேசிய நலன்களை மேம்படுத்த விரும்பும் தனிநபர்களின் ஒழுங்கமைக்கப்பட்ட குழுக்களே அரசியல் கட்சிகள் என வரையறுக்கப்படுகின்றன.

2. வரலாற்றுப் பின்னணி

காங்கிரஸ் கட்சி 1952 முதல் 1964 வரை இந்தியாவின் முக்கிய அரசியல் கட்சியாக இருந்தது, மேலும் நாட்டின் ஜனநாயக அடிப்படையில் 'காங்கிரஸ் அமைப்பு' எனப்படும் ஒரு கட்சி அமைப்பாக இருந்தது. ஜவஹர்லால் நேருவின் மரணம் மற்றும் 1967 தேர்தல்களுக்குப் பிறகு காங்கிரஸ் அமைப்பில் தொய்வு ஏற்பட்டது. காங்கிரஸ் எட்டு மாநிலங்களில் பெரும்பான்மையை இழந்தது, அதன் மக்களவை பெரும்பான்மை 54 சதவீதமாகக் குறைந்தது. நாடு முழுவதும் பிராந்தியக் கட்சிகள் தோன்றின அதன் பின் 1977ல் ஜனதா கட்சி தலைமையில் புதிய கூட்டணி உருவானது. இது இந்தியாவில் பல கட்சி அமைப்பை நிறுவுவதில் உச்சக்கட்டத்தை அடைந்தது. ஒரு சித்தாந்தக் கூட்டணியை உருவாக்குவதற்குப் பதிலாக, காங்கிரஸை எதிர்கொள்ள பல சிறு கட்சிகள் ஒன்றிணைந்தன. 1989 முதல் பல கட்சி அமைப்பும் கூட்டணி அரசியலும் என்று வரையில் இருந்து வருகிறது.

நவீன ஜனநாயக நாடுகளில், நான்கு வகையான அரசியல் கட்சிகள் உள்ளன.

- ✦ தீவிரக் கட்சி
- ✦ தாராளவாதக் கட்சி
- ✦ பிற்போக்கு கட்சி
- ✦ பழமைவாதக் கட்சி

பழைய சமூக-பொருளாதார, அரசியல் நிறுவனங்களுடன் ஒட்டிக்கொண்டிருக்கும்பிற்போக்குகட்சிகள்தற்போதையநிலையை நம்புகின்றன. தாராளவாதக் கட்சிகள் தற்போதுள்ள நிறுவனங்களை மாற்றுவதையும் சீர்திருத்துவதையும் நோக்கமாகக் கொண்டுள்ளன. தற்போதுள்ள அமைப்புகளை தூக்கியெறிந்து புதிய ஒழுங்கை நிறுவுவதை நோக்கமாகக் கொண்ட தீவிரக் கட்சிகள், அரசியல் கட்சிகளும் சித்தாந்தங்களின்படி வகைப்படுத்தப்படுகின்றன. அரசியல் விஞ்ஞானிகள் தீவிரக் கட்சிகளை இடதுபுறத்திலும், தாராளவாதக் கட்சிகளை மையத்திலும், பிற்போக்கு மற்றும் பழமைவாதக் கட்சிகளை வலதுபுறத்திலும் நிறுத்தியுள்ளனர். இந்தியாவில் சிபிஐ, சிபிஎம் ஆகியவை இடதுசாரிக் கட்சிகளாகவும், காங்கிரஸ் மத்தியவாதக் கட்சிகளாகவும், பாஜக வலதுசாரிக் கட்சிகளாகவும் உதாரணமாக இருக்கின்றன.

உலகில் மூன்று வகையான கட்சி அமைப்புகள் உள்ளன. அவையே,

I. ஒரு கட்சி மட்டுமே ஆட்சி செய்யும் ஒரு கட்சி அமைப்பு. அதாவது எந்த எதிர்க்கட்சியும் அனுமதிக்கப்படாது. சோவியத் யூனியன் ஒரு கட்சி அமைப்புக்கு ஒரு எடுத்துக்காட்டு.

II. இரண்டு பெரிய கட்சிகள் இருக்கும் இரு கட்சி அமைப்பு. உதாரணமாக அமெரிக்காவில் உள்ள குடியரசுக் கட்சியினர் மற்றும் ஜனநாயகக் கட்சியினர்.

III. பல அரசியல் கட்சிகள் உள்ள பல கட்சி அமைப்பு கூட்டணி அரசாங்கங்களை உருவாக்க வழிவகுக்கிறது.

இந்தியா, பிரான்ஸ் மற்றும் சுவிட்சர்லாந்து பல கட்சி அமைப்புகளுக்கு எடுத்துக்காட்டுகள்.

3. இந்தியாவில் கட்சி அமைப்பின் சிறப்பியல்புகள்

இந்தியாவில் உள்ள கட்சி அமைப்பின் பண்புகள் பின்வருமாறு:

3.1 பல-கட்சி அமைப்பு:

இந்திய சமூகத்தின் பன்முகப் பண்புகள், உலகளாவிய வயது வந்தோருக்கான உரிமையை ஏற்றுக்கொள்வது. தனித்துவமான அரசியல் செயல்முறைகள் ஆகியவை ஏராளமான அரசியல் கட்சிகளை உருவாக்கியுள்ளன. உண்மையில், உலகில் அதிக எண்ணிக்கையிலான அரசியல் கட்சிகளை இந்தியா கொண்டுள்ளது. மேலும், இந்தியாவில் அனைத்து வகை கட்சிகளும் உள்ளன. இடதுசாரிக் கட்சிகள், மையவாதக் கட்சிகள், வலது கட்சிகள் மற்றும் பலகட்சி. இதன் விளைவாக தொங்கு நாடாளுமன்றங்கள், தொங்கு சட்டசபைகள் மற்றும் கூட்டணி அரசாங்கங்கள் இந்திய அரசியலில் ஒரு பொதுவான நிகழ்வாகிவிட்டது.

பல கட்சி அமைப்பு மிகவும் பொதுவான வகை கட்சி அமைப்பு ஆகும். இதற்கென சில சிறப்பியல்புகள் உள்ளன.

1. இந்த அமைப்பில், மூன்று அல்லது அதற்கு மேற்பட்ட கட்சிகள் தனித்தனியாகவோ அல்லது கூட்டணியாகவோ ஆட்சியைக் கைப்பற்றும் திறன் பெற்றுள்ளன.

2. பல கட்சி நாடாளுமன்ற அமைப்பில் எந்தக் கட்சியும் பெரும்பான்மையான சட்டமன்ற இடங்களைப் பெறாதபோது, பல கட்சிகள் ஒன்றிணைந்து கூட்டணி அரசாங்கத்தை அமைக்கின்றன.

3. இந்த அமைப்பின் ஆதரவாளர்கள் அரசாங்கத்தில் அதிக கருத்துகளை பிரதிநிதித்துவப்படுத்த அனுமதிப்பதாக சுட்டிக்காட்டுகின்றனர். இந்த அமைப்பை விமர்சிப்பவர்கள் பல கட்சி அமைப்பு சில நேரங்களில் அரசியல் ஸ்திரமின்மைக்கு வழிவகுக்கும் என்று சுட்டிக்காட்டுகின்றனர்.

பல கட்சி அமைப்பு என்பது இரண்டுக்கும் மேற்பட்ட கட்சிகள் தேர்தலில் போட்டியிடக்கூடிய ஒரு கட்டமைப்பாக வரையறுக்கப்படுகிறது, மேலும் அனைவருக்கும் பெரும்பான்மையை வெல்லும் வாய்ப்பு உள்ளது. பிரான்ஸ், இந்தியா மற்றும் இத்தாலி ஆகியவை பல கட்சி முறையைப் பின்பற்றும் சில நாடுகள் ஆகும். ஜனாதிபதி முறையைக் காட்டிலும் பாராளுமன்ற வடிவ அரசாங்கத்தைக் கொண்ட நாடுகளில் மிகவும் பொதுவான வகை கட்சி அமைப்பு பின்பற்றப்படுகின்றன. இந்தியாவில் உள்ள பிரபலமான அரசியல் கட்சிகளில் சில பாரதிய ஜனதா கட்சி, இந்திய தேசிய காங்கிரஸ், ஆம் ஆத்மி கட்சி போன்றவையாகும். இது மிகவும் போட்டித்தன்மை வாய்ந்த அமைப்பாகும். இது சமூகம் மற்றும் மக்களின் முன்னேற்றத்திற்காக அரசியல் கட்சிகள் தங்கள் கொள்கைகளில் பணியாற்ற அழுத்தம் கொடுக்கிறது.

பல கட்சி முறை இருந்தபோதிலும், இந்தியாவில் அரசியல் கட்சி நீண்ட காலமாக காங்கிரஸால் ஆதிக்கம் செலுத்தப்பட்டது. எனவே, பிரபல அரசியல் ஆய்வாளரான ரஜினி கோத்தாரி, இந்தியக் கட்சி அமைப்பை 'ஒரு கட்சி மேலாதிக்க முறை' அல்லது 'காங்கிரஸ் அமைப்பு' என்று அழைக்கிறார். 1967 க்கு பிறகு காங்கிரஸின் ஆதிக்க நிலை வீழ்ச்சியடைந்ததால் ஜனதா தளம் மற்றும் பாஜக போன்ற பிற தேசிய கட்சிகள் மேலாதிக்கக் கட்சிகளாக ஆகின.

பிஜேபி, சிபிஐ மற்றும் சிபிஎம் தவிர, மற்ற அனைத்து கட்சிகளுக்கும் தெளிவான சித்தாந்தம் இல்லை. ஒரே சித்தாந்தம் உள்ள கட்சிகள் கருத்தியல் ரீதியாக ஒருவருக்கொருவர் நெருக்கமாக உள்ளனர். அவர்களின் கொள்கைகள் மற்றும் திட்டங்களில் அவர்கள் நெருங்கிய ஒற்றுமையைக் கொண்டுள்ளனர். ஏறக்குறைய ஒவ்வொரு கட்சியும் ஜனநாயகம், மதச்சார்பின்மை, சோசலிசம் மற்றும் காந்தியத்தை ஆதரிக்கின்றன. சித்தாந்தக் கட்சிகள் என்று அழைக்கப்படுபவை உட்பட ஒவ்வொரு கட்சியும் அதிகாரத்தை கைப்பற்றுவது போன்ற ஒரே ஒரு கருத்தை கொண்டு மட்டுமே வழிநடத்தப்படுகிறது. எனவே, அரசியல் என்பது சித்தாந்தத்தை விட பிரச்சினை சார்ந்ததாக மாறியுள்ளது மற்றும் நடைமுறைவாதம் அதன் கொள்கைகளின் உறுதிப்பாட்டையும் மாற்றியுள்ளது.

பெரும்பாலும், கட்சி மற்றும் அதன் சித்தாந்தத்தை விட முக்கியமான ஒரு தலைவரின் ஆளுமை வழிபாட்டு முறையை சுற்றி கட்சிகள் ஒழுங்கமைக்கப்படுகின்றன. கட்சிகள் அவற்றின் தலைவர்கள் மற்றும் அவர்களின் சித்தாந்தத்தால் அறியப்படுகின்றன. கட்சிகள் தேர்தல் அறிக்கையால் அறியப்படுவதை விட தலைவர்களால் அறியப்படுகின்றன. நேரு, இந்திரா காந்தி, ராஜீவ் காந்தி ஆகியோரின் தலைமைத்துவத்தால் காங்கிரஸ் பிரபலம் அடைந்தது என்பது உண்மை. தமிழகத்தில் அதிமுக எம்.ஜி.ராமச்சந்திரனாலும், ஆந்திராவில் தெலுங்கு தேசம் என்.டி.ராமராவாலும் அங்கீகாரம் பெற்றது அவர்களது சித்தாந்தத்தால்தான் என்பதும் உண்மை.

மேற்கு மாவட்டங்களில், அரசியல் கட்சிகள் சமூக-பொருளாதார மற்றும் அரசியல் திட்டங்களின் அடிப்படையில் உருவாக்கப்படுகின்றன. மறுபுறம், இந்தியாவில் ஏராளமான கட்சிகள் மதம், ஜாதி, மொழி, கலாச்சாரம் போன்றவற்றின் அடிப்படையில் உருவாகின்றன. உதாரணமாக, சிவசேனா, முஸ்லீம் லீக், இந்து மகா சபை போன்றவை ஆகும். பொதுவாகக் பாரம்பரிய காரணிகளின் அடிப்படையில் என்ற முறையில் இந்தக் கட்சிகள் பொது மக்களின் நலனைக் குழிபறிக்கும் வகுப்புவாத மற்றும் பிரிவு நலன்களை மேம்படுத்துவதற்காக வேலை செய்கின்றன.

இந்தியக் கட்சி அமைப்பின் மற்றொரு குறிப்பிடத்தக்க அம்சம், அதிக எண்ணிக்கையிலான பிராந்தியக் கட்சிகளின் தோற்றம், அவற்றின் வளர்ந்து வரும் பங்கு ஆகும். இந்த பிராந்தியக் கட்சிகலான ஒரிசாவில் பிஜேடி, தமிழகத்தில் திமுக அல்லது அதிமுக, பஞ்சாபி அகாலிதளம் என பல்வேறு மாநிலங்களில் ஆளும் கட்சிகளாக மாறிவிட்டனர். தொடக்கத்தில் பிராந்திய அரசியலில் மட்டும் அவர்கள் மட்டுப்படுத்தப்பட்டனர். ஆனால் சமீபகாலமாக மத்தியில் கூட்டணி அரசுகள் இருப்பதால் தேசிய அரசியலில் முக்கிய பங்கு வகிக்கின்றனர்.

கோஷ்டிவாதம், பிரிவினைகள், பிளவுகள், இணைப்புகள், துருவப்படுத்தல் இந்தியாவில் செயல்படும் அரசியல் கட்சிகளின் முக்கிய அம்சமாக உள்ளது. பதவி மோகம் மற்றும் பொருளாசை நிலைமைகள் அரசியல் கட்சிகளை தங்கள் கட்சியை விட்டு

வெளியேறி வேறு கட்சியில் சேர வைக்கிறது. 1967ல் நான்காவது பொதுத் தேர்தலுக்குப் பிறகு, கட்சித் தாவல்கள் அதிக அளவில் நிகழ்ந்தன. இந்த நிகழ்வு மத்தியிலும் மாநிலங்களிலும் உறுதியற்ற தன்மையை ஏற்படுத்தியது மற்றும் சிதைவுக்கு வழிவகுத்தது.

திறமையான எதிர்ப்பு இல்லாதது: இந்தியாவில் நிலவும் நாடாளுமன்ற ஜனநாயகத்தின் வெற்றிகரமான செயல்பாட்டிற்கு திறமையான எதிர்க்கட்சி மிகவும் அவசியம். இது ஆளும் கட்சியின் எதேச்சதிகாரப் போக்குகளை சரிபார்த்து மாற்று அரசாங்கத்தை வழங்குகிறது. எவ்வாறாயினும், கடந்த 50 ஆண்டுகளில் திறமையான, வலிமையான, ஒழுங்கமைக்கப்பட்ட மற்றும் கண்ணுக்குத் தெரியும் தேசிய எதிர்ப்பு என்பது குறைவாக உள்ளது. எதிர்க்கட்சிகளின் ஒற்றுமை இல்லாததால், ஆளும் கட்சியைப் பொறுத்தமட்டில் பரஸ்பரம் முரண்படும் நிலைப்பாடுகளையே பெரும்பாலும் கடைப்பிடிக்கின்றனர். இதனால் அரசியல் அமைப்பின் செயல்பாட்டிலும், தேசத்தைக் கட்டியெழுப்பும் செயல்பாட்டிலும் அவர்கள் ஆக்கப்பூர்வமான பங்கை வகிக்கத் தவறிவிட்டனர்.

4. தேசிய மற்றும் மாநில கட்சிகளின் அங்கீகாரம்

தேர்தல் ஆணையம், தேர்தல் நோக்கத்திற்காக அரசியல் கட்சிகளைப் பதிவு செய்து. அரசியல் கட்சிகள் அவற்றின் தேர்தல் செயல்பாட்டின் அடிப்படையில் தேசிய அல்லது மாநிலக் கட்சிகளாக அங்கீகாரம் பெறுகின்றன. மற்ற கட்சிகள் வெறுமனே பதிவு செய்யப்பட்ட-அங்கீகரிக்கப்படாத கட்சிகளாக அறிவிக்கப்படுகின்றன.

கட்சிகளுக்கு கமிஷன் வழங்கும் அங்கீகாரம், கட்சி சின்னங்களை ஒதுக்கீடு செய்தல், அரசுக்கு சொந்தமான தொலைக்காட்சி மற்றும் வானொலி நிலையங்களில் அரசியல் ஒளிபரப்பு நேரம் மற்றும் வாக்காளர் பட்டியலைச் சேகரிப்பது போன்ற வேலைகளையும் செய்கிறது. ஒவ்வொரு தேசிய கட்சிக்கும் நாடு முழுவதும் அதன் பயன்பாட்டிற்காக பிரத்தியேகமாக ஒரு சின்னம் ஒதுக்கப்பட்டுள்ளது. இதேபோல், ஒவ்வொரு மாநிலக் கட்சிக்கும் அது அங்கீகரிக்கப்பட்ட மாநிலங்களில் அதன் பயன்பாட்டிற்காக பிரத்தியேகமாக ஒதுக்கப்பட்ட சின்னம் ஒதுக்கப்பட்டுள்ளது. ஒரு பதிவு செய்யப்பட்ட-அங்கீகரிக்கப்படாத கட்சி, மறுபுறம்,

இலவச சின்னங்களின் பட்டியலிலிருந்து ஒரு சின்னத்தைத் தேர்ந்தெடுக்கலாம்.

வேறு வார்த்தைகளில் கூறுவதானால், அங்கீகரிக்கப்பட்ட அரசியல் கட்சிகளால் அமைக்கப்படும் வேட்பாளர்களுக்காக குறிப்பிட்ட சில சின்னங்களை 'ஒதுக்கப்பட்ட சின்னங்கள்' என்றும் மற்றவை மற்ற வேட்பாளர்களுக்கான 'இலவசச் சின்னங்கள்' என்றும் ஆணையம் குறிப்பிடுகிறது.

4.1. தேசியக் கட்சி மற்றும் மாநிலக் கட்சி

தேசியக் கட்சி மற்றும் மாநிலக் கட்சியாக அங்கீகரிப்பதற்கான நிபந்தனைகள் பின்வருமாறு:

தேசியக் கட்சி:

நான்கு அல்லது அதற்கு மேற்பட்ட மாநிலங்களில் சட்டமன்றம் அல்லது லோக்சபா பொதுத் தேர்தலில் செல்லுபடியாகும் வாக்குகளில் குறைந்தபட்சம் 6% பெறிருக்க வேண்டும். எந்த மாநிலம் அல்லது மாநிலங்களிலிருந்தும் லோக்சபா பொதுத் தேர்தலில் குறைந்தபட்சம் 4 இடங்களை வென்றிருக்க வேண்டும். ஒரு பொதுத் தேர்தலில் ஒரு கட்சி மக்களவையில் 2% இடங்களைப் பெற்று, இந்த வேட்பாளர்கள் மூன்று மாநிலங்களில் இருந்து தேர்ந்தெடுக்கப்பட வேண்டும். நான்கு மாநிலங்களில் மாநிலக் கட்சியாக அங்கீகரிக்கப்பட்டால் கூடுதல் அளவுகோல் அடங்கும்.

மாநிலக் கட்சி:

சம்பந்தப்பட்ட மாநிலத்தின் சட்டப் பேரவைக்கான பொதுத் தேர்தலில் மாநிலத்தில் பதிவான செல்லுபடியாகும் வாக்குகளில் 6% பெறுவதோடு, சம்பந்தப்பட்ட மாநிலத்தின் சட்டமன்றத்தில் கூடுதலாக 2 இடங்களைப் பெற வேண்டும். மக்களவைக்கான பொதுத் தேர்தலில் மாநிலத்தில் பதிவான செல்லுபடியாகும் வாக்குகளில் 6% மாநிலக் கட்சி சம்பந்தப்பட்ட மாநிலத்தில் இருந்து பெறுகிறது. கூடுதலாக, சம்பந்தப்பட்ட மாநிலத்தில் இருந்து மக்களவையில் 1 இடத்திலும் மாநிலத்தின் சட்டப் பேரவைக்கான பொதுத் தேர்தலில் சட்டப் பேரவையில் 3% இடங்களையும்

அல்லது சட்டமன்றத்தில் 3 இடங்களைப் வெற்றி பெற வேண்டும். லோக்சபாவில் ஒவ்வொரு 25 இடங்களுக்கும் 1 இடத்தைப் பெற்றால் மாநில கட்சி என அங்கிகரிக்கபடும்.

5. இந்தியாவில் அரசியல் கட்சிகள் எதிர்கொள்ளும் சவால்கள்

5.1. பணம் மற்றும் பலம்

கட்சிகள் வெற்றி பெறுவதில் மட்டுமே அக்கறை காட்டுவதால், தேர்தலில் வெற்றி பெறுவதற்கு பல்வேறு முறைகளை அடிக்கடி பின்பற்றுவார்கள். அவர்கள் பொதுவாக அதிக பணம் வைத்திருக்கும் அல்லது செல்வாக்கு மிகுந்தவர்களை தேர்ந்தெடுப்பார்கள். கூட்டங்களில் பங்களிக்கும் பணக்கார தனிநபர்கள் பெரும்பாலும் கட்சியின் முடிவுகளில் தாக்கத்தை ஏற்படுத்துகின்றனர். சில சமயங்களில் தீர்ப்புகளை வெல்லக்கூடிய சட்டத்தை மீறுபவர்களை கட்சிகள் ஆதரிக்கிறது.

5.2. வம்ச மரபு

ஒரு குடும்பத்தைச் சேர்ந்த தனிநபர்கள் பல கட்சி அமைப்புகளில் பெரும்பாலானஉயர்பதவிகளைக்கட்டுப்படுத்துகிறார்கள். கட்சியில் உள்ள உறுப்பினர்கள் தங்கள் குடும்பங்கள் மற்றும் கூட்டாளிகளை நோக்கி ஈர்க்கும் வலுவான போக்கைக் கொண்டுள்ளனர்.

5.3. வாக்காளர்களுக்கு அர்த்தமுள்ள தேர்வு உள்ளது

அர்த்தமுள்ள தேர்வுகளை வாக்காளர்களுக்கு வழங்குவதில் கட்சிகள் அடிக்கடி தவறிவிடுகின்றன என்பதை இது வெளிப்படுத்துகிறது. முக்கிய தீர்ப்புகளை வழங்க, பிரச்சனைகளை தீர்க்க கட்சிகள் அடிப்படையில் வேறுபட்டதாக இருக்க வேண்டும். ஆனால் உதாரணமாக நம் நாட்டில், முக்கிய அரசியல் கட்சிகள் முழுவதும் நிதி முறைகளில் உள்ள வேறுபாடுகளால் சுருங்கிவிட்டன.

5.4. உள்கட்சி ஜனநாயகம் இல்லை

பெரும்பான்மையான கருத்தியல் குழுக்களில், அதிகாரம் ஒன்று அல்லது இரண்டு தலைவர்களின் கைகளில் குவிந்துள்ளது. கட்சிக்குள்

என்ன நடக்கிறது என்பது குறித்து கட்சி உறுப்பினர்களுக்கு உரிய தகவல் கொடுப்பதில்லை.

5.5. மற்ற சவால்கள் அடங்கும்

வறுமை, மருத்துவ வசதிப் பற்றாக்குறை, மோசமான கல்வி விகிதம், அதிக மக்கள்தொகை மற்றும் வேலையின்மை ஆகியவை இந்தியாவின் பல பகுதிகளிலும் சமூக வளர்ச்சியைத் தடுக்கின்றன. இந்திய சமூகத்தில் சாதி, நோக்குநிலைப் பிரிவினை தொடர்ந்து நிலவி வருவதால் நாட்டின் முன்னேற்றம் குறைகிறது. அரசியல் கட்சிகளின் சிவப்பு நாடா மற்றும் பொது நீதியில் தாமதம் ஆகியவை ஜனநாயகத்தின் அடித்தளத்தை சிதைக்கின்றன. குறுகிய அரசியல் ஆதாயங்களுக்காக பல்வேறு நிலைகளில் நம்பிக்கைகளிலும் சிறுபான்மையினரைச் சுரண்டுவது பெரும்பான்மை ஆட்சி என்ற கருத்தையே கீழறுத்துவிட்டது. தேர்வுகளின் போது பணம், பஞ்சாயத்து, உள்ளூர் பிரச்சனை, ஆகியவற்றில் வலிமையைப் பயன்படுத்துவது ஜனநாயகத்தின் குறைபாடுகளை பிரதிபலிக்கிறது.

6. கூட்டணி என்றால் என்ன?

பல கட்சி அமைப்பில் உள்ள பல கட்சிகள் தேர்தலில் போட்டியிட்டு அதிகாரத்தை வெல்வதற்காக கைகோர்த்தால், அது கூட்டணி அல்லது முன்னணி என்று அழைக்கப்படுகிறது. இந்தியா, 2004 - மற்றும் 2009-ஆம் ஆண்டுகளில், நாடாளுமன்றத் தேர்தல்களுக்காக இதுபோன்ற மூன்று கூட்டணிகளைக் கொண்டிருந்தது. அவையே,

I.   தேசிய ஜனநாயகக் கூட்டணி

II.   ஐக்கிய முற்போக்குக் கூட்டணி மற்றும்

III.   இடது முன்னணி.

7. கட்சி அமைப்பு

இரண்டு வகையான கட்சி அமைப்புகள் உள்ளன:

I.   ஒரு கட்சி அமைப்பு

II.   இரு கட்சி அமைப்பு

ஒரு கட்சி அமைப்பு

இந்த அமைப்பில் போட்டி இல்லை. தனிக்கட்சி வேட்பாளர்களை பரிந்துரைக்கிறது மற்றும் வாக்காளர்களுக்கு இரண்டு தேர்வுகள் மட்டுமே உள்ளன:அவையே,

I. வாக்களிக்கவே கூடாது அல்லது

II. கட்சியால் பரிந்துரைக்கப்பட்ட வேட்பாளர்களின் பெயருக்கு எதிராக 'ஆம்' அல்லது 'இல்லை' என்று எழுதவும்.

இந்த அமைப்பு கம்யூனிச நாடுகள் மற்றும் பிற சர்வாதிகார ஆட்சிகளில் பிரபலமாக உள்ளது எ.கா., சீனா, வட கொரியா மற்றும் கியூபா. கம்யூனிசம் வீழ்ச்சியடையும் வரை சோவியத் ஒன்றியத்திலும் இந்த அமைப்பு நடைமுறையில் இருந்தது.

இரண்டு கட்சி அமைப்பு

இரு கட்சி அமைப்பில் இரண்டு பெரிய, மேலாதிக்கக் கட்சிகளுக்கு இடையே அதிகாரம் மாறுகிறது. இந்த அமைப்பில் தேர்தலில் வெற்றி பெற, வெற்றியாளர் அதிகபட்ச வாக்குகளைப் பெற வேண்டும், ஆனால் ஒரு பெரும்பான்மை வாக்குகள் அவசியம் இல்லை. சிறிய கட்சிகள் பொதுவாக பெரிய கட்சிகளுடன் இணைகின்றன அல்லது அவை தேர்தலில் இருந்து வெளியேறுகின்றன. இந்த பாராளுமன்ற அமைப்பு கிரேட் பிரிட்டன் மற்றும் கனடாவில் நிலவுகிறது. இதில் இரண்டு கட்சிகள் மட்டுமே கணிசமான எண்ணிக்கையிலான இடங்களைப் பெற்றுள்ளன. இந்த அமைப்பை ஆதரிப்பவர்கள் இது ஆபத்துகளைத் தடுக்கிறது மற்றும் அரசாங்கம் சுமூகமாக இயங்க முடியும் என்று நம்புகிறார்கள்.

இந்தியாவில் அழுத்தக் குழுக்கள்

வரலாறு:

'அழுத்தக் குழுக்கள்' என்ற சொல் அமெரிக்காவில் இருந்து வந்தது. பிரஷர் குரூப் என்பது அவர்களின் பொதுவான நலனை மேம்படுத்துவதற்கும் பாதுகாப்பதற்கும

தீவிரமாக ஒழுங்கமைக்கப்பட்ட நபர்களின் குழுவாகும். அவர்கள் அரசாங்கத்திற்கும் ஆளுகைக்கும் இடையே ஒரு முக்கிய இணைப்பாகத் திகழ்கிறார்கள். அவர்கள் சமூகத்தின் விருப்பங்களுக்கு, குறிப்பாக தேர்தல்களுக்கு இடையில் அரசாங்கங்களை மிகவும் பதிலளிக்கக்கூடியதாக வைத்திருக்கிறார்கள். அவர்கள் அரசியல் கட்சிகளிலிருந்து வேறுபட்டவர்கள், ஏனெனில் அவர்கள் தேர்தலில் போட்டியிடுவதில்லை. அரசியல் அதிகாரத்தைக் கைப்பற்ற முயற்சிக்க மாட்டார்கள் ஆனால் அவர்களின் செயல்பாடு பொதுக் கொள்கையில் செல்வாக்கு செலுத்துகிறது.

இந்தக் குழுக்கள் ஒரு குறிப்பிட்ட பிரச்சினையை முன்னிறுத்தி அதை அரசியல் நிகழ்ச்சி நிரலாக முன்வைக்கின்றன. பிரச்சாரத்தின் போது பொதுவான அரசியல் கருத்து நோக்கங்களை மனதில் வைத்துக் கொண்டு செயல்படும். இந்த குழுக்கள் அரசாங்கத்தை பொறுப்புக்கூறல் மேடைக்குள் கொண்டு வர முயற்சிகளை மேற்கொள்கின்றன.

அழுத்தக் குழுக்கள் என்பது ஒரு பிரிவை உருவாக்கி, ஒரு காரணத்திற்காக போராடி, அதை ஊக்குவிக்கும் நபர்களின் குழுக்கள் ஆகும். அழுத்தக் குழுக்கள் பெரும்பாலும் அரசியல் சட்டத்தில் காணப்பட்டாலும், அவை அனைத்தும் அரசியலில் இருக்க வேண்டிய அவசியமில்லை. அவை அரசியல் சாராத, முறையான அல்லது முறைசாரா குழுக்களாக இருக்கலாம். *IMA, ABVP, FICCI* மற்றும் *AITUC* ஆகியவை இந்தியாவில் அழுத்தக் குழுக்களின் சில பொதுவான எடுத்துக்காட்டுகள் ஆகும். அரசாங்கத்தின் மீது மகத்தான அழுத்தத்தை கொடுப்பதன் மூலம், இந்த அழுத்தக் குழுக்கள் சமூகத்திலும் பொதுக் கொள்கையிலும் மாற்றத்தை ஏற்படுத்தும் என்று எதிர்பார்க்கப்படுகிறது.

அழுத்தக் குழுக்கள் எந்தத் தேர்தலிலும் போட்டியிடாது, அதலால் இது எந்த அரசியல் கட்சி அல்லது குழு என குழப்பிக் கொள்ளக்கூடாது. இருப்பினும், அவர்களுக்கு சில திட்டங்கள் அல்லது சிக்கல்கள் உள்ளன, அதற்காக அவர்கள் சில செயல்பாடுகளைச் செய்கிறார்கள். அரசாங்கத்தின் கொள்கை உருவாக்கம் மற்றும் அமலாக்கத்தில் செல்வாக்கு செலுத்த இந்த

அழுத்தக் குழுக்களால் பயன்படுத்தப்படும் பொதுவான முறைகள் உள்ளன. அவையே,

- ✦ கடிதப் போக்குவரத்து,

- ✦ விளம்பரம்,

- ✦ பிரச்சார மனு,

- ✦ விவாதம் மற்றும்

- ✦ பரப்புரை.

அழுத்தம் குழுக்களின் பண்புகள்

1. அழுத்தக் குழுக்கள் உள்ளூர், பிராந்திய, தேசிய அல்லது சர்வதேச அளவில் கூட காரணம் மற்றும் அறிவிப்பைப் பொறுத்து செயல்படலாம்.

2. அனைத்து ஆர்வமுள்ள குழுக்களும் தங்களுக்கு அல்லது அவர்களின் காரணங்களுக்காக அரசாங்கக் கொள்கையைப் பாதிக்கும் விருப்பத்தைப் பகிர்ந்து கொள்கிறார்கள்.

3. அழுத்தக் குழுக்கள் பொதுவாக இலாப நோக்கற்ற மற்றும் தன்னார்வ அமைப்பாகும்

4. அறிவிக்கப்பட்ட நோக்கத்தை அடைய அரசியல் அல்லது பெருநிறுவன முடிவெடுப்பவர்களை அவர்கள் செல்வாக்கு செலுத்த முயல்கின்றனர்.

5. அழுத்தம் குழுக்கள் என்பது இனம், மதம், அரசியல் தத்துவம் அல்லது பொதுவான குறிக்கோள் ஆகியவற்றின் அடிப்படையில் ஒரே மாதிரியான மதிப்புகள் மற்றும் நம்பிக்கைகளை வைத்திருக்கும் தனிநபர்களின் தொகுப்பு ஆகும்.

6. சமூகத்தின் தற்போதைய நிலைமைகளில் அதிருப்தி கொண்டவர்களின் கண்ணோட்டத்தை அழுத்தக் குழுக்கள் அடிக்கடி பிரதிநிதித்துவப்படுத்துகின்றன.

7. இவை அனைத்து சமூகங்களிலும் இருக்கும் ஆர்வமுள்ள சமூகங்களின் இயற்கையான வளர்ச்சியாகும்.

8. அவர்கள் ஒருபோதும் போட்டியிடும் தேர்தலின் அரசாங்கத்தை உருவாக்க மாட்டார்கள். ஆனால் அரசாங்கம் அல்லது பொதுக் கொள்கையின் முடிவை பாதிக்கிறார்கள். அவர்கள் பொது பதவிக்கு தேர்ந்தெடுக்கப்படுவதன் மூலம் மாற்றத்தை உருவாக்க முயல்கிறார்கள். அதே நேரத்தில் அழுத்தம் குழுக்கள் அரசியல் கட்சிகளை பாதிக்க முயற்சிக்கின்றன. அழுத்தக் குழுக்கள் சிறப்புப் பிரச்சினைகளில் சிறப்பாக கவனம் செலுத்த முடியும். அரசியல் கட்சிகள் பரந்த அளவிலான பிரச்சினைகளைத் தீர்க்க முனைகின்றன.

9. ஜனநாயக செயல்பாட்டின் முக்கிய அங்கமாக அழுத்தக் குழுக்கள் பரவலாக அங்கீகரிக்கப்பட்டுள்ளன.

3. இந்தியாவில் உள்ள அழுத்தக் குழுக்களின் வகைகள்

இந்தியாவில் அதிக எண்ணிக்கையிலான அழுத்தக் குழு உள்ளது, ஆனால் துரதிர்ஷ்டவசமாக அவை இங்கிலாந்து, பிரான்ஸ் மற்றும் அமெரிக்கா போன்ற மேற்கத்திய நாடுகளுடன் ஒப்பிடும்போது வளர்ச்சியடையயவில்லை. அதை பின்வரும் வகைகளாக வகைப்படுத்தலாம்.

வணிகக் குழுக்கள்

வணிகக் குழு இந்தியாவில் உள்ள மிக முக்கியமான, செல்வாக்குமிக்க மற்றும் ஒழுங்கமைக்கப்பட்ட அழுத்தக் குழுக்களில் ஒன்றாகும். வணிகக் குழுக்களின் எடுத்துக்காட்டுகள்,

இந்திய தொழில் கூட்டமைப்பு (CII),

இந்திய வர்த்தக மற்றும் தொழில்துறை கூட்டமைப்பு (FICCI),

அசோசியேட்டட் சேம்பர் ஆஃப் காமர்ஸ் (ASSOCHAM)

பெங்கால் காமர்ஸ் கல்கத்தா மற்றும்

டெல்லியின் மத்திய வர்த்தக அமைப்பு

அகில இந்திய உணவு தானிய வியாபாரிகள் சங்கத்தின் கூட்டமைப்பு (FAIFDA)

அகில இந்திய உற்பத்தி நிறுவனம் (AIMO)

ஆகியவை முக்கிய அங்கங்களாகும். வணிகக் குழுக்களில் தொழில்கள் மற்றும் வணிக நிறுவனங்கள் அடங்கும், அவை அதிநவீன மற்றும் சக்திவாய்ந்தவை மற்றும் இந்தியாவில் உள்ள அனைத்து அழுத்தக் குழுக்களிலும் மிகப்பெரியவை.

தொழிற்சங்கங்கள்

தொழிற்சங்கங்கள் தொழிலாளர்கள் மற்றும் தொழிற்சாலைகளின் தொழிலாளர்களின் கோரிக்கையை பூர்த்தி செய்கின்றன. மாற்றாக, அவை தொழிலாளர் குழுக்கள் என்றும் அழைக்கப்படுகின்றன. இந்தியாவில் பல்வேறு தொழிற்சங்கங்கள் வெவ்வேறு அரசியல் கட்சிகளை பிரதிநிதித்துவப்படுத்துகின்றன. எடுத்துக்காட்டுகலாக

அகில இந்திய தொழிற்சங்க காங்கிரஸ் (AITUC),

அகில இந்திய தொழிற்சங்க காங்கிரஸ் (INTUC)

இந்து மஸ்தூர் சபா (HMS)

இந்திய தொழிற்சங்க மையம் (CITU).

பாரதிய மஸ்தூர் சங்கம் (BMS)

விவசாயக் குழுக்கள்

இந்த குழுக்கள் இந்தியாவின் விவசாய சமூகத்தை பிரதிநிதித்துவப்படுத்துகின்றன மற்றும் அவர்களின் நல்வாழ்வுக்காக வேலை செய்கின்றன. இந்தக் குழுவிற்கு குறியீடு செய்யக்கூடிய சமீபத்திய உதாரணம், பாரதிய கிசான் யூனியனால் (BKU) எதிர்த்த இந்திய அரசாங்கத்தால் கொண்டுவரப்பட்ட பண்ணை மசோதா தொடர்பானது ஆகும்.

உதாரணமாக,

பாரதிய கிசான் சங்கம்,

ஹிந்த் கிசான் பஞ்சாயத்து

அகில இந்திய கிசான் சபா

புரட்சிகர விவசாயி மாநாடு

ஆர்.வி.சங்கம்

ஷேத்காரி சங்கதனா

அகில இந்திய கிசான் சம்மேளனம்

ஐக்கிய கிசான் சபா

தொழில்முறை சங்கம்

இத்தகைய சங்கம், வழக்கறிஞர்கள் மற்றும் மருத்துவர்கள், பத்திரிக்கையாளர்கள் மற்றும் ஆசிரியர்கள் வரை இந்தியாவில் பணியாற்றும் தொழில் வல்லுநர்களின் பிரச்சனைக்கான சங்கம்.

அசோசியேஷன் ஆஃப் இன்ஜினியர்ஸ்,

பார் கவுன்சில் ஆஃப் இந்தியா (BCI)

டென்டல் கவுன்சில் ஆஃப் இந்தியா

இந்திய மருத்துவச் சங்கம் (IMA)

பணிபுரியும் பத்திரிகையாளர்களின் இந்திய கூட்டமைப்பு (IFWJ)

அகில இந்திய பல்கலைக்கழகம் மற்றும் கல்லூரி ஆசிரியர் கூட்டமைப்பு (AIFUCT)

ஆகியவை எடுத்துக்காட்டுகள் ஆகும்.

மாணவர் அமைப்புகள்

இந்தியாவில் மாணவர்களின் குறைகளைப் பிரதிநிதித்துவப்படுத்த பல்வேறு அமைப்புகள் உள்ளன. இந்தியாவில் பல கல்லூரிகள் உள்ளன, அவை பல்கலைக்கழகங்களுக்குள் தேர்தல்களை ஊக்குவிக்கின்றன மற்றும் மாணவர் அமைப்புகளை ஊக்குவிக்கின்றன. உதாரணமாக, அகில பாரதிய வித்யார்த்தி பரிஷத் (ABVP). எடுத்துக்காட்டுகளாக

அகில இந்திய மாணவர் கூட்டமைப்பு (AISF)

அனைத்து அசாம் மாணவர் சங்கம் (அசாம் கன் பரிஷத்),

சத்ர யுவ சங்கர்ஷ் சமிதி (ஆம் ஆத்மி கட்சி).

அகில பாரதிய வித்யார்த்தி பரிஷத் (ABVP)

இந்திய தேசிய மாணவர் சங்கம் (NSUI)

இந்திய மாணவர் கூட்டமைப்பு (SFI)

பழங்குடியினர் அமைப்பு

இந்தியாவில் உள்ள பழங்குடியினர் மத்திய இந்தியா மற்றும் வடகிழக்கு இந்தியாவில் முக்கியமானவர்கள். மேலும் மத்திய இந்திய பழங்குடியினர் வடகிழக்கு இந்தியாவிலும் செயலில் உள்ளனர். பழங்குடியினர் அமைப்புகள் ஜார்க்கண்ட், யுனைடெட் மெசோ-ஃபெடரல், சத்தீஸ்கர், மத்தியப் பிரதேசம் ஆகியவை இந்தியாவின் சில வடகிழக்கு மாநிலங்களில் மிகவும் முக்கியத்துவம் வாய்ந்தவை. தங்களின் கோரிக்கைகளை அரசிடம் நிறைவேற்றக் கோரி, இக்குழுக்கள் அவ்வப்போது கிளர்ச்சிகளை நடத்தி, அப்பகுதிகளில் இடையூறுகளை ஏற்படுத்துகின்றன.

நாகாலாந்து தேசிய சோசலிஸ்ட் கவுன்சில் (NSCN)

திரிபுராவில் பழங்குடியின தேசிய தன்னார்வலர் (TNU)

மணிப்பூரில் மக்கள் விடுதலை இராணுவம்

அகில இந்திய ஜார்க்கண்ட்

அஸ்ஸாமின் பழங்குடி சங்கம்

மொழியியல் குழுக்கள்

இந்தியாவில் 22 அட்டவணை மொழிகள் உள்ளன. இருப்பினும், இந்தியாவில் மொழிகளின் நலனுக்காக பல குழுக்களும், இயக்கங்களும் செயல்பட்டு வருகின்றன. உதாரணமாக

இந்தி சாகித்திய சம்மேளனம்

தமிழ் சங்கம்

அஞ்சுமன் தர்ராகி-இ- உருது

ஆந்திர மகாசபை

இந்தி சாகித்திய சம்மேளனம்

நகரி பிரசாரணி சபா

தக்ஷிண பாரத ஹிந்தி பிரச்சார சபா

கருத்தியல் அடிப்படையிலான குழு

சித்தாந்த அடிப்படையிலான குழுக்கள் சமீபத்தில் உருவாக்கப்பட்டன. நர்மதா பச்சாவோ அந்தோலன் மற்றும் சிப்கோ இயக்கம், ஜனநாயக உரிமைகள் அமைப்பு, காந்தி அமைதி அறக்கட்டளை, பெண் உரிமைகள் அமைப்பு, சிவில் உரிமைகள் சங்கங்கள் போன்ற சுற்றுச்சூழல் பாதுகாப்புக் குழுக்கள் இந்த குழுக்களின் சில எடுத்துக்காட்டுகளில் அடங்கும்.

அழுத்தக் குழுக்களின் செயல்பாடுகள் கீழே பட்டியலிடப்பட்டுள்ளன:

பொது அலுவலகத்தின் கடமைகளை ஏற்கத் தயாராக இல்லாமல் அல்லது தேசத்தை நிர்வகிப்பதற்கான நேரடிப் பொறுப்பை ஏற்க மறுப்பதன் மூலம், ஜனநாயக அல்லது சர்வாதிகாரமான ஒவ்வொரு கலாச்சாரத்திலும் பொதுக் கொள்கையை விரும்பிய திசையில் மாற்ற அழுத்தக் குழுக்கள் செயல்படுகின்றன.

அழுத்தக் குழுக்கள் சாதகமான நிர்வாக மற்றும் கொள்கைத் தேர்வுகளுக்கு அழுத்தம் கொடுக்கின்றன. அவர்கள் தங்கள் செயல்பாடுகளின் கட்டமைப்பை அடிக்கடி மாற்றுகிறார்கள். அரசாங்க நிறுவனங்கள், நடவடிக்கைகள் அவர்களின் ஆர்வத்தின் அகலம் அல்லது தீவிரம் தொடர்பான அணுகுமுறைகள் ஆகியவற்றின் தொடர்பு அழுத்தக் குழுக்களில் குழு அரசியலை வடிவமைக்கிறது.

கொள்கையை வகுத்து அதை நிறைவேற்றும் பணி மத்திய நிர்வாகக் கிளைக்கு வழங்கப்பட்டுள்ளது என்று வைத்துக் கொள்வோம். அந்த வழக்கில், ஒரு அழுத்தம் குழு தேசிய அளவில் கூட மிகவும் குறிப்பிடத்தக்க, சக்திவாய்ந்த, ஒழுங்கமைக்கப்பட்ட நிலைப்பாட்டை எடுக்கலாம்.

அழுத்தக் குழுக்கள் பயன்படுத்தும் முறைகள்

அழுத்தக் குழுக்கள் பல்வேறு வழிகளில் தங்கள் கோரிக்கைகளை தொடர்ந்தன. அதில் ஒன்று பரப்புரை. பரப்புரை என்பது, எந்தவொரு கொள்கை விஷயத்திலும் செல்வாக்கு செலுத்துவதற்கு அழுத்தக் குழுக்கள் பிரதிநிதிகள் பிரதிநிதிகளை அனுப்பும் ஒரு முறையாகும். இது அழுத்தக் குழுக்களால் கையாளப்படும் பொதுவான தந்திரம். பரப்புரை, பரந்த அர்த்தத்தில், அரசாங்கத் துறைகளை தங்களுக்குச் சாதகமாக மாற்றுவதற்கான அழுத்தக் குழுக்களின் முயற்சிகளைக் குறிக்கிறது. இருப்பினும், நவீன காலங்களில் பரப்புரை செய்வது சட்டமன்றத்திற்கு மட்டும் அல்ல, அது இப்போது அரசாங்கத்தின் அனைத்து மட்டங்களிலும் நிகழ்கிறது.

மற்றொன்று வேலைநிறுத்தம், வேலைநிறுத்தம் என்பது ஒரு அழுத்தக் குழு தனது இலக்குகளை அடைவதற்குப் பொறுப்பானவர்களை வற்புறுத்துவதற்குப் பயன்படுத்தப்படும் வேலையைத் தற்காலிகமாக நிறுத்துவதாகும். இது மிகவும் பிரபலமான மற்றும் பரவலாகப் பயன்படுத்தப்படும் அழுத்தக் குழு உத்திகளில் ஒன்றாக மாறியுள்ளது.

செய்தியாளர்சந்திப்பு-அழுத்தக்குழுக்கள்செய்தியாளர்சந்திப்பை நடத்துவதன் மூலம் தங்கள் கோரிக்கைகள் மற்றும் நலன்களுக்காக பொதுமக்களின் ஆதரவைப் பெற முயற்சி செய்கின்றன. அரசாங்கக் கொள்கைகள் மற்றும் திட்டங்களில் விரும்பிய மாற்றங்களுக்கு மக்கள் ஆதரவைப் பெறுவதற்காக அவர்கள் ஊடகங்கள் மூலம் தொடர்ந்து பிரச்சாரம் மற்றும் மக்கள் தொடர்புகளைப் பயன்படுத்துகின்றனர். அழுத்தம் குழுக்கள் தங்கள் வளங்கள் மற்றும் தற்போதைய சூழ்நிலைகளின் அடிப்படையில் எந்த முறையைப் பயன்படுத்த வேண்டும் என்பதைத் தேர்ந்தெடுக்கின்றன.

அரசியல் சட்ட சீர்திருத்தங்கள்

1. பிறப்படுத்தப்பட்ட வகுப்பினர் அல்லது பட்டியலிடப்பட்ட சாதிகள் மற்றும் பழங்குடியினர் (SCs மற்றும் STs) முன்னேற்றத்திற்காக சிறப்பு ஏற்பாடு சேர்க்கப்பட்டது . ஜமீன்தாரி ஒழிப்புச் சட்டங்களின் அரசியலமைப்புச் செல்லுபடியை முழுமையாகப் பாதுகாக்கவும், பேச்சுச் சுதந்திரத்தின் மீது நியாயமான கட்டுப்பாடுகளை விதிக்கவும். அரசியலமைப்பு ரீதியாக உத்தரவாதம் அளிக்கப்பட்ட அடிப்படை உரிமைகளுக்கு முரணான சட்டங்களுக்கு எதிராகப் பாதுகாப்பதற்காக அட்டவணை 9 எனப்படும் புதிய அரசியலமைப்பு சாதனம் அறிமுகப்படுத்தப்பட்டது . இந்த சட்டங்கள் சொத்துரிமை, பேச்சு சுதந்திரம் மற்றும் சட்டத்தின் முன் சமத்துவம் ஆகியவற்றை ஆக்கிரமிக்கின்றன.

2. சட்டப்பிரிவு 81(1)(b)ஐத் திருத்துவதன் மூலம் நாடாளுமன்றத் தொகுதிக்கான உயர்மட்ட மக்கள் தொகை வரம்பை நீக்கியது.

3. ஏழாவது அட்டவணையில் உள்ள கன்கர்ரண்ட் லிஸ்ட் 33 இன் மறு-இயக்கப்பட்டது, வர்த்தகம் மற்றும் வர்த்தகம் மற்றும் நான்கு வகை அத்தியாவசியப் பொருட்களின் உற்பத்தி, விநியோகம் மற்றும் விநியோகம், அதாவது உணவுப் பொருட்கள், சமையல் எண்ணெய் விதைகள் மற்றும் எண்ணெய்கள் உட்பட; கால்நடை தீவனம், எண்ணெய் கேக்குகள் மற்றும் பிற செறிவுகள் உட்பட; கச்சா பருத்தி, ஜின் செய்யப்பட்ட அல்லது பொறிக்கப்படாத பருத்தி மற்றும் பருத்தி விதைகள்; மற்றும் மூல சணல்.

4. சொத்துரிமை மீதான கட்டுப்பாடுகள் மற்றும் அரசியலமைப்பின் 9வது அட்டவணையில் தொடர்புடைய மசோதாக்களை சேர்ப்பது.

5. புதிய மாநிலங்களை உருவாக்குவது மற்றும் தற்போதுள்ள மாநிலங்களின் பகுதிகள், எல்லைகள் அல்லது பெயர்களை மாற்றுவது தொடர்பான முன்மொழியப்பட்ட மத்திய சட்டங்கள் குறித்து ஒரு மாநில சட்டமன்றம் தனது கருத்துக்களை தெரிவிக்க கால வரம்பை பரிந்துரைக்க ஜனாதிபதிக்கு அதிகாரம் வழங்கப்பட்டுள்ளது பரிந்துரைக்கப்பட்ட வரம்பை நீட்டிக்க குடியரசுத் தலைவருக்கு அனுமதியளித்தது, மேலும் பரிந்துரைக்கப்பட்ட அல்லது நீட்டிக்கப்பட்ட காலம் முடிவடையும்வரை அத்தகைய மசோதாவை பாராளுமன்றத்தில் அறிமுகப்படுத்துவதை தடை செய்தது.

6. வரிகளை உயர்த்துவது தொடர்பாக யூனியன் பட்டியல் மற்றும் மாநிலப் பட்டியலைத் திருத்தவும்

7. மொழிவாரியாக மாநிலங்களின் மறுசீரமைப்பு, வகுப்பு A, B, C, D மாநிலங்களை ஒழித்தல் மற்றும் யூனியன் பிரதேசங்களை அறிமுகப்படுத்துதல்.

8. 1970 ஆம் ஆண்டு வரை மக்களவை மற்றும் மாநில சட்டப் பேரவைகளில் பட்டியல் சாதிகள் மற்றும் பழங்குடியினர் மற்றும் ஆங்கிலோ-இந்தியர்களுக்கான இட ஒதுக்கீடு காலத்தை நீட்டித்தது.

9. எல்லைக் கிராமங்களை வரையறுப்பதன் மூலம் சர்ச்சைகளைத் தீர்ப்பதற்கான பாகிஸ்தானுடனான ஒப்பந்தத்தின் விளைவாக இந்திய யூனியன் பிரதேசத்தில் சிறிய மாற்றங்கள்.

10. போர்ச்சுகலில் இருந்து கையகப்படுத்தப்பட்டதன் விளைவாக தாத்ரா மற்றும் நாகர் ஹவேலி யூனியன் பிரதேசமாக இணைக்கப்பட்டது.

11. பாராளுமன்றத்தின் இரு அவைகளின் உறுப்பினர்களைக் கொண்ட எலெக்டோரல் காலேஜ் மூலம் துணைத் தலைவரைத் தேர்ந்தெடுப்பது, அதற்குப் பதிலாக நாடாளுமன்றத்தின் கூட்டுக் கூட்டத்தின் மூலம் தேர்தல். தேர்தல் கல்லூரியில் ஏதேனும் காலியிடங்கள் இருப்பதன் அடிப்படையில் சவாலில் இருந்து ஜனாதிபதி மற்றும் துணைத் தலைவர் தேர்தல் நடைமுறைக்கு இழப்பீடு வழங்குதல்.

12. போர்ச்சுகலில் இருந்து கையகப்படுத்தப்பட்டதன் விளைவாக கோவா, டாமன் மற்றும் டையூ யூனியன் பிரதேசமாக இணைக்கப்பட்டது.

13. 371A பிரிவின் கீழ் சிறப்பு பாதுகாப்புடன் நாகாலாந்து மாநிலம் உருவாக்கம்.

14. பாண்டிச்சேரியை இந்திய ஒன்றியத்தில் இணைத்து, இமாச்சலப் பிரதேசம், திரிபுரா, மணிப்பூர் மற்றும் கோவா ஆகிய மாநிலங்களுக்கான சட்டப் பேரவைகளை உருவாக்குதல்.

15. உயர் நீதிமன்ற நீதிபதிகளின் ஓய்வு வயதை 60ல் இருந்து 62 ஆக உயர்த்துவது மற்றும் நீதிபதிகள் தொடர்பான விதிகளின் விளக்கத்தை பகுத்தறிவதற்கான பிற சிறிய திருத்தங்கள்.

16. பொது அலுவலகம் தேடுபவர்கள் இந்தியக் குடியரசிற்கு தங்கள் விசுவாசத்தை உறுதிமொழி எடுத்துக்கொள்வதைக் கட்டாயமாக்குங்கள்மற்றும்பல்வேறுகட்டாயவார்ப்புருக்களை பரிந்துரைக்கவும்.

17. சொத்துக்களை கையகப்படுத்துதல் மற்றும் நிலம் கையகப்படுத்துதல் சட்டங்களை அரசியலமைப்பின் 9வது அட்டவணையில் வைப்பதன் அரசியலமைப்பு செல்லுபடியாகும்.

18. யூனியன் பிரதேசங்களை பிரிவு 3 இல் சேர்க்க தொழில்நுட்ப திருத்தம் மற்றும் யூனியன் பிரதேசங்களை மறுசீரமைக்க அனுமதி.

19. தேர்தல் தீர்ப்பாயங்களை ரத்து செய்து, வழக்கமான உயர் நீதிமன்றங்களால் தேர்தல் மனுக்களை விசாரணை செய்ய முடியும்.

20. நீதிபதிகள் வழங்கிய தீர்ப்புகள், ஆணைகள், உத்தரவுகள் மற்றும் தண்டனைகளுக்கு இழப்பீடு வழங்குதல் மற்றும் சரிபார்த்தல் மற்றும் நீதிபதிகள் நியமனம், பதவி உயர்வு, பதவி உயர்வு மற்றும் இடமாற்றம் ஆகியவற்றைச் சரிபார்த்தல், விதி 233-ன் கீழ் நியமனம் பெறத் தகுதியில்லாத சிலரைத் தவிர்த்தல். உத்தரபிரதேச மாநிலத்தில் சில நீதிபதிகள்.

21. சிந்தியை அதிகாரப்பூர்வ மொழியாகச் சேர்க்கவும்.

22. அஸ்ஸாம் மாநிலத்திற்குள் தன்னாட்சி மாநிலங்களை உருவாக்குவதற்கான ஏற்பாடு.

23. நாகாலாந்தில் உள்ள பட்டியலின பழங்குடியினருக்கான இடஒதுக்கீடு இடைநிறுத்தப்பட்டது, மக்களவை மற்றும் மாநில சட்டப் பேரவை இரண்டிலும், எந்த ஒரு மாநில சட்டப் பேரவைக்கும் ஆளுநரால் ஒன்றுக்கு மேற்பட்ட ஆங்கிலோ-இந்தியரை பரிந்துரைக்கக் கூடாது என்று நிபந்தனை விதித்தது. லோக்சபா மற்றும் மாநில சட்டசபைகளில் எஸ்சி மற்றும் எஸ்டி மற்றும் ஆங்கிலோ இந்திய உறுப்பினர்களுக்கான இடஒதுக்கீட்டை மேலும் பத்து ஆண்டுகளுக்கு, அதாவது 1980 வரை நீட்டிக்க வேண்டும்.

24. அரசியலமைப்பில் திருத்தங்கள் மூலம் அடிப்படை உரிமைகளை நீர்த்துப்போகச் செய்வதற்கு பாராளுமன்றத்தை அனுமதித்தல்.

25. தனியார் சொத்தை அரசு கையகப்படுத்தும் பட்சத்தில் சொத்து உரிமைகள் மற்றும் இழப்பீட்டைக் கட்டுப்படுத்தவும். இருப்பினும், சட்டப்பிரிவு 31C (4) இன் ஒரு பகுதியை உச்ச நீதிமன்றம் ரத்து செய்தது, அது நீதித்துறை மறுஆய்வு அதிகாரத்தை பறித்தது. இது கேசவானந்த பாரதிக்கு எதிராக கேரளா மாநிலம் (1973) 4 SCC 225 என்ற மைல்கல் வழக்கில் செய்யப்பட்டது, இது முதன்முறையாக அடிப்படை கட்டமைப்பு கோட்பாட்டை வெளிப்படுத்தியது.

26. இந்திய குடியரசில் இணைக்கப்பட்ட சமஸ்தானங்களின் முன்னாள் ஆட்சியாளர்களுக்கு வழங்கப்பட்ட தனியுரிமை பணப்பையை ஒழித்தல்.

27. மிசோரம் சட்டமன்றம் மற்றும் அமைச்சர்கள் குழுவுடன் யூனியன் பிரதேசமாக மறுசீரமைப்பு.

28. சிவில் சர்வீஸ் விதிகளை பகுத்தறிவு செய்து, சுதந்திரத்திற்கு முன் மற்றும் சுதந்திரத்திற்குப் பின் நியமிக்கப்பட்டவர்கள் அனைவருக்கும் ஒரே மாதிரியாக இருக்க வேண்டும்.

29. அரசியலமைப்பின் 9வது அட்டவணையின் கீழ் நிலச் சீர்திருத்தச் சட்டங்கள் மற்றும் இந்தச் சட்டங்களில் திருத்தங்களைச் செய்யுங்கள்.

30. சிவில் வழக்குகளில் உச்ச நீதிமன்றத்தில் மேல்முறையீடு செய்வதற்கான அடிப்படையை மதிப்பு அளவுகோலில் இருந்து சட்டத்தின் கணிசமான கேள்வியை உள்ளடக்கிய ஒன்றாக மாற்றவும்.

31. நாடாளுமன்றத்தின் அளவு 525ல் இருந்து 545 ஆக அதிகரிக்கப்படும். வடகிழக்கு இந்தியாவில் உருவான புதிய மாநிலங்களுக்குச் செல்லும் இடங்கள் அதிகரிக்கப்பட்டன மற்றும் 1971 ஆம் ஆண்டு எல்லை நிர்ணயப் பயிற்சியின் விளைவாக சிறிய சரிசெய்தல்.

32. ஆந்திரப் பிரதேச மாநிலத்தின் தெலுங்கானா மற்றும் ஆந்திரப் பகுதிகளில் பிராந்திய உரிமைகளைப் பாதுகாத்தல். பி. சாம்பமூர்த்தி எதிராக ஆந்திரப் பிரதேச மாநிலம் 1987 எஸ்சிசி (1) 362 இன் உச்ச நீதிமன்றம், ஷரத்து (3) மற்றும் (5) சட்டப்பிரிவு 371D உடன் அதன் விதிகள் அரசியலமைப்பிற்கு விரோதமானது மற்றும் செல்லாது என்று தீர்ப்பளித்தது. இது அடிப்படைக் கட்டமைப்புக் கோட்பாட்டை மீறுவதாகக் கண்டறியப்பட்டது, நீதி மற்றும் சட்டத்தின் ஆட்சிக் கொள்கைக்கு எதிரானது.

33. பாராளுமன்றம் மற்றும் மாநில சட்டமன்ற உறுப்பினர்கள் ராஜினாமா செய்வதற்கான நடைமுறையையும், சபை சபாநாயகரால் ராஜினாமாவை சரிபார்த்து ஏற்றுக்கொள்வதற்கான நடைமுறையையும் பரிந்துரைக்கிறது.

34. அரசியலமைப்பின் 9வது அட்டவணையின் கீழ் நிலச் சீர்திருத்தச் சட்டங்கள் மற்றும் இந்தச் சட்டங்களில் திருத்தங்களைச் செய்யுங்கள்.

35. சிக்கிம் இந்திய ஒன்றியத்தில் இணைப்பதற்கான விதிமுறைகள் மற்றும் நிபந்தனைகள்.

36. சிக்கிம் இந்திய யூனியனுக்குள் ஒரு மாநிலமாக உருவாக்கம்.

37. அருணாச்சல பிரதேச சட்டமன்றம் உருவாக்கம்.

38. அரசாணைகளை நிறைவேற்ற குடியரசுத் தலைவர் மற்றும் ஆளுநர்களின் அதிகாரங்களை மேம்படுத்துகிறது.

39. உத்திரபிரதேச மாநிலத்தில் உள்ள அலகாபாத் உயர் நீதிமன்றத்தின் தீர்ப்பை நிராகரிக்க வடிவமைக்கப்பட்ட திருத்தம் எதிராக ராஜ் நரேன் 1975 SCR (3) 333 பாராளுமன்றத்திற்கு பிரதமர் இந்திரா காந்தியின் தேர்தல் செல்லாது. பிரதம மந்திரி பதவியை நீதித்துறை ஆய்வு செய்வதில் திருத்தம் கட்டுப்பாடுகளை விதித்தது. [47] பின்னர், இந்திரா நேரு காந்தி v. ராஜ் நரேன் 1976 (2) SCR 347, 329A இன் பிரிவுகள் (4) மற்றும் (5) உச்ச நீதிமன்றத்தால் அடிப்படைக் கட்டமைப்பை மீறுவதாகக் கூறி நீக்கப்பட்டன

40. பிரத்தியேக பொருளாதார மண்டலம் தொடர்பான சட்டங்களை உருவாக்கவும், கனிம வளத்தை இந்திய யூனியனிடம் ஒப்படைக்கவும் பாராளுமன்றத்தை இயக்கவும். நிலச் சீர்திருத்தம் மற்றும் பிற சட்டங்கள் மற்றும் திருத்தங்களை அரசியலமைப்பின் 9வது அட்டவணையின் கீழ் வைக்கவும்.

41. கூட்டுப் பொதுச் சேவை ஆணையங்கள் மற்றும் மாநில அரசுப் பணி ஆணையங்களின் தலைவர்கள் மற்றும் உறுப்பினர்களின் ஓய்வூதிய வயது வரம்பை அறுபதிலிருந்து அறுபத்தி இரண்டாக உயர்த்தவும்.

42. இந்திரா காந்தியால் உள்நாட்டு நெருக்கடியின் போது திருத்தம் நிறைவேற்றப்பட்டது. இந்தியாவை "இறையாண்மை கொண்ட சோசலிச மதச்சார்பற்ற ஜனநாயக குடியரசாக" மாற்றுவதன் மூலம் அடிப்படை உரிமைகளை குறைக்கவும், அடிப்படை கடமைகளை விதிக்கவும் மற்றும் அரசியலமைப்பின் அடிப்படை கட்டமைப்பில் மாற்றங்களை வழங்குகிறது. இருப்பினும், உச்ச நீதிமன்றம், மினெர்வா மில்ஸ் வெர்சஸ் யூனியன் ஆஃப் இந்தியா 1980 SCC (3) 625 இல், அரசியலமைப்பின் அடிப்படைக் கட்டமைப்பிற்கு முரணாக இருந்ததால், 31C மற்றும் 368 பிரிவுகளுக்கான திருத்தங்களை ரத்து செய்தது.

43. நாட்டில் உள்நாட்டு அவசரநிலை ரத்து செய்யப்பட்ட பிறகு திருத்தம் நிறைவேற்றப்பட்டது. திருத்த மசோதா 42 மூலம்

இயற்றப்பட்ட மேலும் சில 'சுதந்திர எதிர்ப்பு' திருத்தங்களை ரத்து செய்கிறது.

44. நாட்டில் உள்நாட்டு அவசரநிலை ரத்து செய்யப்பட்ட பிறகு திருத்தம் நிறைவேற்றப்பட்டது. நிர்வாக மற்றும் சட்டமியற்றும் அதிகாரத்தை துஷ்பிரயோகம் செய்வதைத் தடுப்பதற்கான மனித உரிமைகள் பாதுகாப்பு மற்றும் வழிமுறைகளை வழங்குகிறது. திருத்த மசோதா 42 இல் இயற்றப்பட்ட சில திருத்தங்களை ரத்து செய்கிறது.

45. SC மற்றும் ST களுக்கான இடஒதுக்கீட்டை மேலும் பத்து ஆண்டுகளுக்கு அதாவது 1990 வரை பாராளுமன்றம் மற்றும் மாநில சட்டசபைகளில் ஆங்கிலோ இந்திய உறுப்பினர்களின் நியமனத்தை நீட்டிக்கவும்.

46. விற்பனை வரியின் நோக்கம் மற்றும் பொருந்தக்கூடிய தன்மை குறித்த நீதித்துறை அறிவிப்புகளை மறுப்பதற்கான திருத்தம்.

47. அரசியலமைப்பின் 9வது அட்டவணையின் கீழ் நிலச் சீர்திருத்தச் சட்டங்கள் மற்றும் இந்தச் சட்டங்களில் திருத்தங்களைச் செய்யுங்கள்

48. பஞ்சாப் மாநிலத்தில் இரண்டு ஆண்டுகள் வரை குடியரசுத் தலைவர் ஆட்சியை அனுமதிக்கும் வகையில் 356வது பிரிவு திருத்தப்பட்டது

49. திரிபுராவை பழங்குடியின மாநிலமாக அங்கீகரித்து, திரிபுரா பழங்குடியினர் பகுதிகள் தன்னாட்சி மாவட்டக் கவுன்சிலை உருவாக்கவும்.

50. சொத்து மற்றும் தகவல் தொடர்பு உள்கட்டமைப்பைப் பாதுகாக்கும் பாதுகாப்புப் பணியாளர்களை உள்ளடக்குவதற்காக, பிரிவு 33 இல் பரிந்துரைக்கப்பட்டுள்ளபடி, பகுதி III இன் படி அடிப்படை உரிமைகளைக் குறைப்பதற்கான தொழில்நுட்பத் திருத்தம்.

51. மக்களவையில் நாகாலாந்து, மேகாலயா, மிசோரம் மற்றும் அருணாச்சலப் பிரதேசத்தில் உள்ள அட்டவணைப் பழங்குடியினருக்கும், மேகாலயா மற்றும் அருணாச்சலப்

பிரதேசத்துக்கும் அவர்களின் சட்டப் பேரவைகளில் இடஒதுக்கீடு வழங்கவும்.

52. கட்சி விலகல் தடுப்புச் சட்டம் - ஒரு கட்சியில் இருந்து மற்ற கட்சிக்கு மாறினால், நாடாளுமன்றம் மற்றும் சட்டசபை உறுப்பினர்களை தகுதி நீக்கம் செய்யும். எவ்வாறாயினும், 10வது அட்டவணையின் பாரா 7, அரசியலமைப்பின் 368வது பிரிவுக்கு முரணாக இருப்பதால், கிஹோடோ ஹோலோஹான் வெர்சஸ் ஜசில்ஹூ 1992 SCR (1) 686 வழக்கில் உச்ச நீதிமன்றத்தால் ரத்து செய்யப்பட்டது.

53. மிசோரம் மாநிலத்தைப் பொறுத்தமட்டில் சிறப்பு ஏற்பாடு.

54. இந்தியத் தலைமை நீதிபதி மற்றும் பிற நீதிபதிகளின் சம்பளத்தை உயர்த்தி, அரசியலமைப்புச் சட்டத் திருத்தம் தேவையில்லாமல் எதிர்கால உயர்வை நிர்ணயிக்கும் வகையில் வழங்க வேண்டும்.

55. அருணாச்சல பிரதேசம் மாநிலம் உருவானதன் விளைவாக ஆளுநருக்கு சிறப்பு அதிகாரங்கள்.

56. கோவா மாநிலத்தை உருவாக்குவதற்கு இடமாற்ற ஏற்பாடு.

57. நாகாலாந்து, மேகாலயா, மிசோரம் மற்றும் அருணாச்சலப் பிரதேச சட்டப் பேரவைகளில் பட்டியல் பழங்குடியினருக்கு இடஒதுக்கீடு வழங்க வேண்டும்.

58. அரசியலமைப்பின் உண்மையான இந்தி மொழிபெயர்ப்பை தேதியில் வெளியிடுவதற்கான ஏற்பாடு மற்றும் எதிர்கால திருத்தங்களின் உண்மையான இந்தி மொழிபெயர்ப்பை வெளியிடுவதற்கான ஏற்பாடு.

59. பஞ்சாப் மாநிலத்தில் மூன்று ஆண்டுகள் வரை குடியரசுத் தலைவர் ஆட்சியை அனுமதிக்க சட்டப்பிரிவு 356 திருத்தப்பட்டது, பஞ்சாப் மாநிலத்தில் அல்லது பஞ்சாப் மாநிலத்தின் குறிப்பிட்ட மாவட்டங்களில் அவசரநிலையை விதிக்க அனுமதிக்கும் வகையில் 352 மற்றும் பிரிவு 359A ஆகியவை திருத்தப்பட்டன.

60. தொழில் வரி குறைந்தபட்சம் ரூ. 250/- முதல் அதிகபட்சம் ரூ. 2500/-.

61. வாக்களிக்கும் உரிமைக்கான வயதை 21லிருந்து 18 ஆகக் குறைக்கவும்.

62. SC மற்றும் ST களுக்கான இடஒதுக்கீட்டை மேலும் பத்து ஆண்டுகளுக்கு அதாவது 2000 வரை பாராளுமன்றம் மற்றும் மாநில சட்டசபைகளில் ஆங்கிலோ இந்திய உறுப்பினர்களின் நியமனத்தை நீட்டிக்கவும்.

63. பஞ்சாப் மாநிலத்திற்குப் பொருந்தக்கூடிய அவசரகால அதிகாரங்கள், 59வது திருத்தத்தின்படி சட்டப்பிரிவு 359A-ல் வழங்கப்பட்டுள்ளது.

64. பஞ்சாப் மாநிலத்தில் மூன்று ஆண்டுகள் ஆறு மாதங்கள் வரை குடியரசுத் தலைவர் ஆட்சியை அனுமதிக்கும் வகையில் 356வது பிரிவு திருத்தப்பட்டது.

65. பட்டியலிடப்பட்ட சாதிகள் மற்றும் பழங்குடியினருக்கான தேசியஆணையம்உருவாக்கப்பட்டதுமற்றும்அதன்சட்டப்பூர்வ அதிகாரங்கள் அரசியலமைப்பில் குறிப்பிடப்பட்டுள்ளன.

66. அரசியலமைப்பின் 9வது அட்டவணையின் கீழ் நிலச் சீர்திருத்தச் சட்டங்கள் மற்றும் இந்தச் சட்டங்களில் திருத்தங்களைச் செய்யுங்கள்.

67. பஞ்சாப் மாநிலத்தில் நான்கு ஆண்டுகள் வரை குடியரசுத் தலைவர் ஆட்சியை அனுமதிக்கும் வகையில் 356வது பிரிவு திருத்தப்பட்டது.

68. பஞ்சாப் மாநிலத்தில் ஐந்து ஆண்டுகள் வரை குடியரசுத் தலைவர் ஆட்சியை அனுமதிக்கும் வகையில் 356வது பிரிவு திருத்தப்பட்டது.

69. டெல்லியின் தேசிய தலைநகர் பிரதேசத்திற்கு சட்டமன்றம் மற்றும் அமைச்சர்கள் குழுவை வழங்குதல். டெல்லி தொடர்ந்து யூனியன் பிரதேசமாகவே உள்ளது.

70. குடியரசுத் தலைவர் தேர்தலுக்கான தேர்தல் கல்லூரியில் தேசிய தலநகரான டெல்லி மற்றும் யூனியன் பிரதேசமான பாண்டிச்சேரி ஆகியவற்றைச் சேர்க்கவும்.

71. கொங்கனி, மணிப்பூரி மற்றும் நேபாளி ஆகியவற்றை அதிகாரப்பூர்வ மொழிகளாகச் சேர்க்கவும்.

72. திரிபுரா மாநில சட்டப் பேரவையில் பட்டியல் பழங்குடியினருக்கு இட ஒதுக்கீடு வழங்க வேண்டும்.

73. கிராமங்களில் பஞ்சாயத்து ராஜ் நிர்வாகத்தின் மூன்றாம் நிலைக்கான சட்டப்பூர்வ விதிகள்.

74. நகரங்கள் மற்றும் நகரங்கள் போன்ற நகர்ப்புறங்களில் மூன்றாம் நிலை நிர்வாகமாக உள்ளாட்சி நிர்வாக அமைப்புகளுக்கான சட்டப்பூர்வ ஏற்பாடுகள்.

75. வாடகை கட்டுப்பாட்டு தீர்ப்பாயங்களை அமைப்பதற்கான விதிகள்

76. அரசியலமைப்பின் 9 வது அட்டவணையின் கீழ் தொடர்புடைய தமிழ்நாடு சட்டத்தை உள்ளடக்கியதன் மூலம் தமிழகத்தில் 69% இட ஒதுக்கீட்டின் தொடர்ச்சியை செயல்படுத்தவும்.

77. பதவி உயர்வுகளில் எஸ்சி மற்றும் எஸ்டி ஊழியர்களுக்கான இட ஒதுக்கீட்டைப் பாதுகாப்பதற்கான தொழில்நுட்பத் திருத்தம்.

78. அரசியலமைப்பின் 9வது அட்டவணையின் கீழ் நிலச் சீர்திருத்தச் சட்டங்கள் மற்றும் இந்தச் சட்டங்களில் திருத்தங்களைச் செய்யுங்கள்.

79. SC மற்றும் ST பிரிவினருக்கான இட ஒதுக்கீட்டை மேலும் பத்து ஆண்டுகளுக்கு அதாவது 2010 வரை பாராளுமன்றம் மற்றும் மாநில சட்டசபைகளில் ஆங்கிலோ இந்திய உறுப்பினர்களின் நியமனத்தை நீட்டிக்கவும்.

80. அனைத்து வரிகளையும் மாநிலங்களுக்கும் மத்தியிற்கும் இடையே ஒருங்கிணைத்து பகிர்ந்து கொள்வதன் மூலம் வரி கட்டமைப்புகளை எளிமையாக்க பத்தாவது நிதிக் குழுவின் பரிந்துரையை அமல்படுத்த வேண்டும்.

81. காலி பணியிடங்களை நிரப்புவதில் எஸ்சி மற்றும் எஸ்டி இட ஒதுக்கீட்டைப் பாதுகாக்கவும்.

82. எஸ்சி மற்றும் எஸ்டி வேட்பாளர்களுக்கான பதவி உயர்வில் இடஒதுக்கீட்டில் தகுதி மதிப்பெண்கள் மற்றும் இதர அளவுகோல்களை தளர்த்த அனுமதி.

83. பஞ்சாயத்து ராஜ் நிறுவனங்களில் பட்டியல் சாதியினருக்கான இடஒதுக்கீட்டில் இருந்து அருணாச்சலப் பிரதேசத்துக்கு விலக்கு.

84. 1971 தேசிய மக்கள்தொகை கணக்கெடுப்பு மக்கள்தொகை புள்ளிவிவரங்களின் பயன்பாட்டை மாநிலவாரியாக பாராளுமன்ற இடங்களைப் பகிர்ந்தளிக்கவும்.

85. SC மற்றும் ST ஊழியர்களின் பதவி உயர்வுகளின் போது தொடர் மூப்புத்தன்மையைப் பாதுகாப்பதற்கான தொழில்நுட்பத் திருத்தம்.

86. பதினான்கு வயது வரை கல்வி பெறும் உரிமையை வழங்குகிறது.

87. 2001 தேசிய மக்கள்தொகை கணக்கெடுப்பு மக்கள்தொகை புள்ளிவிவரங்களின் பயன்பாட்டை மாநிலவாரியாக பாராளுமன்ற இடங்களைப் பகிர்ந்தளிக்கவும்.

88. சேவை வரி விதிப்பு மற்றும் பயன்பாட்டிற்கான சட்டப்பூர்வ பாதுகாப்பு நீட்டிக்க.

89. பட்டியல் சாதிகள் மற்றும் பழங்குடியினருக்கான தேசிய ஆணையம், பட்டியல் சாதிகளுக்கான தேசிய ஆணையம் மற்றும் பட்டியல் பழங்குடியினருக்கான தேசிய ஆணையம் எனப் பிரிக்கப்பட்டது.

90. போடோலாந்து பிரதேசம் தொடர்பான அஸ்ஸாம் சட்டசபையில் இட ஒதுக்கீடு.

91. அமைச்சர்கள் குழுவின் அளவை 15% சட்டமன்ற உறுப்பினர்களுக்குக் கட்டுப்படுத்தவும் மற்றும் கட்சித் தாவல் எதிர்ப்புச் சட்டங்களை வலுப்படுத்தவும்.

92. அமைச்சர்கள் குழுவின் அளவை 15% சட்டமன்ற உறுப்பினர்களுக்குக் கட்டுப்படுத்தவும் மற்றும் கட்சித் தாவல் எதிர்ப்புச் சட்டங்களை வலுப்படுத்தவும்.

93. அரசு மற்றும் தனியார் கல்வி நிறுவனங்களில் இதர பிற்படுத்தப்பட்ட வகுப்பினருக்கு (OBC) இடஒதுக்கீடு (27%) வழங்குவதை செயல்படுத்துதல்.

94. மத்தியப் பிரதேசம் மற்றும் ஒரிசா உட்பட புதிதாக உருவாக்கப்பட்ட ஜார்க்கண்ட் மற்றும் சத்தீஸ்கர் மாநிலங்களில் பழங்குடியினர் நலத்துறை அமைச்சரை வழங்குவது.

95. லோக்சபா மற்றும் மாநில சட்டசபைகளில் எஸ்சி மற்றும் எஸ்டி மற்றும் ஆங்கிலோ இந்தியர்களுக்கான இட ஒதுக்கீட்டை அறுபது ஆண்டுகளில் இருந்து எழுபது ஆண்டுகளாக நீட்டிக்க வேண்டும்.

96. "ஒரியா" என்ற இடத்தில் "ஒடியா" என்று மாற்றப்பட்டது.

97. பிரிவு 19(1)(c) இல் "அல்லது தொழிற்சங்கங்கள்" என்ற சொல்லுக்குப் பிறகு "அல்லது கூட்டுறவு சங்கங்கள்" என்ற சொற்களைச் சேர்த்தது மற்றும் கட்டுரை 43B ஐச் செருகியது, அதாவது, கூட்டுறவு சங்கங்களை மேம்படுத்துதல் மற்றும் பகுதி-IXB ஐச் சேர்த்தது, அதாவது கூட்டுறவு சங்கங்கள். ஜூலை 2021 இல், மாநிலங்களால் அங்கீகரிக்கப்படாததால், திருத்தத்தின் ஒரு பகுதியை உச்ச நீதிமன்றம் தாக்கியது. [106]

இந்த திருத்தத்தின் நோக்கம் கூட்டுறவுகளின் பொருளாதார நடவடிக்கைகளை ஊக்குவிப்பதாகும், இது கிராமப்புற இந்தியாவின் முன்னேற்றத்திற்கு உதவுகிறது. இது கூட்டுறவுகளின் தன்னாட்சி மற்றும் ஜனநாயக செயல்பாட்டை உறுதிப்படுத்துவது மட்டுமெல்லாமல், உறுப்பினர்கள் மற்றும் பிற பங்குதாரர்களுக்கு நிர்வாகத்தின் பொறுப்புணர்வையும் உறுதிப்படுத்தும் என்று எதிர்பார்க்கப்படுகிறது.

98. ஹைதராபாத்-கர்நாடகா பகுதியை மேம்படுத்த நடவடிக்கை எடுக்க கர்நாடக ஆளுநருக்கு அதிகாரம் வழங்குதல்.

99. தேசியநீதிபதிகள்நியமனஆணையத்தை உருவாக்குதல். கோவா, ராஜஸ்தான், திரிபுரா, குஜராத் மற்றும் தெலுங்கானா உள்ளிட்ட 29 மாநிலங்களில் 16 மாநில சட்டசபைகள் மத்திய சட்டத்தை அங்கீகரித்தது, இந்த மசோதாவுக்கு இந்திய ஜனாதிபதி ஒப்புதல்

அளிக்க முடிந்தது. [111] இந்த திருத்தம் 16 அக்டோபர் 2015 அன்று உச்ச நீதிமன்றத்தால் ரத்து செய்யப்பட்டது.

100. இந்தியாவிற்கும் வங்காளதேசத்திற்கும் இடையே நில எல்லை ஒப்பந்தம் (LBA) ஒப்பந்தத்தில் கையெழுத்திட்டதன் விளைவாக, பங்களாதேஷுடன் சில நிலப்பகுதிகளை பரிமாறிக்கொள்வது மற்றும் குடியுரிமை உரிமைகளை வழங்குதல்.

101. சரக்கு மற்றும் சேவை வரியை அறிமுகப்படுத்தியது.

102. தேசிய பிற்படுத்தப்பட்டோர் ஆணையத்திற்கு அரசியலமைப்பு அந்தஸ்து

103. பிரிவு 15ன் உட்பிரிவுகள் (4) மற்றும் (5) இல் குறிப்பிடப்பட்டுள்ள வகுப்புகளைத் தவிர மற்ற வகுப்புகளின் குடிமக்களில் பொருளாதார ரீதியாக நலிவடைந்த பிரிவினருக்கு (EWSs) அதிகபட்சமாக 10% இட ஒதுக்கீடு மற்றும் பட்டியல் பழங்குடியினர். பிரிவு 15 இன் கீழ் உட்பிரிவு [6] மற்றும் பிரிவு 16 இன் கீழ் உட்பிரிவு [6] செருகப்பட்டது.

104. மக்களவை மற்றும் மாநில சட்டசபைகளில் எஸ்சி மற்றும் எஸ்டிகளுக்கான இட ஒதுக்கீட்டை எழுபது ஆண்டுகளில் இருந்து எண்பது ஆண்டுகளாக நீட்டிக்க வேண்டும். லோக்சபா மற்றும் மாநில சட்டசபைகளில் ஆங்கிலோ-இந்திய சமூகத்தினருக்கு ஒதுக்கப்பட்ட இடங்களை மேலும் நீட்டிக்காமல் நீக்கியது

105. சமூக மற்றும் கல்வியில் பின்தங்கிய பிற பிறப்படுத்தப்பட்ட வகுப்பினரை (OBC) அடையாளம் காணும் அதிகாரத்தை மாநில அரசுகள் மீட்டெடுக்க வேண்டும். இந்தத் திருத்தம் 11 மே 2021 இன் உச்ச நீதிமன்றத் தீர்ப்பை ரத்து செய்தது, இது அத்தகைய அடையாளத்தை மத்திய அரசுக்கு மட்டுமே அளித்தது

கலைசொற்கள்

1. *Adopted* - ஏற்றுக்கொள்ளப்பட்டது

2. *Arguably Conflict* - விவாதிக்கக்கூடிய மோதல்

3. *Arson* - தீ வைப்பு

4. *Amendment* - திருத்தம்

5. *Annulment Of Laws* - சட்டங்களை ரத்து செய்தல்

6. *Armed Forces* - ஆயுதப்படைகள்

7. *Appellate* - மேல்முறையீடு

8. *Adjudicate* - தீர்ப்பளிக்கவும்

9. *Aggression* - ஆக்கிரமிப்பு

10. *Abolition* - ஒழிப்பு

11. *Assumes* - கருதுகிறது

12. *Adult Suffrage* - வயது வந்தோர் வாக்குரிமை

13. *Armed Rebellion* - ஆயுதக் கிளர்ச்சி.

14. *Abjure Violence* - வன்முறையைத் தவிர்க்கவும்

15. *Articulated* - வெளிப்படுத்தப்பட்டது

16. *Acquisition* - கையகப்படுத்தல்

17. *Boycotted* - புறக்கணிக்கப்பட்டது

18. *Breached* - மீறப்பட்டது

19. *Bill Of Rights* - உரிமைகள் மசோதா

20. *Bicameral* - இருசபை

21. *Borrowed* - கடன் வாங்கப்பட்டது

22. *Condemnation* - கண்டனம்

23. *Certiorari* - சான்றிதழ்

24. *Clerics* - மதகுருமார்கள்

25. *Cherished* - போற்றப்பட்டது

26. *Curb* - கட்டுப்படுத்து

27. *Conferred* - வழங்கப்பட்டது

28. *Commune* - கூடிப் பேசு

29. *Collegiums* - வாக்காளர் குழாம், நியமன ஆணையம்.

30. *Cultural* - கலாச்சார

31. *Commonalities* - பொதுவானவை

32. *Constitutional Autochthony* - அரசியலமைப்புத் தன்னாட்சி

33. *Constitutional Supremacy* - அரசியலமைப்பு மேலாதிக்கம்

34. *Co-Operative Societies* - கூட்டுறவுச் சங்கங்கள்

35. *Constituent Assembly* - அரசியலமைப்புச் சபை

36. *Coronation Oath* - முடிசூட்டு உறுதிமொழி

37. *Cold War* - பனிப்போர்

38. *Contingency Fund* - தற்செயல் நிதி

39. *Consolidated Fund* - ஒருங்கிணைந்த நிதி

40. *Contravening* - மீறுதல்

41. *Cardinal* - முக்கியமான

42. *Coalition* - கூட்டணி

43. *Control Regime* - கட்டுப்பாட்டு ஆட்சி

44. *Conjugal Rights* - திருமண உரிமைகள்

45. *Counter-Terrorism* - பயங்கரவாத எதிர்ப்பு

46. *Derogatory* - இழிவான,

47. *Directive Principles* - வழிகாட்டுதல் கோட்பாடுகள்

48. *Drafting Committee* - வரைவுக் குழு

49. *Duties Of Citizens* - குடிமக்களின் கடமைகள்

50. *Dogma Of Absolute* - முழுமையான கோட்பாடு

51. *Dacoity* - மோசடி

52. *Discretionary* - விருப்புரிமை

53. *Dissolution* - கலைப்பு

54. *Diversities* - வேறுபாடுகள்

55. *Deprivation* - பற்றாக்குறை

56. *Domestic Affairs* - உள்நாட்டு விவகாரங்கள்

57. *Dominion Of India* - இந்தியாவின் ஆதிக்கம்

58. *Democratic Republic* - மக்களாட்சிக் குடியரசு

59. *Declaration* - பிரகடனம்

60. *Descent* - மரபுவழிக் குடியுரிமை

61. *Electoral College* - தேர்தல் கல்லூரி

62. *Endeavours* - முயற்சிகள்

63. *Erroneous Notion* - பிழையான கருத்து

64. *Emanate* - வெளிப்படுகிறது

65. *Epithet* - அடைமொழி

66. *Exploitation* - சுரண்டல்

67. *Enshrined* - பொறிக்கப்பட்ட

68. *Federation* - கூட்டமைப்பு

69. *Fiscal Year* - நிதியாண்டு

70. *Fundamental Rights* - அடிப்படை உரிமைகள்

71. *Federal Structure* - கூட்டாட்சி அமைப்பு

72. *Fraternity* -சகோதரத்துவம்

73. *Federal Constitution* - கூட்டாட்சி அரசியலமைப்பு

74. *Flagrant Procedural* - கொடிய நடைமுறை

75. *Grievances* - குறைகள்

76. *Gross Domestic*- மொத்த உள்நாட்டு

77. *Global Strategic* - உலகளாவிய மூலோபாயம்

78. *Guttering* - சாக்கடை

79. *Habeas Corpus* - ஆட்கொணர்வு மனு

80. *Honorary* - கௌரவம்

81. *Hurdles* - தடைகள்

82. *Hazardous* - அபாயகரமான

83. *Impeachment* - குற்றச்சாட்டு

84. *Imperative* - கட்டாயம்,

85. *Impartial* - பாரபட்சமற்ற,

86. *Infringe* - மீறல்

87. *Influence* - செல்வாக்கு

88. *Intertwined* - பின்னிப் பிணைந்துள்ளது

89. *Inherent* - உள்ளார்ந்த

90. *Justice* - நீதி

91. *Jurisdictions* - அதிகார வரம்புகள்

92. *Liberty* - சுதந்திரம்

93. *Liberalizations* - தாராளமயமாக்கல்

94. *Leper Homes*- தொழுநோய் இல்லங்கள்

95. *Legislative Supremacy-* சட்ட மேலாதிக்கம்

96. *Linguistic Minorities -* மொழியியல் சிறுபான்மையினர்

97. *Look East Policy -* கிழக்கு நோக்கிய கொள்கை

98. *Miscellaneous -* இதர

99. *Mutual Non-Aggression -* பரஸ்பர அல்லாத ஆக்கிரமிப்பு

100. *Mutual Non-Interference -* பரஸ்பர குறுக்கீடு இல்லாதது

101. *Magnates -* பெரியவர்கள்

102. *Mutual Respect -* பரஸ்பர மரியாதை

103. *Military Expenditure -* இராணுவச் செலவு

104. *Missile -* ஏவுகணை

105. *Mutual Benefit -* பரஸ்பர நன்மை

106. *Mandamus -* கீழ் நீதிமன்றங்களுக்கு உயர் நீதி மன்றம் இடும் ஆணை

107. *Nyay Panchayats -* நீதி பஞ்சாயத்துகள்

108. *Nominal Rates -* பெயரளவு விகிதங்கள்

109. *Neighbourhood -* அக்கம், சுற்றுப்புறம்

110. *National Democratic Alliance -* தேசிய ஜனநாயகக் கூட்டணி

111. *Nuclear -* அணுக்கரு

112. *Non-Proliferation -* பரவல் தடை

113. *Override The Constitution -* அரசியலமைப்பை மீறுங்கள்

114. *Obligatory -* கட்டாயம்

115. *Ordinance -* ஆணை

116. *Obnoxious -* அருவருப்பான

117. *Obstructions -* தடைகள்

118. *Pertinent-* பொருத்தமானது

119. *Preamble* - முன்னுரை

120. *Pyramidal Structure* - பிரமிடு அமைப்பு

121. *Pronged Strategy* - முனைப்பு உத்தி

122. *Perpetrated* - நிகழ்த்தப்பட்டது

123. *Propagation* - பரப்புதல்

124. *Potential*- சாத்தியம்

125. *Power Bloc*- சக்தித் தொகுதி

126. *Power Parity*- அதிகாரச் சமநிலை

127. *Projections*- கணிப்புகள்

128. *Proportional* - விகிதாசார

129. *Prorogues* - முன்னுரைகள்

130. *Promulgates* - பிரகடனங்கள்

131. *Prohibition* - தடை

132. *Prominent Power* - முக்கிய சக்தி

133. *Public Procurement* - பொது கொள்முதல்

134. *Plebiscite* - வாக்கெடுப்பு

135. *Peaceful Co-Existence* - அமைதியான சகவாழ்வு

136. *Partition* - பகிர்வு

137. *Persian Gulf Countries* - பாரசீக வளைகுடா நாடுகள்

138. *Parliamentary Supremacy* - பாராளுமன்ற மேலாதிக்கம்

139. *Quasi-Federal* - அரை-கூட்டாட்சி

140. *Quadrilateral Security* - நாற்கரப் பாதுகாப்பு

141. *Quo Warranto* - நீதிப் பேராணை

142. *Repeal* - ரத்து

143. *Remedies*- பரிகாரங்கள்

144. *Referendum* - வாக்கெடுப்பு

145. *Restrained* - கட்டுப்படுத்தப்பட்டது

146. *Refraining*- மறுத்தல்

147. *Representation*- பிரதிநிதித்துவம்

148. *Reprieves* - விடுவிக்கிறது

149. *Respites* - ஓய்வு

150. *Remission* - நிவாரணம்

151. *Refugees* - அகதிகள்

152. *Ransacking* - கொள்ளையடித்தல்

153. *Subsequent*- அடுத்தடுத்து

154. *Stigma* - களங்கம்

155. *Separation Of Powers*- அதிகாரங்களைப் பிரித்தல்

156. *Settles Disputes* - தகராறுகளைத் தீர்க்கிறது

157. *Sovereign* - இறையாண்மை

158. *Static Portion*- நிலையான பகுதி

159. *Socialist*- சமதர்மவாதி

160. *Secular*- மதச்சார்பற்ற

161. *Scheduled Areas* - திட்டமிடப்பட்ட பகுதிகள்

162. *Synergism* - ஒருங்கிணைப்பு

163. *Subnational*- துணைத்தேசியம்

164. *Space Technology*- விண்வெளித் தொழில்நுட்பம்

165. *Summons*- அழைப்பாணை

166. *Tribal Areas*- பழங்குடியினர் பகுதிகள்

167. *Territorial Disputes* - பிராந்தியச் சர்ச்சைகள்

168. *Tribunals*- தீர்ப்பாயங்கள்

169. *Treaty* - ஒப்பந்தம்

170. *Titled Exercise* - பெயரிடப்பட்ட உடற்பயிற்சி

171. *Union Territories* - யூனியன் பிரதேசங்கள்

172. *Unicameral* - ஒருசபை

173. *Unprecedented Scale* - முன்னோடியில்லாத அளவு

174. *United Arab Emirates* - ஐக்கிய அரபு நாடுகள்

175. *United Progressive Alliance*- ஐக்கிய முற்போக்குக் கூட்டணி

176. *Vibrant Diaspora* - துடிப்பான புலம்பெயர்ந்தோர்

177. *Watchdog Of Democracy* - ஜனநாயகத்தின் கண்காணிப்பு

178. *Writs* - சாசனம்

கேள்வி-பதில்கள்

1. இந்திய அரசியலமைப்பு, அரசியலமைப்பு சபையால் ஏற்றுக்கொள்ளப்பட்டது எபோது?

   ஜனவரி 26, 1949

2. இந்திய அரசியலமைப்புச் சட்டம் அமலுக்கு வந்தது.......

   ஜனவரி 26, 1950

3. மக்களவை உறுப்பினர்கள் தகுதியுள்ள வாக்காளர்களால் எப்படித் தேர்ந்தெடுக்கப்படுவார்?

   நேரடியாக

4. பணமசோதாக்களை எந்த அவையில் மட்டுமே அறிமுகப்படுத்த முடியும்?

   மக்களவையில்

5. இந்தியாவில் ராஜ்யசபாவின் அதிகாரபூர்வத் தலைவராக யார்?

   துணைக் குடியரசுத் தலைவர்

6. நாடாளுமன்றத்தின் இரண்டு அமர்வுகளுக்கு இடையே அதிகபட்ச இடைவெளி எவ்வளவு?

   6 மாதங்கள்

7. மண்டமாஸ் (Mandamus) என்ற ரிட் எந்த அறிக்கைக்கு பொருந்தும்?

   Mandamus ஒரு நிர்வாகச் செயலைச் செய்ய அல்லது ஒரு குறிப்பிட்ட செயலைச் செய்யக் கூடாது என்பதற்கான கட்டளைக்குப் பொருந்தும்.

8. எந்த அரசியலமைப்புத் திருத்தம், இந்திய அரசியலமைப்பின் அதிகாரபூர்வமான இந்தி மொழிபெயர்ப்பை வெளியிட குடியரசுத் தலைவருக்கு அதிகாரம் அளித்துள்ளது?

அரசியலமைப்பு (58வது திருத்தம்) சட்டம்

9. இலவச மற்றும் கட்டாயக் கல்விக்கான குழந்தைகளின் உரிமைச் சட்டம் எந்த பிரிவுகளில் கிழ் பள்ளிகளில் சேர்க்கை தேர்வு நடத்த தடையை பற்றி விவரிக்கிறது.?

பிரிவு 13.

10. இந்தியத் தேர்தல் ஆணையம் எந்த தேர்தல்களில் அக்கறை கொள்ளவில்லை.

மாநிலத்தில் உள்ள பஞ்சாயத்துகள் மற்றும் நகராட்சிகள்

11. இந்திய தேசிய காங்கிரஸ் எந்த ஆண்டு அரசியல் நிர்ணய சபைக்கான கோரிக்கையை முன்வைத்தது?

1935

12. எந்தத் தீர்ப்பில் உச்ச நீதிமன்றம் முன்னுரை அரசியலமைப்பின் ஒரு பகுதி அல்ல என்று கூறியது?

பெருபாரி யூனியன் வழக்கு.

13. இந்திய உச்ச நீதிமன்றத்தின் இருக்கை அரசியலமைப்புச் சட்டத்தில் எங்கு அறிவித்துள்ளது?

டெல்லி.

14. அரசியலமைப்புச் சட்டப் பிரிவுகளில் எது மத்திய அரசுக்கும் மாநிலங்களுக்கும் இடையேயான சட்டமன்ற உறவுகளைக் கையாள்கிறது?

கட்டுரைகள் 245 முதல் 255 வரை

15. இந்திய வன சேவை (IFS) எப்போது உருவாக்கப்பட்டது?

1966.

16. ஆளுநருக்கு உதவவும் ஆலோசனை வழங்கவும் முதலமைச்சரைக் கொண்ட அமைச்சர்கள் குழு இருக்க வேண்டும் என்று எந்தப் பிரிவு கூறுகிறது?

   163.

17. மிசோரம் மாநிலத்திற்கான சிறப்பு ஏற்பாடுகளை எந்தக் பிரிவில் கொண்டுள்ளது?

   பிரிவு 371 ஜி.

18. அருணாச்சலப் பிரதேச மாநிலத்தைப் பொறுத்த வரையில் எந்தக் பிரிவில் சிறப்பு ஏற்பாடுகள் உள்ளன?

   371-எச்.

19. கிராமம், இடைநிலை மற்றும் மாவட்ட அளவில் உள்ள அனைத்து பஞ்சாயத்து உறுப்பினர்களும் மக்களால் எப்படித் தேர்ந்தெடுக்கப்படுகிறார்கள்.

   நேரடியாக

20. இடைநிலை மற்றும் மாவட்ட அளவில் தலைவர் மட்டுமே எப்படித் தேர்ந்தெடுக்கப்பட்ட உறுப்பினர்களால் தேர்ந்தெடுக்கப்படுகிறார்?

   மறைமுகமாக

21. நகர் பஞ்சாயத்து, மாநகர சபை, முனிசிபல் கார்ப்பரேஷன் ஆகியவை இந்திய அரசியலமைப்பின் எந்தப் பகுதியில் வழங்கப்பட்டுள்ளன?

   பகுதி IX-A

22. எந்த சட்டத்தின் கீழ், ஒவ்வொரு மாநிலத்திலும் மூன்று வகையான நகராட்சிகள் அமைக்கப்பட வேண்டும் என விவரிக்கிறது?

   1992 இன் 74 வது திருத்தச் சட்டத்தின்

23. லோக்சபா தேர்தலில் போட்டியிடும் வேட்பாளர் எவ்வளவு டெபாசிட் செய்ய வேண்டும்?

ரூ. 25,000

24. 1952 தேர்தல்களின் போது அகில இந்திய அளவில் எத்தனை அங்கீகரிக்கப்பட்ட கட்சிகள் இருந்தன?

14.

25. எந்தக் கட்டுரையில் பொதுச் சேவை ஆணையத்தின் உறுப்பினரை நீக்குதல் மற்றும் இடைநீக்கம் செய்வது தொடர்பான விதிகள் உள்ளன?

பிரிவு 317

26. மாநில சேவைகளின் பணியாளர்கள் எந்த அரசின் அதிகார வரம்பில் பணிபுரிகிறார்கள்?

மாநில அரசு

27. எந்த ஆண்டு தேசிய பிற்படுத்தப்பட்ட வகுப்பினருக்கான ஆணையம் (NCBC) அமைக்கப்பட்டது?

1993.

28. எந்த பிரிவு நியமிக்கப்பட்ட நபர்களின் ஆட்சேர்ப்பு மற்றும் சேவை நிபந்தனைகளை ஒழுங்குபடுத்துவதற்கு பாராளுமன்றம் மற்றும் மாநில சட்டமன்றங்களுக்கு அதிகாரம் அளிக்கிறது?

309

29. எஸ்சிக்களுக்கான தேசிய ஆணையத்தின் உறுப்பினர்களை யார் நியமிக்கிறார்?

ஜனாதிபதி

30. பழங்குடியினர் விவகாரங்களுக்கான புதிய அமைச்சரகம் எந்த ஆண்டு உருவாக்கப்பட்டது?

1999.

31. வளர்ச்சி கண்காணிப்பு மற்றும் மதிப்பீட்டு அலுவலகத்தின் (DMEO) தலைமையகம் எங்குள்ளது?

புது தில்லி.

32. லோக்பாலில் எஸ்சி, எஸ்டி, ஓபிசி, சிறுபான்மையினர் மற்றும் பெண்களைச் சேர்ந்த உறுப்பினர்களின் பரிந்துரைக்கப்பட்ட சதவீதம் எவ்வளவு?

50%

33. இந்தியச் சாட்சிய சட்டம் எந்த ஆண்டு இல் இயற்றப்பட்டது.?

1872

34. இந்தியச் சாட்சிய சட்டம், 1872 எத்தனை பகுதிகளாக பிரிக்கப்பட்டுள்ளது?

3

35. இந்திய தேசிய கீதத்தின் முழுப் பதிப்பு இசைக்கப்படும் நேரம் எவ்வளவு?

52 வினாடிகள்

36. ஜனநாயகத்தில் மக்கள் நலனுக்காக அரசுக்கு அழுத்தம் கொடுப்பது எது?

அரசியல் அழுத்தக் குழு

37. 1983 ஆம் ஆண்டு யூனியன்-மாநில உறவுகள் தொடர்பாக மத்திய அரசால் எந்த ஆணையம் நியமிக்கப்பட்டது?

சர்க்காரியா கமிஷன்

38. வரிகளில் எந்த வரிகள் மத்திய அரசால் விதிக்கப்படுகின்றன, ஆனால் மாநிலங்களால் வசூலிக்கப்படுகின்றன?

கலால் வரி

39. மாநிலங்களுக்கு மத்திய அரசு வழங்கும் மானியங்களைப் பற்றி எந்தக் கட்டுரை கூறுகிறது?

பிரிவு 275.

40. எந்த கட்டுரைகளில் எது துணைத் ஜனாதிபதி தேர்தலைக் குறிக்கிறது?

கட்டுரை 66

41. துணை ஜனாதிபதியை அவரது பதவியில் இருந்து யார் நீக்க முடியும்?

பாராளுமன்றம்.

42. துணைத் ஜனாதிபதியின் பதவிக் காலம் எத்தனை ஆண்டுகள்?

5 ஆண்டுகள்

43. எந்தக் கட்டுரையில் பிரதம மந்திரி மற்றும் பிற அமைச்சர்களின் நியமனம் பற்றி கூறுகிறது?

கட்டுரை 75.

44. பிரதம மந்திரி பின்வருவனவற்றில் யாரால் நியமிக்கப்படுகிறார்?

ஜனாதிபதி.

45. 78வது பிரிவின் கீழ் அமைச்சர்கள் குழுவின் அனைத்து முடிவுகளையும் யார் ஜனாதிபதிக்கு தெரிவிக்க வேண்டும்?

பிரதமர்

46. தற்போது இந்திய உச்ச நீதிமன்றம் எத்தனை நீதிபதிகளின் எண்ணிக்கையைக் கொண்டுள்ளது?

31 நீதிபதிகள்.

47. உச்ச நீதிமன்றத்தின் தலைமை நீதிபதி மற்றும் பிற நீதிபதிகளை நியமிப்பவர் யார்?

ஜனாதிபதி.

48. இந்திய அரசியலமைப்பின் எந்தப் பிரிவு இந்திய உச்ச நீதிமன்றத்தின் அமைப்பு மற்றும் அதிகார வரம்பை வழங்குகிறது?

பிரிவு 124

49. கட்டுரைகளில் எது குடியரசுத் தலைவரின் மன்னிப்பு அதிகாரத்தைப் பற்றியது?

கட்டுரை 72

50. யூனியனின் நிர்வாக அதிகாரம் கீழே உள்ளவற்றில் எதில் உள்ளது?

ஜனாதிபதி

51. குடியரசுத் தலைவரின் பதவி நீக்கம் யாரால் மேற்கொள்ளப்படுகிறது?

பாராளுமன்றம்

52. கட்டுரைகளில் எது குடியரசுத் தலைவரின் பதவிக் காலத்தைப் பற்றியது?

கட்டுரை 56

53. கட்டுரைகளில் எது ஜனாதிபதியின் பதவி நீக்கம் பற்றிக் கூறுகிறது?

கட்டுரை 61

54. இளைஞர்களுக்கான முதல் நாடாளுமன்ற மன்றம் எப்போது உருவாக்கப்பட்டது?

2006

55. புவி வெப்பமடைதல் மற்றும் காலநிலை மாற்றம் குறித்த முதல் நாடாளுமன்ற மன்றம் எப்போது உருவாக்கப்பட்டது?

2008

56. இந்திய அரசியலமைப்பில் நீதித்துறையின் சுதந்திரம் எந்த நாட்டிலிருந்து எடுக்கப்பட்டது

பிரிட்டன்

57. நிதி ஆயோக்கின் தலைவர் யார்?

பிரதமர்

58. நிதி ஆயோக் அமலுக்கு வந்தது எப்போது?

2015 1 ஜனவரி

59. திட்டக்குழுவை மாற்றியமைத்த இந்திய அரசின் சிந்தனைக் குழு எது?

நிதி ஆயோக்

60. அரசியலமைப்பு எந்த திருத்தம் சட்டம், 1992ல் 20 லட்சத்திற்கும் அதிகமான மக்கள்தொகை கொண்ட அனைத்து மாநிலங்களுக்கும் பஞ்சாயத்து ராஜ் 3-அடுக்கு அமைப்புக்கான ஏற்பாடுகளை செய்கிறது.

73வது

61. இந்தியாவில் எந்த மாநிலத்தில் முதலில் பஞ்சாயத்து ராஜ் நிறுவனங்களை நிறுவியது?

ராஜஸ்தான்

62. இந்தியா அரசமைப்பில் எந்தப் பகுதி பஞ்சாயத்துகளைக் கையாள்கிறது?

பகுதி IX

63. எந்த மாநிலங்களில் பஞ்சாயத்து ராஜ் நிறுவனம் இல்லை?

நாகாலாந்து

64. கட்டுரைகளில் எது நீதிபதிகள் நியமனம் தொடர்பானது?

கட்டுரை 217

65. உயர் நீதிமன்றங்கள் எந்த கட்டுரையின் கீழ் ரிட்களை வெளியிடுகின்றன-?

226

66. குடிமக்களின் குறைகளைத் தீர்ப்பதற்காக வடிவமைக்கப்பட்ட மிகப் பழமையான அமைப்பு எது?

ஓம்புட்ஸ்மேன்

67. லோக்பால் மற்றும் லோக் ஆயுக்தா சட்டம், 2013 எப்போது நடைமுறைக்கு வந்தது?

ஜனவரி 2013

68. லோக்ஆயுக்தா மற்றும் லோக்பால்லை நியமிப்பது யார்?

மாநில ஆளுநர்

69. எந்த மாநிலத்தின் லோக்ஆயுக்தா அலுவலகம் அதிகாரம் மற்றும் நோக்கம் அடிப்படையில் மிகவும் வலுவானதாகக் கருதப்படுகிறது?

கர்நாடகா

70. கட்டுரைகளில் எது நீதிபதிகள் நியமனம் தொடர்பானது?

கட்டுரை 217

71. அடிப்படை கடமைகள் குறிப்பிடப்பட்டுள்ளன எந்த பகுதியில் உள்ளன?

பகுதி-IV ஏ.

72. இந்திய அரசியலமைப்புச் சட்டத்தின் எந்தப் பிரிவு அடிப்படைக் கடமைகளைக் கொண்டுள்ளது?

51 A

73. எந்தக் குழு இந்திய அரசியலமைப்பில் அடிப்படைக் கடமைகளை இணைக்க பரிந்துரைத்தது?

ஸ்வரன் சிங் கமிட்டி.

74. இந்திய அரசியலமைப்பின் எந்தப் பிரிவு தீண்டாமையை ஒழிக்கிறது?

கட்டுரை 18

75. தேசிய அவசரநிலை எந்தக் கட்டுரையின் கீழ் அறிவிக்கப்படுகிறது?

பிரிவு 352.

76. ஆயுதமேந்திய கிளர்ச்சி, வெளிப்புற ஆக்கிரமிப்பு, போர் போன்றவற்றின் போது பயன் படுத்தபடும் பிரகடனம் எது?

தேசிய அவசரநிலை

77. 352வது பிரிவின் கீழ் அவசரநிலை பிரகடனம் யார் மூலம் வெளியிடப்பட்டது?

ஜனாதிபதி.

78. கட்டுரைகளில் எது மாநில ஆளுநரைப் பற்றியது?

கட்டுரை 153.

79. இந்திய அரசியலமைப்பில் எந்தப் பிரிவு இந்தியாவில் தேர்தல் ஆணையம் இருக்கும் என்று கூறுகிறது?

பிரிவு 324.

80. மக்களவையில் பட்டியல் சாதியினருக்கு ஒதுக்கப்பட்ட இடங்களின் எண்ணிக்கை எத்தனை?

79

81. அரசியலமைப்பில் உள்ள எந்தப் பிரிவுகள் நம் நாட்டில் தேர்தல் முறைக்கான ஏற்பாடுகளை வழங்குகின்றன?

கட்டுரைகள் 324-329.

82. மக்களவைக்கான தேர்தல் எத்தனை ஆண்டுக்கு ஒரு முறை நடைபெறுகிறது?

5 ஆண்டுகள்.

83. கலைக்கப்பட்ட மக்களவையின் கடைசி கூட்டத் தொடருக்கும் லோக்சபாவை திரும்பப் பெறுவதற்கும் இடையே அதிகபட்சமாக அனுமதிக்கப்பட்ட கால அளவு என்ன?

6 மாதங்கள்.

84. பரப்பளவில் பொதுத் தேர்தலில் மிகச்சிறிய மக்களவைத் தொகுதி எது?

சாந்தினி செளக், தில்லி

85. மாநிலக் கொள்கையின் வழிகாட்டுதல் கோட்பாடுகள் இந்திய அரசியலமைப்பின் ..... இல் குறிப்பிடப்பட்டுள்ளது.

பகுதி IV

86. இந்திய அரசியலமைப்பின் கட்டுரைகளில் எந்த பிரிவு மாநிலக் கொள்கையின் வழிகாட்டுதல் கொள்கைகளைக் கொண்டுள்ளது?

36-51

87. அரசியலமைப்புச் சட்டப் பிரிவுகளில் எது சீரான சிவில் சட்டத்தை உருவாக்க வழிவகை செய்யப்பட்டுள்ளது?

கட்டுரை 44

88. உச்ச நீதிமன்றத் தீர்ப்புகளில் எந்த மாநிலக் கொள்கையின் வழிகாட்டுதல் கோட்பாடுகள் அடிப்படை உரிமைகளை மீற முடியாது என்று கூறியது?

மெட்ராஸ் மாநிலத்தில் *Vs.* செம்பாக்கம் துரைராஜன்.

89. இந்திய அரசியலமைப்பில் உள்ள எந்தப் பிரிவு இந்தியாவில் தேர்தல் ஆணையத்தை வழங்குகிறது?

பிரிவு 324.

90. தற்போது தேர்தல் ஆணையத்தில் எத்தனை உறுப்பினர்கள் உள்ளனர்?

3

91. தலைமை தேர்தல் ஆணையரின் பதவிக்காலம் என்ன?

6 ஆண்டுகள்

92. தேர்தல் கமிஷனுக்கு, மாவட்ட அளவில், மாவட்ட தேர்தல் அதிகாரியாக செயல்படுவது யார்?

மாவட்ட நீதிபதி.

93. தேர்தல் ஆணையத்தின் தலைமை தேர்தல் ஆணையரை நியமிப்பது யார்?

இந்திய ஜனாதிபதி.

94. எந்த ஆண்டுக்கு முன், ஒருவர் அவரது பெற்றோரின் தேசியத்தைப் பொருட்படுத்தாமல் பிறப்பால் இந்தியக் குடிமகன் ஆவார்.

ஜூலை 1, 1987

95. இந்திய அரசியலமைப்புச் சட்டம் ஒற்றைக் குடியுரிமை என்ற கருத்தைப் பெற்றது எந்த நாட்டிலிருந்து பெற்றது?

ஆஸ்திரேலியா.

96. பாகிஸ்தானில் இருந்து இந்தியாவிற்கு குடிபெயர்ந்த நபர்களுக்கு குடியுரிமை வழங்குவதற்கான விதிகள் அரசியலமைப்பின் எந்தக் கட்டுரையில் உள்ளது?

கட்டுரை 6.

97. குடியுரிமை திருத்த மசோதா நாடாளுமன்றத்தில் எப்போது நிறைவேற்றப்பட்டது?

2019.

98. மாநிலங்களின் அட்வகேட் ஜெனரலை நியமிப்பவர் யார்?

மாநில ஆளுநர்.

99. ஒரு மாநிலத்தின் முதலமைச்சராக ஆக குறைந்தபட்ச வயது என்ன?

25 ஆண்டுகள்

100. இந்திய அரசமைப்புச் சட்டத்தின் எந்தப் பிரிவு இந்தியக் கட்டுப்பாட்டாளர் மற்றும் ஆடிட்டர் ஜெனரல் (CAG) பதவியை வழங்குகிறது?

கட்டுரை148

101. இந்தியாவின் தலைமை கணக்குத் தணிக்கையாளரை (CAG) நியமிப்பவர் யார்?

ஜனாதிபதி

102. அரசியலமைப்பில் உள்ள அட்டவணைகளின் மொத்த எண்ணிக்கை

12

103. கட்சித் தாவல் தடைச் சட்டம் எந்த ஆண்டு நிறைவேற்றப்பட்டது?

1985.

104. கட்சித் தாவல் எதிர்ப்பு மூலம் தகுதி நீக்கம் செய்யப்பட வேண்டுமா இல்லையா என்பதை யார் தீர்மானிப்பது?

ராஜ்யசபா தலைவர் அல்லது மக்களவை சபாநாயகர்.

105. கட்சித் தாவல் தடைச் சட்டத்திற்கு எந்தத் திருத்தம் காரணமாக இருந்தது?

52வது.

106. மத்திய புலனாய்வுப் பிரிவு எந்த ஆண்டு நிறுவப்பட்டது?

1963.

ஐஏஎஸ் ஐபிஎஸ் மற்றும் டிஎன்பிஎஸ்சி தேர்வுகளில் வெற்றிபெற பயிற்சி முறைமைகள்

+2 முடித்துவிட்டு இளங்கலை பட்டபடிப்பு படிப்பவர்களுக்கும், இளங்கலை முடித்துவிட்டு முதுகலை தொடர்பவர்களுக்கும் உடனடியாக வேலைக்கு செல்ல ஐஏஎஸ் ஐபிஎஸ் மற்றும் டிஎன்பிஎஸ்சி தேர்வுகளுக்கு தயார் செய்வதின் மூலம் வேலை வாய்ப்புகள் பெறுவதற்கு வாய்ப்புகள் அதிகம் உள்ளது. ஒரே விஷயம், படிக்கின்ற காலத்திலேயே பயிற்சி வழிமுறைகளை பின்பற்றுவதின் மூலம் நமக்கு கிடைக்க இருக்கக்கூடிய வேலைகளை நாம் உறுதிபடுத்திக்கொள்ளலாம், தொழில்முறைகல்வி படிப்பவர்களுக்கு ஏதாவது ஒரு வேலை உறுதியாக அமைய வாய்ப்பு அதிகம் காணப்படுகிறது. ஆனால் கலை மற்றும் அறிவியல் படிப்பவர்களுக்கு இந்த வாய்ப்புகள் மிக அறிது. ஆனாலும் தொழில்முறைகல்வி படிப்பவர்களும் போட்டித் தேர்வுகளில் அதிக கவனம் செலுத்தி பாஸ் செய்து விடுவது குறிப்பிடத்தக்கது. மூன்று ஆண்டுகளோ(அ)இரண்டு ஆண்டுகளோ பட்டபடிப்பு/ முதுகலை பட்டபடிப்பு படிக்கின்ற காலத்திலேயே முழு மூச்சாக இத்தேர்வுகளுக்கு பயிற்சி செய்யும் பட்சத்தில் கண்டிப்பாக பட்டபடிப்பு முடித்த கையோடு நாம் வேலைக்கு செல்லலாம்.

ஐஏஎஸ் ஐபிஎஸ் தேர்வுகள் ஒவ்வொரு வருடமும் ஜூலை-ஆகஸ்ட் மாதங்களில் நடத்தபடுகிறது. மூன்று நிலைகளில் தேர்வுகள் நடத்தப்பட்டு முறையே முதன்மை தேர்வு, பிரதான தேர்வு மற்றும் நேர்காணல் ஆகியவைகளில் போட்டியாளர்களின் திறன் பரிசோதிக்படுகின்றன. பின் அவரவர்களின் மதிப்பெண்களுக்கு ஏற்ப ஐஏஎஸ், ஐபிஎஸ் என 23 பிரிவுகளில

பணிகள் வழங்கப்படுகின்றன. டிஎன்பிஎஸ்சி குரூப்-1 தேர்வுகளும் ஆட்தேவைக்கு ஏற்ப இப்போது அடிக்கடி விண்ணப்ப அழைப்பு செய்யபடுகிறது.

யூபிஎஸ்சி- யால்நடத்தபடுகிற ஐஏஎஸ், ஐபிஎஸ் தேர்வும் டிஎன்பிஎஸ்சி -யால் நடத்தபடுகிற குரூப் தேர்வுகளும் பொது அறிவையும், மூளைத் திறன் சார்ந்த கேள்விகளைத்தான் அதிகம் உள்ளடக்கி இருக்கின்றன. உலகத்தின் பல்வேறுபட்ட நிகழ்வுகளையும், நிகழ்ந்தவைகளையும் நீங்கள் எவ்வளவு தூரம் புரிந்து வைத்துள்ளீர்கள் என்பதை சோதிப்பதற்காகவே பொது அறிவு கேள்விகள் கேட்கபடுகின்றன. மேலும் ஒரு குறிப்பிட்ட சூழ்நிலையில் உங்கள் பணியில் நீங்கள் எவ்வளவு வேகமாகவும், சாமர்த்தியமாகவும் செயல்படுகிறீர்கள் என்பதை சோதிப்பதற்காகவே லாஜிக் சம்பந்தப்பட்ட கேள்விகள் கேட்கபடுகிறது. பொது மூளைத் திறன் சம்பந்தப்பட்ட கேள்விகளுக்கு என்று பிரத்தியோகமாக புத்தகங்களும், கடந்த வருட பரீட்சைகளில் கேள்வி- பதில்களோடு நிறையவே கிடைக்கின்றன. இணையத்தளங்களிலும் சம்பந்தப்பட்ட கேள்வி-பதில்கள் வழிமுறைகளோடு பதிவிறக்கம் செய்யும் வகையில் அதிகம் காணப்படுகின்றன.

லாஜிக் கேள்விகளை சாதாரணமாக எடைபோடுவது தவறு. தினமும் இதற்க்கென்று நேரம் ஒதுக்கி பயிற்சி செய்வது அவசியம். செமி தாள்கள் நிறைய வாங்கி ஒவ்வொரு மாதிரி கேள்விகளையும் விடாமல் பயிற்சி செய்து பார்க்கவும். அதிகாலை நேரம் மூளை திறன் கேள்விகளுக்கு பயிற்சி செய்வது உகந்த நேரம். ஒவ்வொரு நாளும் அதிகாலை 3 மணி நேரம் இதற்க்கென்று செலவிடுவது அவசியமாகிறது.

பொது அறிவுக்கென்று ஆண்டுப் புத்தகம் நிறையவே கிடைக்கிறது. அறிவியல், உலக வரலாறு, உலக புவியியல், இந்திய வரலாறு, பொருளாதாரம், சமூக அவலங்கள், இந்திய அரசியல், தேசிய நிகழ்வுகள், பன்னாட்டு நிகழ்வுகள், சுற்றுப்புற சூழ்நிலையியல், போன்றவை இதில் அடக்கமாகும். இவை எல்லாவற்றையும் உள்ளடக்கிய அடிப்படை தகவல்களும், கோட்பாடுகளும் என்சிஇஆர்டி (NCERT) புத்தகங்களில் பொதிந்திருக்கின்றன.

இவ்வகை புத்தகங்கள் அனைத்துமே இணையதளத்திலிருந்து இலவசமாக ஆக பதிவிறக்கம் செய்து பயன்பெறலாம்.

பொது அறிவு பாடங்களை ஒவ்வொரு நாளும் ஒவ்வொரு பாடத்திற்கும் அரை மணிநேரம் ஒதுக்கி குறிப்பெடுத்து படிப்பது அவசியம். மேற்குறிப்பிட்ட ஒவ்வொரு பாடங்களுக்கும் ½ மணிநேரம் என்ற விகிதத்தில் கணக்கிடுகிறபோது 5 மணிநேர உழைப்பு அவசியமாகிறது. இந்த 5 மணிநேரத்தை சிறிது சிறிதாக உயர்த்துகிற பட்சத்தில் பரிட்சையில் வெற்றிக்கான தூரம் குறைவாகி இலக்கை நோக்கி நம் நம்பிக்கை நம்மை உயர்த்துவது நம் கண் முன்னே உறுதியாக தெரிய வரும்.

மேலும் எடுத்துமுடித்த குறிப்புகளை எப்போதும் கூடவே வைத்திருங்கள். கல்லூரியில் எப்போது நேரம் கிடைத்தாலும் திரும்ப திரும்ப அக்குறிப்புகளை வாசிக்கும்பட்சத்தில் பச்சை மரத்தில் அடித்தது போல மனதில் பதிந்துவிடும். ஒவ்வொரு கருத்தும், நிகழ்வும் படிக்கிறபோது அது சம்பந்தப்பட்ட அறிவு, விரிவாக்கம் அடைவதாக உணர்க.

ஒவ்வொரு நாளும் 250-லிருந்து 300 புறநிலை கேள்விகள் (objective questions) படிப்பது, பயிற்சிஆக்குவது நன்று. அதுபோல ஒவ்வொரு கேள்வி-பதிலுடன் நீங்கள் செலவிடுகிற நேரத்தை பொருத்து அது உங்கள் நினைவில் தங்குகிறது. புறநிலை கேள்விகள் படிப்பது சாயங்கால நேரத்தில் இருக்கட்டும். மனம் சுறுசுறுப்பாக இருக்கும் நேரத்தில் விரிவாக இருக்க கூடிய பாடங்களை படித்து குறிப்பு எடுப்பதை வழக்கமாக கொள்ளுங்கள். ஒவ்வொரு கேள்வி-பதில் படிக்கின்றபோதும் உங்கள் வாழ்க்கையை நிர்ணயிக்கின்ற நேரமாக நினைத்து மகிழ்ச்சியுடன் படிக்க பழகவும்.

பயிற்சி காலத்தில் மிக முக்கியமான கடமை டைரி எழுதுவது. ஒவ்வொரு நாளும் எந்தெந்த பாடத்தை எப்போது படிக்க போகிறீர்கள் என்பதை காலையில் எழுந்தவுடன் டைரியில் எழுதிவிடவும். எடுத்துக்காட்டாக

மூளைத்திறன்:4-7

செய்தித்தாள்கள்:7.15-8.15

பொது அறிவியல்:10-11

உலக வரலாறு:11-12

உலக புவியியல்:12-1

இந்திய பொருளாதாரம்:2.30-3.30

இந்திய அரசியல்:3.30-4.30

சுற்றுப்புற சூழ்நிலையியல்:5-6

உலக பிரச்சினைகள்:7-8

பயிற்சியை முடித்த பிறகு தினமும் உறங்கபோகும்முன் அன்று டைரியில் என்னென்ன வேலைகளை செயலாற்றி இருக்கிறீர்கள் என்பதை டிக் செய்யவும். டைரியை தினமும் விடாமல் எழுதும் பட்சத்தில் இலக்கை நோக்கிய பாதையில் நாம் எங்கிருக்கிறோம், இன்னும் எவ்வளவு தூரம் கடக்க வேண்டும் என்பது நமக்கு தெரியவரும். போட்டி தேர்வு எழுதுபவர்களுக்கு இப்பழக்கம் மிக அவசியம். கல்லூரிக்காலங்களில் மேற்க்கூறிய நேர அட்டவணையை தகுந்தாற்போல மாற்றிக்கொள்ளவும். நம் இலக்கை அடைவதற்கு நேரத்தை திருடுவது தவறு அல்ல.

செய்தித்தாள்களில் இருந்து அன்றாட நிகழ்வுகளை குறிப்பெடுத்து பதிவு செய்வது தினசரி கடமைகளில் ஒன்று ஆகும். எந்த தினசரி பத்திரிக்கை வரலாற்றோடு செய்திகளை ஆய்வு செய்து தருகிறதோ அந்த பத்திரிக்கை போட்டி தேர்வுகளுக்கு மிகவும் பயன்பாடாக இருக்கும். தேசிய நிகழ்வுகளுக்கும், பன்னாட்டு நிகழ்வுகளுக்கும் தனித்தனியே நோட்டுகளை வைத்து குறிப்பு எடுக்கவும். நேரம் கிடைக்கும் போதெல்லாம் குறிப்புகளை திரும்பத் திரும்ப வாசித்து கொண்டே இருப்பது பயிற்சியின் முக்கிய அங்கம்.

எந்த ஒரு நிகழ்வையும் (அ) கருத்தையும் படிக்குமுன் அது சார்ந்த கேள்விகளை நிறைய எழுப்பி எழுதி கொள்ளவும். உதாரணத்திற்கு சுற்றுப்புற சூழல் மாசுபடுதல்;ஓசோன் மண்டலம் பாழாதல்;பூமி வெப்பமடைதல்;பனிப்பாறைகள் உருகுதல்;கடல்நீர்மட்டம் உயருதல்;மக்களுக்கு ஆபத்து ஏற்படல். இதுபோல ஒவ்வொரு கருத்தையும் "ஏன்" என்ற கேள்விகளை எழுப்பி படிப்பதற்கு

சாக்ரடியன் மாடல் (அ)டியாலேக்டிக்(Dialectic) முறைமை என்று பெயர். பின் இது சம்பந்தப்பட்ட புத்தகங்களை படிக்கும்போது சிறிது சிறிதாக பதில்கள் கிடைத்து தெளிவு பிறக்கும்.

பயிற்சி கால கட்டத்தில் மன இயல்பை எப்போதும் படித்ததை பற்றி மட்டுமே சிந்தித்துக்கொண்டும், தொடர்புபடுத்திக்கொண்டும் இருப்பது நன்று. உதாரணத்திற்கு ஒளிவிளக்கை பார்க்கின்றீர்கள்; உடனே இதை கண்டுபிடித்தது யார், எப்படி, எப்போது, எங்கே, பயன்கள் என்று மனதை ஒருமுகப்படுத்தி பயிற்சிக்கு உள்ளாக்குகிறபோது ஒவ்வொரு நாளும் நம்பிக்கை பெருக அதிக வாய்ப்பு உள்ளது.

பொது அறிவு வினாக்களை பொருத்தவரை ஒவ்வொரு நிகழ்வையும் (அ)கருத்தையும் பற்றி 10-லிருந்து 15 அடுக்கு தகவல்களை குறிப்பெடுப்பது அவசியமும் போதுமானதுமாக இருக்கிறது. எடுத்துக்காட்டாக காந்தியை பற்றி படிக்கின்றீர்கள். காந்தி தெற்கு ஆப்ரிக்காவிலிருந்து திரும்பிய ஆண்டு; இந்திய தேசிய காங்கிரஸில் பங்கு; மாண்டேகு-செம்ச்போர்ட் சீர்திருத்தங்கள்; மத பிரதிநிதித்துவம்; ஜாலியன்வாலாபாக் படுகொலை; ஒத்துழையாமை இயக்கம்; சட்ட மறுப்பு இயக்கம்; வட்ட மேஜை மாநாடுகள்; காந்தி-இர்வின் ஒப்பந்தம்; உப்பு சத்யாகிரகம்; வெள்ளையனே வெளியேறு இயக்கம்; கிரிப்ஸ் மிசன்; நேரு-காந்தி; பட்டேல்-காந்தி, அம்பேத்கர்-காந்தி; நடப்பு உலகில் காந்தியாவாதம். மேற்கூறியது போல படிக்கின்ற அத்துனை விஷயத்திற்கும் 15- அடுக்கு தகவல் சேகரிப்பு மற்றும் குறிப்பெடுத்தல், ஊர்ஜிதமாக உங்கள் வெற்றியை உறுதிப்படுத்துகிறது.

திரும்ப திரும்ப பொது அறிவு பாடங்களை படிப்பது நாம் மறந்து போகாமல் இருப்பதற்கு வழிவகுக்கிறது.

இவை யாவையும் தாண்டி இந்த நிமிடம், இந்த வேளையில் நம் இலக்கினை நோக்கி நாம் என்ன செய்யலாற்றிக்கொண்டிருக்கிறோம் என்ற விழிப்புணர்வும், ஆத்ம ரீதியான உழைப்புமே நம்மை இவ்வகையான தேர்வுகளில் வெற்றிபெற செய்யும்.

References

1. Austin, Granville (1999), *The Indian Constitution: Cornerstone of a Nation*, 2nd ed., Oxford University Press.

2. M Laxmikanth, 2013, *Indian Polity*, 4th ed., McGraw Hill Education

3. *The constitution of India-PDF*, Government of India.

4. Pylee, Moolamattom Varkey,1994, *India's Constitution ,5th rev*, New Delhi: R. Chand & Company.

5. Hamija, Ashok , 2007, *Need to Amend a Constitution and Doctrine of Basic Features*, Wadhwa and Company.

6. Jacobsohn, Gary J. 2010, *Constitutional Identity*, Cambridge, Massachusetts: Harvard University Press.

7. Swaminathan, Shivprasad, 2013, *India's benign constitutional revolution*, The Hindu: Opinion.

8. Das, Hari 2002, *Political System of India (Reprint ed.)*. New Delhi, Anmol Publications.

9. Yellosa, Jetling, 2015, *Making of Indian Constitution*.

10. Sridhar, Madabhushi. *Evolution and Philosophy behind the Indian Constitution*

11. Chandra, Aparna 2017, *India and international law: formal dualism, functional monism*, Indian Journal of International Law

12. Baruah, Aparijita, 2007, *Preamble of the Constitution of India: An Insight and Comparison with Other Constitutions*

13. Dash, Shreeram Chandra,1968, *The Constitution of India; a Comparative Study*. Chaitanya Pub. House.

14. Dhamija, Dr. Ashok, 2007, *Need to Amend a Constitution and Doctrine of Basic Features*. Wadhwa and Company. ISBN 9788180382536.

15. Ghosh, Pratap Kumar 1966 *The Constitution of India: How it Has Been Framed*. World Press.

16. Jayapalan, N. 1998, *Constitutional History of India*. Atlantic Publishers & Distributors. .

17. Khanna, Hans Raj, 1981, *Making of India's Constitution*. Eastern Book Co.

18. Khanna, Justice H. R. ,2015, *Making of India's Constitution*, Eastern Book Company.

19. Rahulrai, Durga Das ,1984, *Introduction to the Constitution of India South Asia Books*.

20. Sharma, Dinesh; Singh, Jaya; Maganathan, R.; et al. 2002, *Indian Constitution at Work. Political Science, Class XI*. NCERT.